நாவல் வடிவில்
குண்டலகேசி

சத்தியப்பிரியன்

நாவல் வடிவில் குண்டலகேசி
- சத்தியப்பிரியன் ©

சுவாசம் பதிப்பகம்

Novel vadivil Kundalakesi
by Sathiyapriyan ©

ISBN: 978-81-19550-38-8
Title Number: Swasam 196

First edition: Dec 2024

Published by:
Swasam Pathippagam,
An imprint of Swasam Publications Private Limited,
52/2, Near B.S Mahal,
Ponmar,
Chennai, Tamil Nadu – 600127
Email: swasam.publications@gmail.com

Printed by: Adyar Students Xerox, Chennai – 600 002

To buy the book: Swasam Bookart - +91-8148066645
Website: https://www.swasambookart.com/

உள்ளே...

என்னுரை

ஐம்பெரும் காப்பியங்கள் என்று அழைக்கப்படும் சிலப்பதிகாரம், மணிமேகலை, சீவக சிந்தாமணி, வளையாபதி, குண்டலகேசி ஆகியவை, தமிழ் அன்னைக்குப் பாதாதி கேசம் தமிழ்ப் புலவர்கள் அணிவித்து மகிழ்ந்த ஆபரணங்கள் ஆகும். சிலப்பதிகாரம், மணிமேகலை மற்றும் சீவக சிந்தாமணிக்கு முழுமையான நூல்கள் இருக்க வளையாபதிக்கும் குண்டலகேசிக்கும் மூல நூலோ ஓலைச் சுவடி வடிவங்களோ இதுவரையில் கிடைக்கவில்லை. வளையாபதிக்கு 72 செய்யுள்கள் கிடைத்துள்ளன. குண்டலகேசிக்கு 19 செய்யுள்களே உள்ளன. எழுதிய ஆசிரியர் பெயர் கிடையாது. நாதகுத்தனார் என்பவர் எழுதியதாகவும் சிலர் கூறுகின்றனர். வெவ்வேறு நூல்களில் மேற்கோள் காட்டும்போது குண்டலகேசியிலிருந்து கையாண்ட பாடல்களைத் தொகுத்து புலவர்கள் குண்டலகேசியின் செய்யுள்களாக வழங்கி வருகின்றனர்.

குண்டலகேசியின் கதைச் சுருக்கமானது 'நீலகேசி' என்ற ஆருகதச் சமய நூலில் வருகிறது. குண்டலகேசி என்ற புத்த பிக்குணி ஆருகத சமய நெறியாளர் நாகுநந்தன் என்பவரைத் தனது வாதத்திறமையால் தோற்கடித்ததாக 'நீலகேசி' நூலில் குறிப்பிடப்பட்டுள்ளது. ஆருகதச் சமயத்தின் மேன்மையைக் கூறும் நூல் என்பதால் குண்டலகேசியின் வாதங்கள் மற்றொரு ஆருகதப் பிக்குவால் எவ்வாறு முறியடிக்கப்பட்டது என்பதை நீலகேசி விளக்குகிறது. பௌத்த மதத்தின் சமய தத்துவக் கொள்கைகளை மறுத்து, ஆருகத சமய நெறிகளே சிறந்தவை என்று நிலைநாட்டுவதற்காகவே நீலகேசி எழுதப்பட்டது. அதனால் நான்கு

சருக்கங்களில் (அத்தியாயங்கள்) குண்டலகேசியின் கதையும் அவளது பௌத்த வாதங்கள் எவ்வாறு முறியடிக்கப்பட்டன என்பதை அறியும்போது குண்டலகேசியின் சிறப்பு விளங்கும்.

நான் அந்தச் செய்யுள்களின் விரிவாக்கத்திற்குள் செல்லாமல் அதன் மையக் கதைக் கருவை மட்டும் எடுத்துக்கொண்டு ஒரு கற்பனை நாவலாக இதனை எழுதியுள்ளேன்.

குண்டலகேசி ஒரு வைசிகக் கன்னி. ஒருநாள் அவள் தனது மாளிகையில் தோழியரோடு விளையாடிக் கொண்டிருக்கும்போது வீதியில் கள்வன் என்று முத்திரை குத்தப்பட்டு தெருவில் இழுத்துச்செல்லப்பட்ட காளன் என்ற செட்டி மகனைக் காண்கிறாள். காளன் அழகன், வசீகரன் என்பதால் அவன்மீது காதல் கொள்கிறாள். அதனையறிந்த அவளது தந்தை தன் மகளின் விருப்பத்தை நிறைவேற்றும்பொருட்டு, அரசனைச் சந்தித்து அவனை விடுவிக்குமாறு கோரிக்கை வைத்தான். மன்னனும் காளன் என்ற கள்வனை விடுதலை செய்து உத்தரவிடுகிறான். குண்டலகேசி காளனைத் திருமணம் செய்துகொண்டு இல்லற வாழ்வில் ஈடுபடுகிறாள். சில வருடங்கள் கழித்து இருந்து ஒருநாள் பேச்சோடு பேச்சாக அவனைப் பார்த்து "நீர் கள்வர் அன்றோ?" என்று கேலியாகக் கூறுகிறாள். அவள் கூற்றால் மனமுடைந்து போன காளன், அவளைக் கொல்வதற்காக மலை உச்சிக்குக் கூட்டிச் செல்கிறான். அதை அவளிடம் கூறவும் செய்கிறான். குண்டலகேசி அமைதியாக, அதற்குமுன் தான் அவனை மும்முறை வலம் வந்து வணங்க விரும்புவதாகக் கூறுகிறாள். அவ்வாறு வலம் வருகையில் காளனைப் பின்னாலிருந்து தள்ளிவிட்டு கொலை செய்து 'தற்கொல்லியை முற்கொன்றவள்' ஆகிறாள்.

இதுதான் கதைச் சுருக்கம்.

இதுவரையில் குண்டலகேசி கதையைக் காப்பிய வடிவில் சிலர் எழுத முயன்றிருக்கிறார்கள். யோகி ஸ்ரீ சுத்தானந்த பாரதியார் இந்தக் கதையைத் தழுவி நாடகம் ஒன்றை இயற்றியுள்ளார். செந்தமிழ்ச் செல்வியில் 1943ம் ஆண்டு பங்குனி மாத இதழில் ஓர் அகவல் எழுதிவிட்டுப் பின்னர் நாடகமாகப் படைத்தார். உ.வே. சுவாமிநாத ஐயரின் மாணவர் வ. வேணுகோபாலன் என்பவர் கலைமகளில் தொடர்கதையாக எழுதிய நாவல் கலைமகள் அச்சுக் கூடத்தின் மூலம் 1947ம் ஆண்டு நூலாக வந்துள்ளது.

426 பக்கங்களைக் கொண்ட நூல் அது. அடுத்து நாகை. ஸி. கோபாலகிருஷ்ணன் என்பவரால் நாவல் வடிவில் கிட்டத்தட்ட இதே காலகட்டத்தில் நூலாக வந்துள்ளது. அதன் முழு வடிவம் நமக்கு இப்போது கிடைக்கப்பெறவில்லை. மதுரையைச் சேர்ந்த இரா.மு. இளங்குமரன் என்ற தமிழாசிரியர் ஒருவர் குண்டலகேசியின் கதையைக் காவியமாக இயற்றிய நூல் ஒன்று 1984ம் ஆண்டு வெளிவந்துள்ளது.

1950களில் மாடர்ன் தியேட்டர் மூலம் கலைஞர் கருணாநிதி அவர்களின் கதை வசனத்தில் உருவான 'மந்திரி குமாரி' என்ற திரைப்படத்தின் கதை ஓரளவு குண்டலகேசியின் கதையைத் தழுவி எழுதப்பட்டது.

ஒவ்வொருவரும் ஒவ்வொரு காரணம் கற்பித்து நூலை விரித்து எழுதியுள்ளனர். அந்த வகையில் நான் களப்பிரர்களின் காலமான பொ.யு. இரண்டாம் நூற்றாண்டிலிருந்து ஐந்தாம் நூற்றாண்டு வரையில் கிட்டத்தட்ட மூன்று நூற்றாண்டுகள் தமிழகத்தைக் களப்பிரர்கள் ஆண்டதாகக் கூறப்படும் காலத்தில் கதையை அமைத்துள்ளேன். வேள்விக்குடிச் செப்பேட்டிலிருந்து கிடைத்த தகவல்களின் மூலம், கருநாடகத் தேசத்திலிருந்து வந்த களப்பிரர்கள் நம்மை ஆண்டனர் என்பது நிரூபணமாகிறது. தமிழர் வாழ்வை வெளிப்படுத்தும் தமிழ் நூல்கள் ஒன்றுகூட அரங்கேற்றப் படாததும் அதே நேரத்தில் சமணம் மற்றும் பௌத்த நூல்கள் அதிக அளவில் அரங்கேறியதும் அந்தக் காலக்கட்டத்தில்தான். சமணப் பள்ளிகளும் பௌத்தச் சங்கங்களும் விகாரங்களும் புதிதாக எழுப்பப் பட்டதும் அப்போதுதான். வேற்று மதங்களின் ஆதிக்கத்தில் நமது பாரதத் தேசத்தின் இந்து மதம் தமிழகத்தில் செயலற்றுப் போனதற்கு இதுவே காரணம். இதனைப் பல அறிஞர்கள் ஒப்புக் கொண்டுள்ளனர்.

அதுவரையில் நில அமைப்பை வைத்தே அறியப்பட்ட தமிழ் நிலம் களப்பிரர்களுக்குப் பின்னர் மதத்தின் அடிப்படையில் வேறுபடத்தொடங்கியது. இதுதான் எனது நாவலின் அடிப்படை. பத்ரா (குண்டலகேசி), காளன், ஏனாதி மும்முடி நாய்கன், வித்தகன் போன்றவர்கள் வழிவழியாக வந்துள்ள கதாபாத்திரங்கள். புகார் மண்டலச் சோழ அரசன் வேங்கை வளவனும், உறையூர் மண்டலச் சோழ வேந்தன் கீர்த்தி வளவனும், இன்னபிற பாத்திரங்களும் எனது கற்பனையில் உதித்தவர்கள். தனது நாடு

கையைவிட்டுப் போவதைப் பொறுக்காத குண்டலகேசி அதற்கு உடந்தையாக இருக்கும் தனது கணவனைக் கொன்றுவிடுவதாகக் கதையைக் கொண்டு போயிருக்கிறேன். அதன்பிறகு அவளது குற்றவுணர்ச்சியைத் தங்களுக்குச் சாதகமாகப் பயன்படுத்திக்கொள்ளும் புத்த மதத்தினர் அவளை எவ்வாறு புத்தப் பிக்குணியாக மாற்றிவிட்டனர் என்பது நாவலின் இறுதிப் பகுதி. பாண்டியச் சோழர்களின் உட்பகை, உறையூர், புகார் ஆகிய இரண்டு சோழப் பங்காளிகளிடையே அரங்கேறிய மோதல்கள் போன்றவற்றை வரலாற்றிலிருந்து எடுத்துக்கொண்டு நாவலை விறுவிறுப்பாக எழுதியுள்ளேன். கடைச்சங்க காலத்தில் நிகழும் கதை என்பதால் மணிமேகலை மற்றும் சிலப்பதிகாரத்தின் தகவல்கள் நாவலை இயற்றுவதற்கு உதவின.

இந்த நாவலைச் சிறந்த முறையில் கொண்டு வருவதற்கு முன்வந்த சுவாசம் பதிப்பகத்தாருக்கும் எழுத்தாளரும் எனது நண்பருமான ஹரன் பிரசன்னாவுக்கும் நான் மிகவும் கடமைப்பட்டுள்ளேன். நான் மணிமேகலையை நாவலாக எழுதத் தொடங்கியபோதே எனது எழுத்தை அடையாளம் கண்டு, ஐம்பெரும் காப்பியங்களையும் நாவல் வடிவில் கொண்டு வருவதற்கு எனக்கு அன்பும் ஆதரவும் நல்கிய ஹரன் பிரசன்னாவிற்கு என் உளமார்ந்த நன்றி.

அத்தியாயம் – 1

ஏனாதி மும்முடி நாய்கன் கப்பலின் மேல் தளத்திற்கு ஏணியின் வழியாக ஏறிச் சென்று தொலைதூரத்தில் தெரிந்த சமுத்திரக் கரையைப் பார்த்தான். புகார் நகரின் சிறப்பை ஒருவன் தெரிந்துகொள்ளச் சிறப்புமிக்க அதன் துறைமுகத்திற்கு வந்தால் போதும் என்று ஏனாதி நாய்கன் நினைத்தான். காணும் இடமெங்கும் உப்பு வணிகர்களும் நெல் வணிகர்களும் கொண்டுவந்த படகுகள், அரண்மனை குதிரை தொழுவத்தில் கட்டப்பட்ட குதிரைகளைப்போல, நெய்தல் நிலத்தில் ஊன்றப் பட்டிருந்த பல்வேறு கழிகளில் கட்டப்பட்டு பெருங்கூட்டமாகக் கரையில் நின்றிருந்தன. கரையெங்கிலும் மீனவப் பெண்கள் உலர வைத்திருந்த சுறா மீன்களின் இறைச்சித் துண்டங்களை உண்பதற்கு நீர்ப் பறவைகளும் காகங்களும் ஆகாயத்தில் வட்டமிட்டுக் கொண்டிருந்தன.

நாவாய், கரையை நெருங்க நெருங்க அதில் அமர்ந்திருந்தவர்களிடமிருந்து நிம்மதிப் பெருமூச்சு ஒன்று வெளிப்பட்டது. ஒரு நீண்ட கடல் பயணம் எவ்வித இடைஞ்சலும் விபத்துகளும் இல்லாமல் நிறைவு பெறுவதென்பது எவ்வளவு ஆனந்தம் அளிக்கும் விஷயம் என்பதைக் கடலோடிகளிடம் கேட்டால்தான் புரியும். அனைவரும் உற்சாகக் குரல் எழுப்பிப் பாடல்களைப் பாடினர். அவர்கள் போட்ட கூச்சலில் பாய்மரக் கம்பங்களின் மீதமர்ந்திருந்த நீர்க்காகங்கள் சிறகைப் படபடவென்று அடித்தபடி உயரே எழும்பி நாவாயை வட்டமிட்டு மீண்டும் வந்து அமர்ந்தன. ஏனாதி மும்முடி நாய்கன் மேல்தளத்தின் விளிம்பிற்குச் சென்று கரையை உற்று நோக்கினான்.

கடலில் அலைகள் அவ்வளவாக இல்லை. துறைமுகத்தில் நாவாய் வந்துவிட்டதை அறிந்து தோணிக்காரர்கள் பரபரப்புடன் தோணிகளை முளையிலிருந்து விடுவித்தனர்.

"ஏனாதியாரே! அடுத்த பயணம் எப்போது?" என்று மீகாமன் குருத்தன் ஏனாதி கேட்டான்.

"சாவகம், சீனம் என்று பல தேசங்கள் சென்று மிகப் பெரிய பயணத்தை முடித்து உடலுக்கும் உள்ளத்திற்கும் எவ்விதத் தீங்கும் நேராமல் ஆறு திங்கள் சென்றபின்னர் இன்றுதான் கரையேறப் போகிறோம். அதற்குள் அடுத்த பயணமா? குருத்து உனக்கு ரொம்ப விளையாட்டுதான்" என்று மும்முடி நாய்கன் கூறினார். பின்னர் மளமளவென்று ஏணிப்படிகளின் வழியாகக்கீழே இறங்கி தனது அறையை நெருங்கினார். கூடவே மீகாமனும் அவரோடு இறங்கினான். தனது மூட்டைகளை எல்லாம் ஒரு கறுப்பின யவனச் சிறுவனை அழைத்து வெளியில் வைக்கச் சொன்னார். அந்தச் சிறுவன் அனாயசமாகத் தனது கூட்டாளி ஒருவனைச் சேர்த்துக் கொண்டு அவரது மூட்டைகளையும் கூடைகளையும் பெட்டிகளையும் அடுக்கத் தொடங்கினான்.

"துடுப்பு போட்ட கையும், வாணிபத்துக்குக் கிளம்பிய காலும் நிற்காது என்பார்கள், அதனால்தான் கேட்டேன்" என்றான் மீகாமன், மேல்தளத்தில் நிகழ்ந்த பேச்சின் தொடர்ச்சியாக.

"வீட்டில் எனக்கு இல்லாள் ஒருத்தியும் பருவ வயதில் ஒரு மகளும் உள்ளனர். அவர்களைப் பார்க்கப் போக வேண்டாமா?" என்றார் ஏனாதி நாய்கன். மகளைப் பற்றிய நினைப்பு வந்ததும் ஏனாதி நாய்கனுக்கு எல்லாம் மறந்து போனது. சீரும் சிறப்புமாகப் பல்வேறு கலைகளைக் கற்பித்து அவளைச் செல்வ மகளாக வளர்த்து வந்தார்.

"உமக்காவது கரையில் இறங்கினால் இல்லம். என்னைப்போலக் கடலில் அலையும் மீகாமர்களுக்குப் படகுதான் வீடு. கடல்தான் குடும்பம்" என்று அந்த மீகாமன் சிரித்தான். அவன் ஒரு யவனன்.

"ஆஹா எங்கள் சோழ மண்டலத்தில் உங்களைப் போன்ற யவனர்களுக்கு ஏது குறை? தனிக் குடியிருப்பு. தனி நிவந்தங்கள்" என்றார் மும்முடி நாய்கன்.

"இருந்தாலும் கடல்தானே எங்களுக்கு எல்லாம்?"

மீகாமன் சொல்வதில் உண்மையில்லாமல் இல்லை. வணிகர்களுக்கு ஆண்டில் ஒருமுறைதான் கடலில் வாசம்

என்றால் இந்த மீகாமர்களுக்குக் கடலில்தானே நிரந்தர வாசம்? மும்முடி நாய்கன் மீகாமனைப் பரிவுடன் பார்த்தபடி ஒரு சிறிய மூட்டையை அவனிடம் நீட்டினார்.

“சீனப் பட்டுச் சீலையும், நவரத்தினங்களும் கொண்டு வந்துள்ளேன். என் நினைவாக வைத்துக் கொள்” என்று அந்த மூட்டையை மீகாமனிடம் நீட்டினான்.

“சீனப் பெண்கள் எடுப்பானவர்கள். அவர்கள் யாரையும் அழைத்து வரவில்லையா?” என்று மீகாமன் கண் சிமிட்டினான்.

“ஆளைவிடு அப்பனே! உன்னுடைய ஆட்களைக் கொண்டு நங்கூரம் பாய்ச்சு. கரை வெகு அருகில் இருக்கிறது.”

சிறு சிறு தோணிகள் நாவாயிலிருந்து இறங்குபவர்களை அழைத்துச் செல்ல அதனைச் சுற்றி வட்டமிட்டன. பெரிய நாவாய்களில் பண்டங்களை ஏற்றுபவர்களின் கூக்குரலும் பண்டங்களைப் பெரிய நாவாய்களிலிருந்து இறக்கி சிறிய படகுகளில் ஏற்றுபவரின் கூக்குரலும் அந்தக் கடற்கரைப் பகுதியில் எழுப்பிய ஆரவாரம் கடலலைகளின் ஓசையை மிஞ்சும் அளவிற்கு இருந்தன.

ஏனாதி நாய்கன் இறங்கிய பின்னர், தனது எடுபிடிகளைக் கொண்டு பெட்டிகளையும் மூட்டைகளையும் இறக்கச் சொன்னான். சுங்கச் சாவடிகளில் பொருட்களை மதிப்பிடுவதும் அதற்கான வரிகளைக் கட்டுவதும் பின்னர் சோதனை செய்யப்பட்டதன் அடையாளமாகப் புலிப்பொறி முத்திரை இடப்படுவதும் அங்கிருந்த சாலைகளில் தொடர்ந்து நிகழ்ந்த வண்ணம் இருந்தன. அவற்றை எல்லாம் முடித்துக் கொண்டு ஏனாதி நாய்கன் வீதிக்கு வருவதற்கு நெடுநேரம் ஆனது. அவன் வாணிபம் செய்வதற்குச் செல்லும் கடல் கடந்த தேசங்களில்கூட சாரை சாரையாக இத்தனை வியாபாரிகளை அவன் கண்டதில்லை.

அந்த வணிகனின் இல்லத்திலிருந்து இரண்டு வண்டிகள் வந்திருந்தன. ஒன்று குதிரைகள் பூட்டப்பட்ட கூண்டு வண்டி. இன்னொன்று நான்கு காளைமாடுகள் பூட்டப்பட்ட பொதி வண்டி. ஏனாதி நாய்கன் குதிரை வண்டியில் ஏறிக்கொண்டான். ஊருக்குள் நுழையும் முன்னர் துறைமுகத்திற்கு வெளியே, சரக்கு மூட்டைகளை எடை போட்டுப் பரிசோதிக்கும் சுங்கச் சாவடிகளின் அருகே இருந்த சரக்கு அறைகளுக்கு அருகில் ஒரு சத்திரத்தில்

குற்றேவல் செய்யும் எடுபிடி ஆட்கள் தங்குவதற்கு ஏற்பாடு செய்யப்பட்டிருந்தது.

ஏனாதி நாய்கன் அந்த நகரத்தின் மிக முக்கியமான வணிகர்களில் ஒருவன். எந்தத் தடையுமில்லாமல் கோட்டைக்குள்ளும் அரண்மனைக்குள்ளும் எப்போது வேண்டுமானாலும் பிரவேசிக்கும் அனுமதி பெற்றவன். அவனது வருகைக்காக மன்னர் காத்திருப்பாரோ இல்லையோ அந்தப்புரத்துப் பெண்டிர் அவன் கொண்டு வரும் வெளிநாட்டு அபூர்வப் பொருட்களை வாங்குவதற்குக் காத்திருப்பார்கள். அவர்கள் எடுத்தது போக மீதம் இருந்த பொருட்களைத்தான் அவன் சந்தைக்குக் கொண்டு செல்வான். அரண்மனைப் பெண்டிர் பாதி விலைக்குப் பேரம் பேசினாலும் அவன் கொடுத்துவிடுவான். ஏற்கெனவே அவன் விலையை ஒன்றரை மடங்கு ஏற்றியிருப்பதால் அந்தப் பேரத்தால் அவனுக்குப் பாதிப்பு இராது.

ஏனாதி நாய்கனின் வாணிபம் பாரத தேசம் முழுவதிலும் கொடிகட்டிப் பறந்தது எனலாம். வட திசையிலிருந்து சந்தனம் அரைக்கப் பயன்படும் வட்டக் கற்கள், காஷ்மீரத்திலிருந்து கம்பளங்கள், வாசனைப் பொருட்கள், சேர தேசத்திலிருந்து சந்தனம், மிளகு, ஏலம்,சுண்ணம், கலிங்கத் தேசத்திலிருந்து சன்னமான நூலாடைகள், மராத்தியத் தேசத்திலிருந்து பளிங்குக் கற்கள் என்று அவன் வியாபாரம் செய்யாத பொருட்களே இல்லை எனலாம். “நான் கட்டும் சுங்க வரிதான் உங்கள் அரண்மனையின் ஒரு தூணாக நிற்கிறது” என்று அரண்மனைப் பெண்களிடம் வேடிக்கையாகக் கூறுவான்.

மாட்டு வண்டி கடற்கரையை ஒட்டிய சாலைகளைக் கடந்து கொண்டிருந்தது. யவனர்கள் தங்களது தேசத்தில் வாழ்வதைவிடப் புகார் நகரில் அதிக வசதியுடன் வாழ்வது போலிருந்தது. அவர்கள் வசிப்பதற்கென்று எழுப்பிக் கொண்டிருக்கும் ஒவ்வொரு மாளிகையையும் பார்க்கும்போது யவனர்களின் மதிப்பு புரியும். சிறந்த வீரர்கள் என்பதால் மெய்க்காப்பாளர் பதவியிலிருந்து உயர்ந்த படை அதிகாரிகள் வரை யவனர் பரவியிருந்தனர்.

யவனர்களின் குடியிருப்புப் பகுதி மறைந்ததும் புகார் நகரம் வேறு வடிவம் எடுக்கத் தொடங்கியது. வாசனைப் பொருட்கள் விற்பதற்கென்று ஒரு வீதியும், ஆடைகள் விற்கும் அங்காடிகள் நிறைந்த ஒரு வீதியும், தானியங்கள் விற்பதற்கு

என்று ஒரு வீதியும், எண்ணெய் ஆட்டி எடுக்கும் ஆலைகள் நிறைந்த ஒரு வீதியும், நெல்லைப் புழுங்க வைக்கும் ஆலைகள் நிறைந்த ஒரு வீதியும் புகாரின் செழிப்பைப் பறைசாற்றிக் கொண்டிருந்தன. வெண்கலம் விற்கும் கன்னார்களும், பலவிதமான உலோகங்களில் பாத்திரங்கள் செய்பவர்களும், தச்சர்களும், கொல்லர்களும், பொன் ஆபரணங்கள் செய்யும் தட்டார்களும், துகில்களில் சித்திர வேலைப்பாடுகளைச் செய்யும் சித்திரக்காரர்களும், ஓவியர்களும், பூமாலை தொடுப்பவர்களும் இன்னும் பல்வேறு தொழில் புரியும் வினைஞர்களும் மிகுந்து காணப்பட்டனர்.

கூண்டு வண்டி வணிகர்கள் மிகுந்து காணப்பட்ட வீதிகளிலிருந்து விலகி நாட்டுப்புறமாகச் செல்ல ஆரம்பித்தது.

கார்காலம் முடிந்த சமயம் என்பதால் காவிரி ஆறு இரண்டு கரைகளையும் தொட்டுக் கொண்டு சுழிகளும் நுங்கும் நுரையுமாக அப்போதுதான் பருவமடைந்த பெண்ணைப் போலப் பொலிவுடன் ஓடிக் கொண்டிருந்தது. வாய்க்கால்கள் மூலம் வழிந்தோடிய நீரானது சுற்றியிருந்த கழனிகளில் பாய்ந்தது. அறுவடைக்குத் தோதாக நெல் முற்றி கதிர் சாய்ந்து கிடந்தது. இந்த முறையும் அமோக விளைச்சல் இருக்கும் போல. சோழநாடு சோறுடைத்து என்பது வெறும் பேச்சா என்ன? காவிரி ஆற்றை எண்ணும்போதெல்லாம் காவேர மன்னனையும் அகத்தியரையும் நினைக்காமல் ஏனாதி நாய்கனுக்கு முடியாது. சம்பாதி என்ற பெண் தெய்வம் சொன்னதைக் கேட்டு சோழ நாட்டைச் சோறுடைத்த நாடாக மாற்றியதில் அந்த இருவருக்கும்தானே முக்கிய பங்கு? அவர்களுக்கு ஒவ்வொரு வருடமும் விழா எடுக்காமல் எதற்காக அரசாங்கம் இந்திரனுக்கு விழா எடுக்கிறது?

“வண்டிக்காரரே ஏன் வண்டி தாமதமாகச் செல்கிறது” என்று கேட்டபடி கூண்டில் இருந்த சாளரத்தின் சீலையை விலக்கி ஏனாதி நாய்கன் வெளியில் எட்டிப் பார்த்தான்.

எதிர் வரிசையில் சாரை சாரையாக வண்டிகள் சென்று கொண்டிருந்தன. நெற் கதிர்களைக் களத்து மேட்டிற்குக் கொண்டு செல்லும் வண்டிகள், கட்டுக்கட்டாக விளைந்த கரும்புகளை ஆலைகளுக்குக் கொண்டு செல்லும் வண்டிகள், கூடை கூடையாகப் பறித்த பூக்களைக் கொண்டு செல்லும் வண்டிகள், பலவகையான மரக்கறிகளைச் சுமந்து செல்லும் வண்டிகள், குலை குலையாக இளநீர்க் காய்களைச் சுமந்து

செல்லும் வண்டிகள், வாழைப்பழத் தார்களைச் சுமந்து செல்லும் வண்டிகள், பாக்குக் குலைகளைச் சுமந்து செல்லும் வண்டிகள், கழுநீர்ப் பூக்களையும், செந்தாமரைப் பூக்களையும் சுமந்து செல்லும் வண்டிகள் என்று அந்த வீதியே வண்டிகளால் நிறைந்து காணப்பட்டதால் ஏனாதி நாய்கனின் வண்டி மெதுவாக ஊர்ந்து சென்றது, வண்டி மாடுகளின் கழுத்துச் சலங்கைகளின் ஒலியும், மாடுகளின் குளம்பொலியும், வேளாளர்கள் மூட்டைகளையும் இன்னபிற பொருட்களையும் வண்டியில் ஏற்றும்போது கொடுக்கும் உற்சாக ஒலிகளும் சாலையெங்கும் ஒலித்தன.

"சித்திரை பௌர்ணமி வருகிறதே சாமி! அதனால்தான் கழனிப் பொருட்களை எல்லாம் சந்தைக்குக் கொண்டு செல்வதில் இத்தனை பரபரப்பு."

'ஓ! சென்ற ஐப்பசியன்று கடலில் இறங்கினேன். இதோ ஆறு திங்கள் சென்று சித்திரையும் வந்துவிட்டது. நாளை பௌர்ணமியா? அதற்கு மறுநாளா?" என்று ஒரு நிமிடம் ஏனாதி நாய்கன் யோசித்தான்.

"இன்னும் இரண்டு தினங்கள் இருக்கின்றன" என்று வண்டிக்காரன் பதிலளித்தான்.

ஊரெல்லாம் திருவிழா கோலம் பூண்டிருந்தது. புத்த மதத்தைப் பின்பற்றும் மக்களுக்கு நாட்டில் நல்ல மரியாதை இருந்ததால் மக்களும் பிற சமய பேதம் பார்க்காததால் புத்தச் சமய விழாக்களுக்குக் குறைவின்றி இருந்தது. தோரணங்கள் நாட்டி பூமாலைகளைத் தொங்கவிட்டு வாழைமரங்கள் நட்டுவைத்து ஆங்காங்கே புத்தரின் சுதைச் சிற்பங்களை நாளங்காடியிலோ சதுக்கங்களிலோ பீடத்தில் எழுந்தருளப் பண்ணியிருந்தனர். சிலைக்கு முன்னால் பத்மப் பீடங்களும் அமைத்திருந்தனர். அங்கு கூடும் பௌத்த மதத்தினர் புத்தருக்குப் புஷ்பாஞ்சலி செய்து வழி பட்டனர். தோத்திரங்களைப் பாடி தொழுதனர். எங்கும் சலிப்பின்றி அன்னதானம் நடைபெற்று கொண்டிருந்தது. இளம் புத்த துறவிகள் இல்லம் தோறும் சென்று மக்களின் உடல்நலம் குறித்து விசாரித்து நோயாளிகளைத் தங்களது ஆதுர சாலைகளுக்கு அழைத்துச் சென்று சிகிச்சை அளித்தனர். ஊர் மன்றங்களில் புத்தக் கதைகளின் உபன்யாசமும், பௌத்த மதக் கொள்கைகளைக் குறித்த உரைகளும், மாற்றுச் சமயத்தினரின் கொள்கைகளை மறுக்கும் வாதங்களும், பௌத்தப் பண்டிதர்கள் கூடும் பட்டிமன்றங்களும் நிகழ்ந்தபடி ஊரே கலகலவென்று இருந்தது.

ஒருவழியாக ஏனாதி நாய்கனின் வண்டி அவனது இல்லத்தை அடைந்தது. தனது கணவன் கடல் கடந்து வியாபாரம் செய்துவிட்டு இல்லம் வருவதை அறிந்த அவனது மனைவி சுமதி விரைந்து ஏற்பாடுகளைச் செய்திருந்தாள். புத்த பிட்சுகளை அழைத்து பூஜைகளுக்கும் ஏற்பாடு செய்திருந்தாள்.

ஆறு திங்கள் கழிந்து தன் கணவனைப் பார்த்த சுமதிக்கு, மும்முடி நாய்கனைக் கண்டதும் விழிகளுக்கு அடைக்குந் தாழ் எதுவுமில்லாததால் அவளது பிரியம் விழிகளில் நீராக வழிந்தது.

ஏனாதி நாய்கனுக்குப் பூரண கும்ப மரியாதையுடன் வரவேற்பு நடைபெற்றது. புனித நீரினை மந்திரங்களை ஜெபித்து புத்த பிட்சுகள் ஏனாதி நாய்கன்மீது தெளித்து கடல் கடந்து பயணம் சென்று வந்த அவனைத் தூய்மைப்படுத்தினர். பின்னர் அவனது மாளிகையின் பின்புறம் அமைந்திருந்த பொய்கையில் நீராடி புத்தாடை உடுத்துக்கொண்டு உள்ளே நுழைந்தான்

“பத்ரா... பத்ரா!” என்று ஏனாதி நாய்கன் தனது செல்வ மகள் குடியிருக்கும் மாளிகையை நோக்கி விரைந்தான். அவன் கையில் ஒரு துணிப்பொதி இருந்தது.

“பத்ரா இப்போது வீட்டில் இல்லை. அவளது தோழி புஷ்பவல்லியுடன் இந்திரவிழா காணப் பட்டினப்பாக்கம் சென்றிருக்கிறாள். இன்று இரவு திரும்பி விடுவாள்.”

“நான் வருவதை அவள் அறியவில்லையோ?” என்று ஏமாற்றத்தால் வாடிய முகத்துடன் ஏனாதி நாய்கன் கேட்டான்.

“வருவீர்கள் என்பது தெரியும் ஆனால் எப்போது என்று தெரியாததால் சென்றிருக்கிறாள். இந்திர விழாவின் முக்கிய நிகழ்வான காமக்கோட்ட உற்சவத்திற்கு அவளும் புஷ்பவல்லியும் இன்னும் சில தோழியர்களும் கடற்கரை அருகில் உள்ள கன்னிமாடத்திற்குச் சென்றுள்ளனர். இன்று ஓர் இரவு மட்டும் நமது இல்லத்தில் இருப்பாள். நாளை தோழியர், சேடியர், காவல் வீரர்கள் அடப்பக்காரர்கள் புடைசூழ கன்னிமாடம் புக உள்ளாள். “என்ன அவசரம் பத்ராவைப் பார்ப்பதில்?” என்று சுமதி ரோமங்கள் அடர்ந்த ஏனாதி நாய்கன் மார்பில் சாய்ந்தாள். அவள் கூந்தலைத் தடவிக் கொடுத்து நறுமண நெய்வாசம் வீசும் கூந்தலை

முகர்ந்து பார்த்து மோகித்து நின்ற ஏனாதி நாய்கன் ஆறு திங்களாகத் தழுவாத அவளது பருத்த மூங்கில் போன்ற தோள்களை ஆரத் தழுவினான். அவளது மணிமாலைகளும் அவனது தங்க ஆபரணங்களும் ஒன்றோடு ஒன்று சிக்கித் தவித்தன. அவனது சூடான மூச்சுக்காற்று ஈரம் கலையாத அவளது கூந்தலை உலர்த்துவது போலச் சுட்டது. அவள் நாணம் காரணமாக விலகினாள்.

“கையில் என்ன துணிப் பொதி?” என்று கேட்டாள்.

ஏனாதி நாய்கன் அதனை சுமதியிடம் நீட்டினான். அவள் அதனை மெதுவாகப் பிரித்துப் பார்த்தாள். உள்ளே பளபளவென்று பொன்னில் செய்த பத்மப் பீடத்தில் அமர்ந்திருந்த புத்தரின் சிலை ஒன்று மின்னியது.

“பொன்னால் ஆன விக்ரகமா?” என்று அதன் அழகில் மயங்கிய சுமதி கேட்டாள்.

“ஆமாம். ஏன் கேட்கிறாய்?”

“புத்தர் உலும்பினியில் பிறந்து கபிலவஸ்து வந்ததும் சித்தார்த்தனின் மாற்றாந்தாய் கௌதமி, அந்தப் பச்சிளங் குழந்தைக்கு நல்ல சாம்பூநதப் பொன்னில் ஆபரணங்களை அணிவித்தாராம். புத்தரின் பேரழகில் அந்தச் சாம்பூநதம் ஒளி மங்கித் தெரிந்ததாம்.”

“இது புத்தர் வரலாற்றில் உள்ள செய்தி. எல்லோருக்கும் தெரிந்ததுதானே?”

“எனக்கு இந்தச் சிலையைப் பார்த்ததும் ஞாபகம் வந்தது. பொன் அழகா புத்தர் அழகா என்று இரண்டும் இந்த விக்கிரகத்தில் ஒன்று கலந்துள்ளது. அதான் சொன்னேன். சரி இந்தப் பொற்சிலை புத்தர் யாருக்கு?” என்று சுமதி வினவினாள்.

“என் அருமை மகள் பத்ராவிற்கு” என்றான் ஏனாதி நாய்கன்.

சுமதியின் முகம் மாறியது. “ஒரு நல்ல மணவாளனைக் கரம் பிடித்து இல்லறம் நடத்த வேண்டிய பெண்ணிற்கு எதற்கு இப்போது புத்தர் சிலை?” என்றாள்.

“என் மகளுக்குப் புத்தர் என்றால் உயிர் ஆயிற்றே. சதா சர்வகாலமும் புத்த குருமார்களின் பின் திரிந்து அவர்களது உபதேசங்களைக் கேட்பதும் புத்த நெறிகளைக் கொண்ட நூல்களைப் படிப்பதும் பத்ராவின் வழக்கம்தானே?”

“நமக்கு இருப்பது ஒரு மகள். சதா சர்வ காலமும் புத்தரைப் போற்றிக் கொண்டிருந்தால் அவளுக்குத் திருமணம் நிகழ்வது எப்போது? அவளும் புத்த சன்னியாசிகள் பின்னால் சென்று விட்டால் என்னாவது? அவளை ஒரு கட்டுக்குள் கொண்டு வருவது உங்கள் பொறுப்பு. அந்தப் புத்த விக்கிரகத்தை என்னிடம் கொடுங்கள்” என்று ஏனாதி மும்முடி நாய்கன் கைகளிலிருந்து அதனை ஆத்திரத்துடன் பிடுங்கினாள். பிடுங்கிய வேகத்தில் அதனை எடுத்துக் கொண்டு சரக்குகளை அடுக்கி வைத்திருக்கும் அறைக்குள் சென்று ஒரு முக்காலியின் மீதேறி பரணில் உள்ளே தள்ளி வைத்தாள்.

போதி மரத்தின் அடியில் காத்திருந்த புத்தருக்கு அந்தப் பரணில் காத்திருக்க முடியாதா என்ன? காத்திருந்தார்.

அத்தியாயம் – 2

ஆகாயம் எங்கும் கருநீலப் பட்டுப் புடவையில் வெண்ணிறப் பட்டால் கோலமிட்டது போல விண்மீன்கள் பளிச்பளிச் என்று மின்னிக் கொண்டிருந்தன. மேகம் இல்லாத வானம் நிர்மலமாக விளங்கியது. திரிதியை திதி என்பதால் இரவு கவிந்து அரை நாழிகை சென்ற பின்னரே சந்திரன் வானில் உதயமானது. கண் திறக்கப்படாத அழகிய சிலையைப் போலப் பூரணத்தின் முழுமையை அடையாமல் இருந்தாலும் நிலா பால் ஒளியைப் பொழிந்த வண்ணம் இருந்தது.

வீதிகளில் விளக்குக் கம்பங்களில் தொங்கிய தீபக் கூண்டு விளக்குகள் சுடர்விட்டுப் பிரகாசித்துக் கொண்டிருந்தன. சாலையோரம் இருந்த மரங்களின் கூடுகளில் இருந்த பறவைகள் ஒரு யாமம்கூட கழியாததால் இரைச்சலிட்டுக் கொண்டிருந்தன. ஊர்க் காவலர்கள் தங்களுக்குரிய கச்சம் கட்டப்பட்ட ஆடை, மேலே ஒரு குப்பாயம், தலையில் ஒரு பாகை, கையில் தண்டம், இடையில் கூர்மையான குறுவாள் முதலியவற்றுடன் சுற்றிக் கொண்டிருந்தனர். ஒவ்வொரு பெரிய வீதியின் நாற்சந்திகள் கூடும் இடத்தில் கூடுதலாகக் குதிரை வீரர்கள் வலம் வந்து கொண்டிருந்தனர். பட்டினப்பாக்கத்தில் கள்வர்கள் நடமாட்டத்தைத் தவிர்ப்பதற்காகச் சோழ மன்னரின் ஆணையின்படி நகரம் எங்கும் கடும் காவல் போடப்பட்டிருந்தது. இரவு முழுவதும் நாவாய்கள் வருவதும் போவதுமாக இருந்ததால் வணிகர்கள் அச்சமின்றி நடமாடுவதற்குச் சோழ அரசாங்கம் தன்னால் ஆன காவல் ஏற்பாடுகளைச் செய்து கொடுத்திருந்தது.

தமிழ்க் கடவுள் முருகன் கோட்டங்களில், குறிஞ்சி மலர் சூடிய முருகப் பெருமான் முன் ஆடிய குரவைக் கூத்தின் ஒலி தூரத்தில் ஒலித்துக் கொண்டிருந்தது. சேரிகளில் மக்கள் உறக்கம் வராமல் ஆடிய பல்வகைக் கூத்தும் கொண்டாட்டங்களும் அடங்காமல் முதல் யாமம் சென்று கொண்டிருந்தது. நடுச்சாமம் வரையில் குதிரை மீதும், நடந்தும் அங்குமிங்கும் வலம் வந்து கொண்டிருந்த காவல்படை வீரர்கள் ஆங்காங்கே இருந்த சத்திரங்களில் கோவில்களின் வெளிப் பிரகாரங்களில் சற்று ஓய்வெடுக்கச் சென்றனர்.

இரண்டாம் யாமத்தில் ஓசைகள் அடங்கத் தொடங்கின. சங்குகளின் ஒலியடங்கி நிசப்தம் குடி கொண்டது. கடைகள் அனைத்தும் மூடப்பட்டு, அப்பமும் மோதகமும் சாப்பிட்டு வயிறு பெருத்த வணிகர்கள் உறங்கிக் கொண்டிருந்தனர்.

மன்னரின் கட்டளைக்குப் பயந்தும், செய்யும் தொழிலின்மீது கொண்ட பக்திக்காகவும் விழித்துக் கொண்டிருந்த காவலர்களில் ஓரிருவர் மட்டும் வீதிகளில் நடமாட்டம் உள்ளதா அல்லது மாளிகைகள், இல்லங்கள் போன்றவற்றில் ஐயத்துக்குரிய அசைவுகள் தென்படுகின்றதா என்று கூர்ந்து கவனித்துக் கொண்டிருந்தனர். கூத்தர்களின் கூத்தும் பாட்டும் ஒடுங்கி விட்டன.

கருத்த மேனியுடன், செருப்பணிந்த கால்களுடன், இடுப்பில் வளைதடிகளைப் பிறர் கண்களில் தென்படாமல் செருகிக் கொண்டு, அவற்றின் மேலே நீல நிற கச்சையணிந்து, மெல்லிய நூலேணி ஒன்றை இடுப்பில் செருகிச் சுற்றித் திரியும் கள்வர்கள் கண்களில் தென்படுகின்றனரா என்று காவல் வீரர்கள் கைகளில் வில் ஏந்தி விழிப்புடன் திரிந்து கொண்டிருந்தனர். காவல் வீரர்களின் உறங்காமலிருந்ததால் மக்கள் தங்கள் வீடுகளில் நிம்மதியாக உறங்க முடிந்தது.

அந்தச் சாலையில் மரங்கள் அடர்ந்து காணப்பட்டன. ஒவ்வொரு நூறு தப்படிகளுக்கும், சாலையின் குறுக்கே சிறிய வீதிகள் நீண்டு அந்தச் சாலையின் மறுபுறத்தில் வேறு ஓர் இணையான சாலையைச் சந்தித்தன. அது போன்று அந்தச் சாலையில் குறுக்கு வீதிகளாகச் சுமார் பத்துக்கும் குறையாத வீதிகள் இருந்தன. ஒவ்வொரு வீதியிலும் மாடங்கள் நிறைந்த மாளிகைகள் மிகுந்து காணப்பட்டன. வணிகர்களும் செல்வந்தர்களும் அதிகம் வசிக்கும் வீதிகளாக அவை விளங்கின. பெரும்பாலான வீடுகள் ஊர்க் காவலை

மட்டும் நம்பி இருந்தன. நகரம் முழுவதும் காமன் விழாவை ஒட்டிய கொண்டாட்டங்களில் ஈடுபட்டிருந்ததால் வெளி அரவங்கள் எதற்கும் சலனப்படாமல் அந்த மாளிகைகளில் வசித்தவர்கள் ஆழ்ந்த உறக்கத்தில் இருந்தனர்.

அந்தப் பெரிய மாளிகை, வணிகர்கள் சாலையின் மூன்றாவது குறுக்கு வீதியில் இருந்தது. இரண்டு மாடங்களைக்கொண்ட அந்த மாளிகையின் உப்பரிகையை ஒட்டி ஒரு நெடிய கடம்பு மரம் இரண்டாவது தளத்தைத் தொட்டு தனது கிளைகளைப் பரப்பி நின்றது. அந்த மாளிகையைச்சுற்றி முள்வேலி போடப்பட்டிருந்தது. மரச்சட்டங்களால் அமைக்கப்பட்ட கதவு ஒன்று வாசலில் இருந்தது. முள்வேலியைத் தாண்டி உள்ளே நுழைந்தால் மட்டுமே அந்தக் கடம்ப மரத்தை நெருங்க முடியும். மாளிகையைச் சுற்றி மலர்வனம் போன்று ஏராளமான பூஞ்செடிகள் அடர்ந்து காணப்பட்டன. காவலுக்கு உள்ளே யாரும் இருப்பதாகத் தெரியவில்லை.

அந்த நெடிய உருவம் மெதுவாக வெளியில் இருந்த முள்வேலிக் கதவைத் திறந்து உள்ளே புகுந்தது. அந்த உருவம் கால் வைத்த மறுகணம் எங்கிருந்தோ ஒரு காவல் நாய் தனது கூரியப் பற்களை வெளியில் காட்டி உருமிக் கொண்டபடி பாய்ந்து வந்தது. முடுவல் இனத்தைச் சேர்ந்த அந்த நாய் தனது பின்னங்கால்களை ஊன்றிக் கொண்டு முன்னங்கால்களால் நிமிர்ந்து நின்று பாயத் தயாராகும் வேளையில் எத்தகைய துணிச்சல் கொண்டவனுக்கும் சிறிது அச்சத்தின் ரேகைகள் உடலெங்கும் பரவும்.

அந்த நெடிய உருவம் சிறிதும் அச்சம் கொள்ளாமல் தனது இடுப்பு மடிப்பில் இருந்த ஒரு வெல்ல உருண்டையைத் தனது தலைக்கு மேலாக உயர்த்திப் பிடித்தது. அவன் கை எவ்வளவு உயரம் சென்றதோ அது வரையில் அந்த முடுவல் நாய் ஆவேசமாகப் பாய்ந்தது. அவன் தனது கையில் இருந்த வெல்லத்தை நழுவ விட்டான். அந்த வெல்ல உருண்டைக் கீழே விழுந்ததும் நாயின் கவனம் அந்த வெல்லத்தின்மீது திரும்பவே அதனை ஒரே வாயில் கவ்வியது. கவ்விய வேகத்தில் அந்த வெல்ல உருண்டை உள்ளேயும் செல்லாமல் வெளியிலும் துப்ப முடியாமல் தொண்டையில் வசமாகச் சிக்கிக்கொண்டது. பெரு முயற்சி எடுத்து அந்த வெல்ல உருண்டையை வெளியேற்ற நாய் போராடிக் கொண்டிருக்கும்போது அங்கிருந்து தாவிய அந்த நெடிய

உருவம் மின்னல் வேகத்தில் அங்கிருந்த கடம்ப மரத்தில் சரசரவென்று ஏறத் தொடங்கியது. அந்த உருவம் ஏறிய லாவகத்தைப் பார்க்கும்போது பலகாலமாக மரம் ஏறிப் பழக்கப்பட்டிருந்த கால்கள் அவை என்பது தெரிந்தது. உப்பரிகையை ஒட்டிய கிளை ஒன்றின் மீதிருந்து பாய்ந்து அந்த உருவம் உள்ளே குதித்தது. ஒரு பூனை குதிக்கும்போது ஏற்படுத்தும் சிறிய ஒலியைக்கூட அந்த உருவம் எழுப்பாமல் தரையில் கால் ஊன்றி நின்றது.

உப்பரிகை திறந்து கிடந்தது. இரண்டு மர நாற்காலிகள் வாயிலை நோக்கிப் போடப்பட்டிருந்தன. கீழே பெரிய மெத்தை ஒன்று விரிக்கப்பட்டிருந்தது. மேல் கூரையிலிருந்து ஒரு மர ஊஞ்சல் இரண்டு இரும்புச் சங்கிலிகளிலிருந்து தொங்கிக் கொண்டிருந்தது. உப்பரிகையின் மேற்குப் பகுதியில் ஒரு கதவு உள்பக்கம் தாழிடப் பட்டிருந்தன. வெறுமனே தாழிடப்பட்டிருந்ததா அல்லது குறுக்கே இரும்பு தண்டால் போடப்பட்டிருந்ததா என்பதை அறிய அந்த உருவம் சாவித் துவாரம் வழியாக உள்ளே பார்த்தது.

உள்ளே தான் கண்ட காட்சியில், ஒரு நிமிடம் தான் வந்த செயலை மறந்துவிட்டு அந்த உருவம் மயங்கி உறைந்து நின்றது. உள்ளே அழகான தேக்கினால் செய்யப்பட்ட வேலைப்பாடுகள் மிகுந்த கட்டில். அந்தக் கட்டிலின் கால்கள் உறுதியான யானைத் தந்தத்தைக் கடைந்து பொருத்தப்பட்டிருந்தன. அன்னத் தூவியால் நெய்யப்பட்டிருந்த அந்தக் கட்டிலின் மீதிருந்த மெத்தையில் பொற்கொடி ஒன்று கனி சுமக்க முடியாமல் தரையில் சரிந்து கிடப்பதைப்போல அழகிய பெண் ஒருத்தி ஓவியப்பாவை போலப் படுத்துக்கிடந்தாள்.

முத்துக்களை மூடி வைத்த சிப்பியைப்போல அவளது கண் இமைகள் உறக்கத்தில் அமைதியாக மூடிக் கிடந்தன. காமன் தனது அம்புகளைத் தீட்டும் கல்லைப்போலிருந்த அவளது சிறிய நெற்றியில் கரிய கூந்தலின் மயிர்க் கற்றை ஒன்று புரண்டு கொண்டிருந்தது. மெல்லிய அதரங்கள் ஈரப் பசையுடன் மின்னிக் கொண்டிருந்தன. நீண்ட வெண்சங்குக் கழுத்து அவள் அணிந்த முத்து மாலையினைத் தாங்காமல் வருந்திக் கொண்டிருந்தது. இளங்கொடியில் இரண்டு திரண்ட கனிகளைச் சுமக்க முடியாமல் தள்ளாடுவதைப்போல அவள் தூக்கத்தின் கனவில் நெளிந்தாள். மணிகள் அசையும் மேகலை படுக்கையில் புரண்டு கிடந்தது. மணற் கடிகாரத்தின் மையப்பகுதியைப்போலக் குறுகிக்கிடந்த

இடுப்பு அந்தக் கடிகாரத்தின் அடிப்பாகத்தைப்போன்ற அகன்ற பின்பகுதியில் விரிந்து காமத்தை அளக்கும் கடிகாரமாக ஓடிக் கொண்டிருந்தது. வாழையிலை போன்ற இரண்டு துடைகள் வாழைத் தண்டினைப் போன்ற கால்கள் இரண்டு செந்தாமரை போன்ற பாதங்களைத் தாங்கி நின்றன.

தான் வந்த செயலை எண்ணியவன், நீண்ட பெருமூச்சு விட்டபடி தனது இடுப்பில் சுருட்டி வைத்திருந்த உறுதியான இரும்புக் கம்பி ஒன்றைக் கதவின் இடுக்கில் நுழைத்து ஏக்கத்துடன் அந்தக் கொண்டியைச் சத்தமில்லாமல் நெம்பினான். தாழ் திறந்ததும் ஓசையில்லாமல் ஒரு கதவை மட்டும் தள்ளித் திறந்தான். பேராவல் ஒன்று அந்த மனிதனின் மனதில் கிளர்ந்தெழ, ஒரு நிமிடம் தனது விரல்களால் கட்டிலில் கிடந்த அழகுப் பாவையைத் தீண்டப் பிரயாசைப்பட்டு பின்னர் தனது ஆவலை அடக்கியபடி எதிர்ப்பக்கம் இருந்த கதவைத் தள்ளித் திறந்தான். ஒவ்வொரு முறை கதவைத் திறந்து நுழைந்த பின்னர் மீண்டும் பழைய நிலையில் அக்கதவுகளை மூடுவதில் சிரத்தை எடுத்துக் கொண்டதால் அவன் ஒரு தேர்ந்த கள்வன் என்பது விளங்கியது.

அறைக்கதவின் எதிர்புறம் மாடத்திலிருந்து கீழே செல்வதற்கான படிக்கட்டுகள் அமைந்திருந்தன. அதன் வழியாக இறங்கி மிகவும் பழக்கப்பட்டவனைப்போலக் கீழ்த்தளத்திற்கு அவன் வந்தான். அவன் வந்த இடம் அந்த மாளிகையின் பின்கட்டு. சமையல் செய்யும் கூடத்திற்கு வெளியில் ஓர் இடைகழி. அதன்பிறகு ஒரு பண்ட சாலை என்று பின்கட்டு விரிந்திருந்தது. அவன் பண்டசாலையின் உள்ளே சென்றான்.

அந்த அறை முழுவதும் மூட்டைகள் அடுக்கி வைக்கப்பட்டிருந்தன. தவிட்டுப் புண்ணாக்கு, எள்ளுப் புண்ணாக்கு, குடம் குடமாகச் செக்கில் ஆட்டிய எள் எண்ணெய், நெல் மூட்டைகள், தானிய மூட்டைகள் என்று கதம்ப வாசனை அடித்ததால் அவன் மூச்சுவிடச் சிரமப்பட்டத்தோடு, ஆவேசமாக வந்தத் தும்மலை அடக்க முடியாமல் திணறினான். அவனது நல்ல நேரமோ என்னவோ தெரியவில்லை தும்மல் அடங்கி விட்டது.

தனது கால்களால் தரையைத் தடவிப் பார்த்தபடியே சென்றவன் நெல் மூட்டைகள் அடுக்கி வைக்கப்பட்டிருந்த

இடத்தில் நின்று இடது கால் பெரு விரலால் பூமியைத் தட்டினான். டொக் டொக் என்று சத்தம் வரவே தனது கால்களால் அந்த ஓசை எந்த நீளத்திற்குச் செல்கிறது என்பதை அறிந்து கொண்டு நெல் மூட்டைகளை அப்புறப்படுத்தி கீழே ஒரு சதுரமான இடத்தில் தனது கையில் இருந்த இரும்புக் கம்பியால் அதன் எல்லைகளைத் தீர்மானித்து ஓர் இடத்தில் நெம்பினான். சிறிய இரும்பினால் ஆன நிலவறைக் கதவைத் திறந்து அவன் உள்ளே நுழைந்தான்.

அந்த நிலவறைக் கதவை ஒட்டி ஒரு சிறிய மர ஏணி சாய்த்து வைக்கப்பட்டிருந்தது. அதன் வழியாக இறங்கி அங்கிருந்த பெரிய இரும்புப் பெட்டிக்கு அருகே அவன் சென்றான். நிலவறையில் வேறு மூட்டைகள் இல்லாமல் இருந்ததால் அவனால் அந்தப் பெட்டியை எளிதில் நெருங்க முடிந்தது. நிலவறை என்பதால் உள்ளே மூச்சு விடுவதற்குச் சற்றுத் தடுமாற வேண்டியிருந்தது. எனவே மிகத் துரிதமாக அவன் செயல்படத் தொடங்கினான். அந்த இரும்புப் பெட்டியைத் தடவிப் பார்த்து அதன் பூட்டு தொங்கும் இடத்திற்குச் சென்றான். தனது இடுப்பில் தொங்கவிட்டிருந்த பல்வேறு இரும்பு வளையங்களும் சாவிகளும் கொண்ட கொத்திலிருந்து இரண்டு மூன்றுமுறை முயன்று முடிவில் அந்தப் பூட்டை எளிதாகத் திறந்தான்.

தனது வேலையை முடித்து மீண்டும் அந்தப் பூட்டை வேறு ஒரு சாவியால் மூடிவிட்டு மெதுவாக ஏணி வழியாக மேலே ஏறினான். நிலவறைக் கதவைப் பழையது போலவே மூடி வைத்துவிட்டு வெளியில் வருவதற்கும் ஒரு பூனை தலையை உரசிச்செல்வதற்கும் சரியாக இருந்தது. எதற்கும் அச்சப்படாமல் செயல் ஆற்றி வந்த அவன் ஒரு கணம் அந்தப் பூனையின் உரசலில் பீதியடைந்து நிலை தடுமாறினான். விரைவாகச் சமையல் கூடத்திற்குள் ஓடிய பூனை அங்கிருந்த மண் பாண்டங்களை உருட்டிவிட்டு ஓடியது.

“யாரது பின் கட்டில்?” என்று ஒரு பெண்ணின் குரல் கீழே இருந்த அறையிலிருந்து கேட்கவே சரேலென்று மின்னல் வேகத்தில் வெளியில் வந்தவன் நெல் மூட்டைகளின் பின்புறம் ஒளிந்து கொண்டான். அடுத்த கணம் எது வேண்டுமானாலும் நேரலாம் என்று அந்தக் கணத்திற்குத் தயாராக அவன் தனது மூச்சை அடக்கிக் கொண்டு காத்திருந்தான்.

கையில் சிறிய பாவை விளக்குடன் நுழைந்த அந்தப் பெண்மணி சரக்கு அறையினுள் மந்த கதியில் ஒருமுறை தேடிவிட்டுச் சமையல் கூடத்திற்குள் நுழைந்தாள். வந்தவள் வீட்டின் எஜமானியாக இருக்கலாம். சமையல் கூடத்தில் பூனைத் தாவிச் செல்லும் ஓசையும் மியாவ் என்ற தீனமான குரலும் கேட்டது.

"திருட்டுப் பூனை" என்று ஏசியபடி அந்தப் பெண் மீண்டும் உள்ளே சென்றாள். மேலும் சிறிது நேரம் அந்த உருவம் காத்திருந்து பின்னர் தான் நிலவறையிலிருந்து கொண்டு வந்திருந்த மூட்டையை எடுத்துக்கொண்டு எழுந்தபோது மேலே இருந்த பரண் பலகையில் இடித்துக் கொண்டான்.

வேகமாக இடித்துக் கொண்டதால் அந்தப் பரணின் மேலே வைக்கப்பட்டிருந்த ஒரு சிறிய வஸ்து உருண்டு நெல் மூட்டையின்மீது விழுந்தது. நெல் மூட்டையின்மீது விழுந்தான் அவன். செய்த நல்வினையின் பயன் என்றுதான் கூற வேண்டும். அந்தக் கீழே விழுந்த சிறிய மூட்டையை அவன் தடவிப் பார்த்தான். உள்ளே இருப்பது ஒரு சிறிய விக்கிரகம் என்பது தெரிந்தது. அதையும் தனது மூட்டையில் வைத்துக் கட்டிக்கொண்டு மீண்டும் மூட்டைகளை இடம் மாற்றி தான் வந்த சுவடு தெரியாமல் வாயிலில் மூச்சுத்திணறி இறந்து கிடந்த நாயைக் கடந்து வேலி தாண்டி இருளில் அவன் மறைந்துபோனான்.

பொன் புத்தர் தனது இடத்தை மாற்றிக் கொண்டார்.

அத்தியாயம் – 3

காவேரிப்பட்டினம் என்றும் காவிரிப்பட்டினம் என்றும் அழைக்கப்படும் பூம்புகார் நகரமானது சோழமண்டலத்தைச் செழிக்க வைத்த காவிரித்தாய் இறுதியில் தனது கணவனாகிய சமுத்திர ராஜனோடு சங்கமிக்கும் இடத்தில் அமைந்திருந்த பெரிய நகரம். பூம்புகார் நகரைப் பற்றிய குறிப்புகள் பல சங்கப்பாடல்களில் கிடைக்கின்றன. பட்டினபப்பாலை என்ற பத்துப்பாட்டு நூலிலும் மணிமேகலை, சிலப்பதிகாரம் போன்ற சங்ககாலத்திற்குப் பிந்தைய நூல்களிலும் காணலாம். குண்டலகேசி நூலிலும் புகார் நகரம் முக்கிய பங்கு வகிக்கிறது.

புகார் நகரம் இரண்டு பிரிவுகளாகப் பிரிந்திருந்தது. வாணிபம் செய்யும் வணிகர்கள் இயங்கும் பகுதி மருவூர்ப்பாக்கம் என்றும் செல்வந்தர்களும், சீமான்களும் ஏனைய மக்களும் வசிக்கும் பகுதி பட்டினப்பாக்கம் என்றும் வழங்கப்பட்டது.

பட்டினப்பாக்கத்திலிருந்து கிளம்பிய அந்தச் சிவிகை காண்பவர்களின் கண்களைக் கவர்வதாக இருந்தது. குறைந்தது நான்கு பேர் உட்காரக் கூடிய அளவிற்கு அழகிய வேலைப்பாடுகளுடன் கூடிய பெட்டி ஒன்றும் அதனைச் சுற்றி நுணுக்கமாக மரவேலைப்பாடுகளுடன் கூடிய சிறிய சிற்பங்கள் அதில் செதுக்கப்பட்டிருந்தன. பட்டுத் துணியில் நெய்யப்பட்ட அழகிய திரைகள் பல்லக்குப் பெட்டியின் இருபுறமும் அசைந்தபடி உள்ளே யார் இருப்பது என்பதை மறைத்தன. அரசகுல ஆடவர்களோ செல்வந்தர்களோ செல்லும்போது இவ்வாறு திரைகள் மூடப்பட்டுச்

செல்லாமல் கம்பீரமாகவும் தன்னை வெளிப்படுத்திக் கொள்ளும் அகம்பாவத்துடனும் செல்லும் பல்லக்குகள் உயர்குலப் பெண்களைச் சுமந்து செல்லும்போது மட்டும் முற்றிலும் திரையிட்டு முன்னே பத்துக் காவல் வீரர்கள் பின்னே பத்து காவல்வீரர்கள் ஈட்டி வேல் முதலிய ஆயுதங்களைத் தாங்கியபடி செல்வது வழக்கம். அரசகுலப் பெண்கள் என்றால் கெடுபிடி இன்னும் அதிகம். முன்னும் பின்னும் குதிரைப்படை வீரர்கள் செல்வார்கள். வீதியின் இருமருங்கிலும், வீரர்கள் வேல்கம்புகளோடு மக்கள் வீதிக்குள் வராமல் பார்த்துக் கொள்வார்கள். வீதியில் அரசகுல மகளிர் செல்லும் பல்லக்கினைத் தவிர ஓர் ஈ எறும்புகூட போக முடியாது.

ஆனால் அப்போது சென்ற பல்லக்கு அவ்வாறு செல்லாமல் குறைந்த எண்ணிக்கை வீரர்கள் முன்னும் பின்னும் செல்லப் பத்துக்கும் குறையாத யவனர்களால் சுமந்து செல்லப்பட்டது. யவனர்கள் சுமந்து செல்லும் பல்லக்குகளில் பெரும்பாலும் கடல் கடந்து வாணிபம் செய்யும் வணிகர்களின் இல்லத்துப் பெண்களே செல்வது வழக்கம். கடல் கடந்த தேசங்களுக்குச் சென்று வரும்போது அந்த வணிகர்கள் யவன அடிமைகளையும் அழைத்து வருவது வழக்கம் என்பதால் அவர்களின் குற்றேவல்களைப் பெரும்பாலும் யவனர்களே செய்வது உண்டு. திரைச் சீலைகளில் கட்டியிருக்கும் வெள்ளிமணிகளின் அமைப்பு, திரைச் சீலைகளில் தீட்டியிருக்கும் சித்திரங்கள், பல்லக்கின் பெட்டிகளைச் சுற்றி உள்ள கிளி, அன்னம் நாகம் போன்ற மரச்சிற்பங்களைக்கொண்டு வீதியில் வழக்கமாக இயங்குபவர்கள் இந்தச் சிவிகை இன்னார் வீட்டுச் சிவிகை என்பதை அடையாளம் கண்டு கொள்வதும் உண்டு.

சிவிகைகளை யவனர்கள் சுமப்பதால் இரண்டு நன்மைகள். இறைச்சி உணவுப் பழக்கம் காரணமாகத் திடகாத்திரமான உடல் பலம் கொண்டவர்களாக யவனர்கள் விளங்கியதால் சிவிகைகள் வழியில் நிற்பதோ இளைப்பாறுவதோ இன்றி சீராக ஒரே வேக கதியில் செல்லும். இரண்டாவது யவனர்களுக்குச் சிறிதளவே தமிழ் மொழி புரியும் என்பதால் சுலபமாக ரகசியங்களைப் பேச முடியும்.

சிவிகை சென்ற இரு மருங்கிலும் உணவுச் சாலைகள் மிகுந்து காணப்பட்டன. மூவகைப் பழங்களைக் கூழாக்கி வேக வைத்து அவற்றுடன் இனிப்பு கலந்து விற்பவர்களின் கடைகளும், அரிசி மாவில், நெய்யும் வெல்லப்பாகும் கலந்து

அப்பம் செய்து விற்போரின் கடைகளும், ஆட்டிறைச்சி அல்லது மாட்டிறைச்சித் துண்டங்களைத் தீயில் வாட்டி அதன்மீது உப்பு மிளகுத் தூள் சேர்த்து விற்பவர்களின் கடைகளும், கம்பு, கேழ்வரகில் மோர் கலந்து கூழ் செய்து விற்பவர்களின் கடைகளும் மிகுந்து காணப்பட்டன.

“ஆஹா! என்ன இனிமையான நாற்றம்!” என்று மூச்சை உள்ளே இழுத்து காற்றில் மிதந்து வந்த அப்பத்தின் நறுமணத்தை நுகர்ந்தபடி ரசித்த பத்ரா பல்லக்குப் பெட்டியின் திரைச் சீலையை ஒதுக்கி வெளியில் எட்டிப் பார்த்தாள். பெரும்பாலும் அவளைப் போன்ற பெண்களுக்குத் திரைச்சீலையை விலக்கி சிவிகைக்கு வெளியில் பார்ப்பதற்கு அனுமதி மறுக்கப்படுவதால் அது போன்ற தருணங்களை உயர்குலப் பெண்கள் நழுவ விடுவதே இல்லை. பத்ராவின் பார்வை அந்த ஒரு நொடியில் சுழன்று வீதியின் ஓரங்களில் இருந்த உணவு அங்காடிகளையும் அங்கிருந்த மக்களையும் பார்வையிட்டது. மூதாட்டிகள், பேரிளம்பெண்கள், சிறுவர்கள், வாலிபர்கள், வயோதிகர்கள் என்று பலரும் குழுமியிருக்கக் கூட்டத்தை முண்டியடித்துக் கொண்டு முன்னே எட்டிப்பார்த்த அந்த வாலிபனின்மீது பத்ராவின் பார்வை விழுந்தது. ஒரு நொடியில் அவளுக்கு மூச்சே நின்று விடும்போல அந்தப் பேரழகனின் மேனியில் அவளது பார்வை பதிந்துவிட்டது.

தலையைச் சுற்றிக் கட்டியிருந்த துணிப்பாகையிலிருந்து துருத்திக்கொண்டு நின்ற மயிர்க்கற்றைகள் அவனது நெற்றியில் புரண்டன. நல்ல அகலமான நெற்றி. தீட்டியது போல புருவமும் கண்களும். அந்தக் கண்களில் மின்னிய பாவம் என்ன என்பது புரியவில்லை. கூரான நாசி. முறுக்கி விடப்பட்ட மீசை, நாவிதனின் கத்தியைப் பார்த்து ஏழு தினங்கள் ஆன இளம் தாடியுமாக அவன் நிற்க, அவனது நெடிய உருவம் அவனுக்கு முன்னால் நின்றவர்களின் தோள்களைமீறித் தெரிந்தது. கரணை கரணையாகக் கைகளும் கால்களும் அவனை ஒரு மாவீரன் என்று அடையாளம் காட்டின. இதழ்களில் எப்போதும் ஒரு களிநகை மின்னியபடி இருந்ததால் ஒருமுறை பார்த்தவர்கள் அவனை மீண்டும் பார்க்காமல் இருந்ததில்லை.

அவளது பேரழகு அவனையும் ஈர்த்திருக்க வேண்டும். அவனது மேனியில் சிக்கிக் கொண்ட தனது கண்களை எடுக்கவும் முடியாமல் ஒரு நொடியில் உடலை உலரச் செய்யும் தனது நாணத்தை மறைக்க முடியாமல் அவள்

அடைந்த அவதியை அவன் கண்டு கொண்டான். அவளது அவஸ்தையைப் புரிந்துகொண்டு சிறிய முறுவல் ஒன்றை இதழ்களில் தவழவிட்டான். பத்ரா சட்டென்று பல்லக்கின் திரைச்சீலையை இழுத்து மூடினாள்.

"யாரடி அந்தப் பேரழகன்?" என்று புஷ்பவல்லி தோழியின் தோளைத் தொட்டுக் கேட்டாள்.

"எனக்கென்ன தெரியும்?" என்று கூறுவதற்கு முன்னரே அவளது சிவந்த கன்னம் மேலும் சிவந்தது.

"தெரியாமலா அவன் உன்னைப் பார்த்துச் சிரித்தான்?" என்று புஷ்பா மேலும் தூபம் போட்டாள்.

"நீ பார்த்தாயா?" என்று சற்று பொய்க் கோபத்துடன் பத்ரா கேட்டாள்.

"ஒரு நொடிக்குள் அகநானூற்றின் செய்யுள் ஒன்று மடல் அவிழ்ந்ததைப் பார்த்துக் கொண்டிருந்த என்னிடம் எதையும் மறைக்காதே" என்றாள் தோழி.

"போடி நாணமற்றவளே" என்றாள் பத்ரா.

"காமக் கடும்புனல் உய்க்கும் நாணொடு நல்லாண்மை என்னும் புணை என்று திருக்குறளை மேற்கோள் காட்டியவள், காம வெள்ளம் பெருகிப் பாயும்போது நாணம் என்ற படகை அடித்துக் கொண்டு போய்விடுமாம். நான் சொல்லவில்லையடி. திருவள்ளுவர் கூறுகிறார்" என்றாள்.

"சமணத் துறவிக்கு எங்கேயிருந்து நாணம் குறித்த ஞானம் வந்ததோ?" என்று கேட்டபடி பத்ரா மீண்டும் பல்லக்கின் திரைச் சீலையை விலக்கச் சென்றாள்.

"துறவிகள் எல்லாம் ஒருகாலத்தில் இல்லறவாசிகளே" என்ற தோழி பத்ராவின் கரங்களைத் தடுத்தாள். "இன்னொரு முறை அவனைப் பார்க்க வேண்டும் போல உள்ளதா?" என்றாள்.

"சீ போடி பொல்லாதவள். வேடிக்கை பார்க்கலாம் என்று எண்ணினேன்."

"அட! இதுவரையில் வேடிக்கை பார்க்க வேண்டும் என்ற எண்ணம் எழவில்லையா? மேலும் பட்டினப்பாக்கம் செல்லும் வழி நமக்குப் பழக்கம் இல்லாத வழியா?" என்று தூண்டி விட்டாள்.

பத்ரா முகம் வாடியது. "ஐயோ! உன் சாபம் எனக்கு வேண்டாமடித் தாயே! நன்றாகப் பார்த்துக் கொள் அந்தக் கட்டழகனை" என்று திரைச் சீலையை விலக்கினாள்.

தனது நாணம் துறந்து பத்ரா ஆவலுடன் வெளியில் எட்டிப் பார்த்தாள். அங்கே அவளுக்கு ஏமாற்றமே காத்திருந்தது. அவனைக் காணவில்லை. அவள் மனதில் அவன் ஏற்படுத்திய சலனங்களின் சுருக்கங்களினால் அவள் நிலைகுலைந்து போனாள். புஷ்பவல்லி எப்போதும் ஓர் அவசரக்குடுக்கை.

"அடடா! அதற்குள் ஸந்த்யாகாலம் வந்து விட்டதா?" என்று புஷ்பவல்லி அவளது முகத்தை நிமிர்த்தினாள். பத்ராவின் விழியோரம் ஒரு பொட்டு நீர்த்துளி முத்தெனத் திரண்டிருந்தது. "எதற்காக இந்தக் கண்ணீர் பத்ரா?" என்று தோழி புஷ்பவல்லி கேட்டாள்.

"நீ நாடிய பொருள் உன் கைக்குக் கிட்டவில்லை என்பதால் ஏற்பட்ட கண்ணீரா இது?" என்று பதில் எதுவும் கூறாமல் நின்ற பத்ராவின் கண்ணீரை மெல்லிய பட்டுக் கைக்குட்டையால் துடைத்தபடி புஷ்பா கேட்டாள். கையோடு கொண்டு வந்திருந்த தந்தப் பேழையைத் திறந்து செம்பஞ்சுக் குழம்பை அந்தப் பேழையில் இருந்த மெல்லிய துணியில் ஒற்றி கண்ணீர்க் கோடுகள் வழிந்த இடத்தில் தீற்றினாள்.

"ஊரே திருவிழாவிற்கு என்று திரண்டிருக்கும்போது உனக்கு எதற்குக் கண்ணீர்? நீ ஒன்றும் தெரியாதவளா? அல்லது சிறுமியா? கேட்ட பொருள் கிடைக்கவில்லை என்றதும் அழுவதற்கு?"

"இல்லை புஷ்பா! பெண்களின் வாழ்க்கை விசித்திரமானது. ஒவ்வொரு இல்லத்திலும் பெண்களைப் போற்றினாலும் அவளுக்கு அவர்கள் அளித்துள்ள சுதந்திர எல்லை மிகவும் குறைவு. பட்ட மகிஷியாகவே இருந்தாலும், அந்தப்புரத்தைக் கட்டி ஆண்டாலும் அவளது ஆட்டம் ஓர் ஆடவனுக்குக் கீழ்ப் பட்டதுதானே?"

"இதில் நன்மை தீமை இரண்டும் உள்ளதே பத்ரா! ஆடவர்களுக்கு உலகமெல்லாம் வீடு என்றால் பெண்களுக்கு வீடுதான் உலகம் என்பது இயற்கைதானே?"

"அனைத்திற்கும் ஆடவன் கையை எதிர்பார்க்கும் நிலை ஏன் பெண்ணிற்கு மட்டும் உள்ளது?"

“மகாராஜாவாக இருந்தாலும் பள்ளியறையில் மன்னவனின் சிரசு மகாராணியின் பாதத்தில் கிடப்பதுதானே வழக்கம்?”

“வெறும் உடல் அழகினைக் காட்டி ஆடவரை மயக்கும் வித்தையைப் பெண்கள் எப்போது கைவிடப் போகிறோம்?”

“போடி பைத்தியம்! ஓர் உருவம் கண்ணில் பட்டதும் முதலில் அதன் எழில் தோன்றுமா அல்லது புத்திசாலித்தனம் தோன்றுமா?”

“ஆடவர்களைத் தேர்வு செய்யும் நிலையில் பெண்கள் இருக்கக் கூடாதா?”

“இருக்கலாமே. எட்டு வகைத் திருமணங்களில் ஒன்றிரண்டைத் தவிர மற்றவை பெண்களின் அபிப்பிராயத்துக்கும் மதிப்பு அளிப்பதுதானே? இவ்வளவு ஏன் அரசிளங்குமரிகள் சுயம்வரம் மூலம் தனக்குரிய ஆடவனைத் தேர்வு செய்யலாம் என்று கூறப்பட்டுள்ளதே. சீதா, தமயந்தி என்று நீளமான பட்டியல் சரித்திரத்தில் உள்ளது பத்ரா.”

“எங்கோ ஆரம்பித்த பேச்சு எதுவரையில் சென்று விட்டது பார்.”

“ஒரு முடிவுக்கு வராமல் எப்படிப் பேச்சை நிறுத்த முடியும்?”

“நாம் பேசியது முடிவுக்கு வந்துவிட்டதா?’

“இல்லை பத்ரா. உன் மணவாளனைத் தேர்வு செய்யும் உரிமை உனக்கு மட்டுமே உள்ளது. அதேபோல உன் தாய் தந்தையர் உனக்கு மணவாளனாகப் பார்க்கும் ஆடவனை நிராகரிக்கும் உரிமையும் உன்னிடம்தான் உள்ளது. ஆனால் அவ்வாறு தேர்வு செய்வதற்கு ஒருமுறை பார்த்தால் மட்டும் போதுமா?”

“சிந்தைக்கும் பார்வைக்கும் தொடர்பு உள்ளது புஷ்பா. சிந்தை அனுமதிக்காத எதையும் விழிகள் பார்ப்பதில்லை.”

“அதே போல விழிகள் பார்க்கும் எல்லாவற்றையும் சிந்தை அனுமதிப்பதில்லை.”

“இந்தப் பேச்சுக்கு முடிவே இருக்காது.”

“அடுத்த முறை உன் உள்ளம் கவர்ந்த கள்வனைக் காணும் வரையில்...”

“கள்வன் என்றே முடிவு செய்து விட்டாயா?”

“இருக்கட்டும் பட்டினப்பாக்கத்தின் இறுதிப் பகுதிக்கு வந்து விட்டோம். இப்போது நாம் கடற்கரைக்குச் செல்கிறோமா, கன்னிமாடம் செல்கிறோமா?” என்று புஷ்பவல்லி வினவினாள்.

“சிவிகையைக் கன்னிமாடத்திற்கு கொண்டு செல்லச் சொல்” என்றாள் பத்ரா.

அத்தியாயம் - 4

கௌதம புத்தர் ஆறு வருடங்கள் தன்னைத் தனிமைப் படுத்திக்கொண்டு தியானத்தில் ஆழ்ந்து பொ.யு.மு. 538ம் ஆண்டு வைகாசி மாதம் ஆறாம் நாளில் 'மதிநாண் முற்றிய மங்கலநாள்' என்று பௌத்தர்களால் போற்றப்படும் பூரண மதியுடன் கூடிய புதன்கிழமையன்று மெய்ஞானம் என்கிற போதியை அடைந்தார். புத்தர் மெய்ஞானம் பெற்றது பாடலிபுத்திரம் என்ற நகரில் இருந்த ஒரு போதி (அரச) மரத்தின் அடியில். அங்கிருந்து கிளம்பி அவர் காசி நகரை அடைந்து கௌடிண்யர், காசியபர், பாஷ்பர், அச்வஜித், பத்திரகர் என்று ஐந்து தாபதர்களுக்கு உபதேசம் செய்தார். புத்த சங்கம் இவ்வாறு தோன்றி தனது தர்மத்தின் ஆழியைக் கடந்த 2500 ஆண்டுகளாகச் சுழற்றிய வண்ணம் உள்ளது. ராஜாங்கம் மாறலாம் தேசம் மாறலாம் ஆனால் பௌத்தத்தின் இந்தச் சங்கம் மட்டும் மாறுவதே இல்லை.

சங்கத்திற்கு மூன்று சரணங்கள் உள்ளன. சரணம் என்றால் தான் யார் என்ற தெளிவு பெற்ற ஞானத்திடம் கோரும் அடைக்கலம். புத்தம், தருமம், சங்கம் ஆகிய மூன்று சரணங்கள். பொதுவாகப் புத்தப் பிக்குகளைப்பற்றி உலகளாவிய பார்வை என்னவென்றால் இன்றுவரையில் அவர்கள் ஐம்புலன்களையும் வென்றவர்கள், தூய ஒழுக்கத்தைக் கடைப்பிடிப்பவர்கள் என்பதுதானே? ஆனால் வரலாறு கூறுவது முற்றிலும் வேறாகவே உள்ளது. சங்கத்தில் உள்ள எல்லாப் பிக்குகளும் ஞானிகள் என்றோ, அதில் சேரும் அனைவருமே நிர்வாணத்தை

அடைந்து விடுவார்கள் என்றோ, முக்கியமாகப் பிக்குகள் எல்லோரும் தூய ஒழுக்கத்தைக் கடைப் பிடிப்பவர்கள் என்றோ கூற முடியாது. ஆனால் சங்கமானது, அங்கு சேரும் புத்தப் பிக்குகளுக்கு ஒரு சிறந்த பயிற்சிக் கூடமாக விளங்கியது. கௌதம புத்தரைப் பொறுத்தவரையில் எந்த குருவுமின்றி ஒருவன் தன்னைத் தானே குருவாகக் கொண்டு உயர வேண்டும் என்பதேயாகும். ஒரே நாளில் தனிமனித ஒழுங்கு வருவதற்கு வாய்ப்பில்லை என்பதால் சங்கம் அங்குச் சேரும் சங்கத்தினரைப் படிப்படியாக உயர்த்திச் செல்வதில்தான் கவனம் செலுத்தும்.

ஆரம்பத்திலிருந்தே பௌத்தம் இந்துக்களின் வர்ணாசிரமப் பாகுபாடுகளை வேரில் வெட்டிக் களைந்தது. அதன் காரணமாக அந்த இந்துக்களின் படிநிலையில் முதல் படியில் இருந்த பிராமண குருமார்களை முற்றிலும் ஒதுக்கித் தள்ளியது. ஒரு ஜீவன் தன்னைத் தானே உயர்த்திக் கொள்ள வெளியில் எந்த குருவுமில்லாமல் போனாலும் நடைமுறை ஒழுக்க விதிகளுக்காக அவர்களுக்கு சங்கம் என்ற அமைப்பு கட்டாயம் தேவைப்பட்டது. அதேபோல இந்துக்களின் நான்கு படிநிலைகளில் முதல் படிநிலையில் இருந்த பிராமணர்களை நிராகரித்த புத்தம் மற்ற மூன்று படிநிலையில் இருந்த சத்திரியர், வைசியர், சூத்திரர்களை மறுக்கவில்லை. எல்லா வகையிலும் அவர்கள் சங்கத்திற்குத் தேவைப்பட்டதாலும் கௌதம புத்தரும் ஒரு சத்திரிய குலத்தில் தோன்றியவர் என்பதாலும் ஆரம்பத்திலிருந்தே மௌரியர்களின் ஆதரவு அவர்களுக்கு வேண்டியிருந்தது. இதுவே புத்தர் மறைந்து ஐநூறு ஆண்டுகள் சென்ற பின்னர் அசோகர் காலத்தில் ஆசியா முழுவதிலும் புத்த மாதம் பரவத் தொடங்கியதும் மன்னர்களின் ஆதரவுடன் பௌத்த சங்கம் வளர்ந்தது.

குண்டலகேசியின் இந்த நாவல் நிகழ்ந்தபோது சோழ மண்டலத்தை வேங்கை வளவன் என்ற மன்னன் புகாரைத் தலைநகராகக் கொண்டு ஆண்டு வந்தான். சோழ மண்டலம் பெரிய நிலப்பரப்பில் அமைந்த ராஜ்ஜியம் என்பதால் கரிகாலன் காலத்திலிருந்து சோழ மன்னர்கள் நிலத்தை இரு கூறாக்கி புகாரில் இருந்தும் உறையூரில் இருந்தும் ஆண்டனர். இந்த நாவல் நிகழ்ந்த சமயத்தில் பாண்டிய நாட்டை வெற்றிச் செழியன் என்பவன் ஆண்டு வந்தான்.

சோழ மன்னனின் உறுதுணையுடன் நாகைப்பட்டினத்தில் ஒரு பெரிய புத்த விகாரமும் புகார் நகரில் பௌத்த

துறவிகள் புழங்குவதற்கென்று ஒரு பௌத்தச் சங்கமும் நிறுவப்பட்டிருந்தன. இளம் துறவிகள் கூடுவதும் புத்தச் சமயத்தின் நெறிமுறைகளை விரித்து விளக்கம் கூறுவதும், தத்துவ தரிசனங்கள் காண்பதும் புதிதாகச் சேர்ந்தவர்களுக்குப் பயிற்சி அளிப்பதும் என்று இயங்கி வந்தனர். பயிற்சி பெற்ற தேரர்கள் புதிதாகச் சேர்பவர்களின் சந்தேகங்களைப் போக்கி அறிவுச்சுடரைத் தூண்டுபவர்களாக விளங்கினார்கள். அப்படி ஒரு பயிற்சி பெற்ற தேரராகச் சுரேந்திர பிக்கு விளங்கினார்.

"இன்று இளம் வித்யார்த்திகளின் பயிற்சி வகுப்புகள் நிறைவுக்கு வருகின்றன. தாங்கள் வந்து அவர்களுக்கு ஒருசில வார்த்தைகளைக் கூற வேண்டும்" என்று ஓர் இளம் துறவி கேட்டுக்கொண்டார்.

"உபதேசக் கூடத்தை ஆயத்தப்படுத்துங்கள். அரை நாழிகைக்குள் நான் வருகிறேன்" என்று சுரேந்திரர் கூறினார்.

சுரேந்திரருக்குப் பெரிதாக வயது ஒன்றும் ஆகி விடவில்லை. தோற்றமும் அவரது புத்த அறிவும், அவரது தூய வாழ்க்கையும், நிர்வாணத்தை நோக்கி நகர்ந்து கொண்டிருந்த பயிற்சியும் அவரை முதிர்ந்தவராகக் காட்டினாலும் அவரது வயது நாற்பதைத் தாண்டியிருக்கவில்லை. மூன்று துவர் ஆடைகள், ஒரு பிச்சை பாத்திரம், இடுப்பில் கட்டும் கச்சைத் துணி, இடுப்பில் உள்ள மூட்டையில் தண்ணீர் வடிக்கப் பயன்படும் ஒரு வெள்ளைத் துணி, தலையை மழித்துக் கொள்ளும் சவரக் கத்தி, கிழிசலைத் தைப்பதற்கு ஓர் ஊசி ஆகியவை மட்டுமே அவரது சொத்து. பொன்னையும் வெள்ளியையும் கைகளால் தீண்ட ஒரு புத்த பிக்குவிற்கு அனுமதி இல்லை. தியானத்திலும் புத்த நெறியிலும் அந்தச் சிறிய வயதில் ஊறித் திளைத்த அவர் ஒரு போதி சத்துவர். அதாவது புத்தரின் முந்தைய நிலைவரை தனது தவத்தாலும் சீலங்களாலும் முன்னேறியவர் என்று பொருள்.

மிகப் பெரிய மாளிகையைக் கரிகால் சோழன் அந்தப் புத்தப் பிக்குகளுக்குக் கட்டிக் கொடுத்திருந்தான். மூன்று மாடங்களைக்கொண்ட மாளிகை. மேல் மாடத்தில் புத்தத் துறவிகள் தங்குவதற்கு இருக்கை, படுக்கை வசதிகள் கொண்ட நீண்ட கூடம். இரண்டாவது தளத்தில் தியான மண்டபமும் உணவுக் கூடமும் இருந்தன வித்யார்த்திகளும் இளம் துறவிகளும் பிச்சைக்கு வெளியில் சென்று கொண்டுவரும் உணவை அந்தக் கூடத்தில் வைத்துப்

பகிர்ந்து உண்பது வழக்கம். கௌதம புத்தர் மறைந்து ஐந்நூறு ஆண்டுகளே ஆன காலகட்டம் என்பதால் இரந்துண்டு வாழும் பழக்கத்தை அப்போதைய பெரும்பாலான பிக்குகள் கைவிடாமல் காப்பாற்றி வந்தனர். கீழ்த்தளத்தில் புத்தர் பெருமானின் பொன்னுருவச் சிலை ஒன்று நிறுவப்பட்டு தினமும் புஷ்பாஞ்சலி, பூஜை முதலியவை நடைபெறும். அது மட்டுமன்றி வெளி பிரதேசங்களில் இருந்து வரும் துறவிகளுக்கும் அந்தச் சங்கத்தில் முதல் நான்கு நிலை பயிற்சி பெற்ற மற்றும் வயதில் மூத்த பிக்குகளுக்கும் தங்குவதற்கு அறைகள் அமைத்துக் கொடுக்கப்பட்டிருந்தது. அதுவுமன்றி பலவகையான பௌத்த மத நூல்களின் ஓலைச் சுவடிகள் நிறைந்த சுவடிச்சாலை ஒன்றும் இருந்தது.

சுரேந்திரர் அவ்வழியே கடந்து செல்லும்போது உள்ளே எட்டிப் பார்த்தார். ஓர் இளம் துறவி ஒரு நூலுக்குப் படி எடுத்துக் கொண்டிருப்பதைப் பார்த்துவிட்டு அந்தத் துறவியிடம் "என்ன நூல்?" என்று வினவினார்.

"விநயப் பிடகம்" என்று படி எடுக்கும் ஓலைகளைக் கீழே வைத்துவிட்டு எழுந்து நின்று பதில் கூறினார் அந்த துறவி.

"பெரிய வேலையைச் செய்கிறீர்கள். சங்கத்தின் விதிமுறைகள் அடங்கிய மிகப் பெரிய நூல். படி எடுப்பது பெரிதல்ல. பிழையின்றி ஒருமுறைக்கு இருமுறை பொருளும் இலக்கணமும் புரிந்துகொண்டு படி எடுக்க வேண்டும். படி எடுக்கப்படும் 'விநயப் பிடகம்' எந்த மொழியில் உள்ளது? பாலியிலா? அல்லது தமிழிலா?" என்று கேட்டார்.

"தமிழ்" என்றார் அந்தத் துறவி.

"ஹ்ம்" என்று சுரேந்திரர் நெடுமூச்சு ஒன்றை விட்டார்.

"இப்போது நம்முடன் காளன் மட்டும் இருந்தால் எவ்வளவு பயனுள்ளதாக இருக்கும்? தமிழ் மொழி பாலி மொழி இரண்டிலும் நிபுணத்துவம் கொண்டவன் அவன். புத்தரின் நூல்கள் பலவற்றைப் படித்துத் தெளிந்தவன். துறவியாக மடத்தில் சேர்ந்து விடு என்றால் அதற்கு இன்னும் வேளை வரவில்லை என்று கூறிவிட்டு அவன் சங்கத்தை விட்டு சென்று பதினொரு திங்கள் ஆகி விட்டன" என்று பெருமூச்சு விட்டபடி மாடத்திற்குச் செல்லும் படிகளில் ஏறத் தொடங்கினார்.

மூன்றாவது தளத்தில் வித்யார்த்திகளும் புதிதாகச் சங்கத்தில் சேர்ந்துள்ள பிக்குகள், பிக்குணிகள் என்று இரு சாராரும் சுரேந்திரரின் வருகைக்குக் காத்திருந்தனர். நிதானமான

போக்கில் எவ்வித படபடப்பும் பரபரப்பும் இன்றி சுரேந்திரர் தமக்குரிய ஆசனத்தில் அமர்ந்தார்.

அவர் அமர்ந்ததும் இளம் வயது வித்யார்த்திகளும் இளம் வயது புத்தப் பிக்குகளும் பிக்குணிகளும் அவரை மும்முறை வலம் வந்து தங்களது சிரசுகள் சுரேந்திரரின் பாதங்களில் படும் வண்ணம் வீழ்ந்து வணங்கிவிட்டு பின்னர் அவருக்கு எதிரில் அவரவர் இருக்கையில் தரைமீது அமர்ந்தனர்.

மணிகளை ஒலித்தபடி புத்தப் பாலகச் சீடர்கள் நிதானமாக விளக்குகளை ஏற்றுவதிலும் மலர்களால் அங்கிருந்த புத்தப் பீடத்தை அலங்கரிப்பதிலும் புத்தரைப் போற்றிப்பாடும் துதிகளை ரம்மியமாகப் பாடுவதிலும் ஈடுபட்டுக் கொண்டிருந்தனர். பூஜைகளை வேறு ஒரு துறவி மேற்கொண்டு முடித்ததும் அனைவரும் சுரேந்திரரைப் பார்த்து அமர்ந்தனர்.

“புத்தர் நமக்கு அளித்திருப்பது ஆதிக்கமும் கொடுங்கோன்மையும் இல்லாத அன்பான வாழ்க்கை. அவரது போதனைகளில் கடவுள்பற்றிய குறிப்புகள் எதுவுமே இல்லை என்பதால்தான் வைதிகர்கள் நமது மதத்தை நாத்திகர்களின் மதம் என்கின்றனர். சொர்க்கம் நரகம் என்று இறந்த பின்னர் அவர்கள் ஆன்மீகவாதிகள் கூறும் இரண்டு உலகங்களைப்பற்றி அவர் குறிப்பிட்டதில்லை. அவரது உலகில் அன்பு ஒன்றே பிரதானம். அன்பே சொர்க்கம் என்றால் உங்கள் கண்களை மறைக்கும் ஆசைதான் நரகம். அவர் காட்டும் சொர்க்கம் நரகம் இவை இரண்டு மட்டுமே” நிதானமாக ஒவ்வொரு அட்சரத்தையும் கூறியவர் “உங்களில் எத்தனை பேர் தேரிகாதை என்ற நூலைப் படித்து இருக்கிறீர்கள்?” என்று கேட்டார்.

ஒரே ஒரு பால வித்யார்த்தி மட்டும் எழுந்து நின்று தான் படித்திருப்பதாகக் கூறினான்.

“ரோகிணிக்கும் அவளது தந்தைக்கும் நிகழும் உரையாடலில் ரோகிணி பாடும் பாடலைக்கூற முடியுமா?”

அவன் சற்று தயங்கி நின்றபோது “நான் கூறலாமா?” என்று கூடத்திலிருந்து வந்த பரிச்சயப்பட்டக் குரலைக் கேட்டு தலை நிமிர்ந்த சுரேந்திரர் ஆச்சரிய பாவத்திற்கும் தனக்கும் தொடர்பில்லை என்றாலும் வியப்புடன் “அட காளன், அமைச்சர் மகன் என்றாலும் பௌத்த நெறிகளில் தோய்ந்தவன் ஆயிற்றே நீ? இன்று நண்பகலில்தான் உன்னைப் பற்றி நினைத்தேன்” என்றார்.

அத்தியாயம் – 5

காளன் என்று அழைக்கப்பட்ட அந்த இளைஞன் தான் கொண்டு வந்திருந்த புஷ்பங்களால் புத்த பெருமானுக்கு புஷ்பாஞ்சலி செலுத்திவிட்டு சுரேந்திரரை மும்முறை வலம் வந்து வணங்கிய பின்னர் சுரேந்திரரின் முன்பு தரையில் மண்டியிட்டு அமர்ந்தான். சுரேந்திரர் அவனைக் குறித்தும் அவனது தந்தை அமைச்சர் வித்தகன் குறித்தும் நலம் விசாரித்தார். பொதுவாகப் போய்க் கொண்டிருந்த உரையாடல் புத்தர் குறித்தும் அதனைத் தொடர்ந்து பௌத்தம் குறித்தும் திரும்பியது. புத்த பெருமானைப் பற்றிப் பல நூற்றாண்டுகளாக வழி வழியாகப் பௌத்த மதம் இலங்கை மற்றும் கீழை நாடுகளில் வேகமாகப் பரவி வருவது குறித்தும் பௌத்தத்தில் காலத்தின் போக்கிற்கு ஏற்ப மாறி வரும் மாறுதல்கள் குறித்தும் பேசிக் கொண்டிருந்தார். சுரேந்திரருக்கு தன் மனதில் உள்ளவற்றை எல்லாம் நன்கு பரிச்சயமான வேற்று மனிதரிடம் கொட்டி விடவேண்டும் என்ற ஆவலே மிகுந்திருந்தது.

“புத்தர் தோற்றுவித்தபோது பௌத்தம் எப்படி இருந்ததோ அப்படியே இல்லாமல் நமது வட தேசத்தினரின் முயற்சியால் மெல்ல மெல்ல உருமாறி வருவதைக் காணும்போது வருத்தமாக உள்ளது. மாறுதல்கள் நல்ல முறையில் இருந்தால் பரவாயில்லை. வைதீகர்களைப் பௌத்தர்களால் முற்றிலும் நிராகரிக்க இயலாமல் அவர்களும் பாதி வைதீகர்களாக மாறி வருவதாகவே நான் கருதுகிறேன். மகாயனம் என்று என்னென்னவோ காதில் விழுகிறது. நம்மிடம் ஒற்றுமை இல்லை என்பதைக் காணும்போது எதுதான்

காரணம் என்று காத்துக் கொண்டிருக்கும் வைதீகர்கள் நம்மை விரட்டுவதற்கு முனைய மாட்டார்களா?" என்று காளனின் முகத்தைப் பார்த்தார்.

"சித்திரை பூர்ணிமை முடிந்த பின்னர் நீங்கள் ஏன் ஒரு மகாநாட்டைக் கூட்டக் கூடாது?" என்றான் காளன்.

"எனக்கும் அப்படி ஓர் எண்ணம் உள்ளது. ஏற்கெனவே இங்குள்ள வைதீகர்கள் பெருங்கிளர்ச்சியுடன் இருக்கும்போது நாமும் வாளாதிருந்தால் அது தீங்கில் கொண்டுவிடும். சோழர்களில் கரிகாலனைப் போலவே அவனுக்குப் பின்னால் வந்த வேங்கை வளவன் போன்ற சோழ அரசர்கள் நமக்கு ஆதரவு தருவதால் கீழைப் பகுதியில் நம்மால் வேரூன்றி இருக்க முடிகிறது. மாநாடு ஒன்றை நாகைப்பட்டினத்தில் கூட்டலாம் என்றால் அதற்கான போதிய நிதி இல்லாமல் இருப்பது பெருங்கவலையாக உள்ளது."

"புகார் வேந்தன் வேங்கை வளவனிடம் நிதி கோரலாமே?"

"அவனுக்கும் உறையூரைத் தலைநகரமாகக் கொண்டு சோழ மண்டலத்தை ஆளும் அவனது சகோதரன் கீர்த்தி வளவனுக்கும் இடையில் பெரும் பகை மூண்டுள்ளது. எந்நேரமும் போர் மூளும் அபாயம் உள்ளதாக விவரம் அறிந்தவர்கள் கூறுகின்றனர். அமைச்சர் வித்தகனின் மைந்தனான உனக்கும் தெரிந்திருக்குமே? நாம் நிதி என்று போய் நின்றால் போரைக் காரணம் காட்டி மன்னர் மறுத்து விடுவார். நிதி திரட்டுவது, மாநாடு நடத்துவது, இதோ இந்தச் சங்கத்தின் நிர்வாகம் என்று பல நிலையிலும் பணியின் சுமை என்னை அழுத்துகிறது."

"உங்கள் தருமங்களை நீங்களே செய்ய வேண்டும். ததாகதர்கள் உங்களுக்கு அதற்கான வழியைக் காட்டுவார்கள்" என்றான் காளன்.

"புத்தரைப்பற்றி என்னிடமேவா?" என்று சுரேந்திரர் சிரித்தார்.

"என்னிடம் நீண்ட காலம் பயனளிக்கக்கூடிய திட்டம் ஒன்று உள்ளது. கொஞ்சம் பொறுங்கள். தானாகவே நிதி உங்களைத் தேடிவரும்" என்ற காளனின் முகத்தில் தோன்றிய பாவங்களைப் பல்வேறு பிரச்சினைகளில் உழன்று அழுத்தம் காரணமாகக் கவனிக்கத் தவறி விட்டார்.

காளனைக் குறித்த விவரங்களைத் தெளிவாகக் கூறவில்லை என்றால் கதையின் போக்கு புரிபடாமல் போய்விடும். காளன் சோழ மண்டலத்தில் புகார் வேந்தன் வேங்கை வளவன் கீழ் அமைச்சராகப் பணிபுரியும் வித்தகன் என்பவரின் மூத்த மைந்தன். அவருக்கு மேலும் மூன்று புதல்வர்களும் ஒரு புதல்வியும் உள்ளனர் என்றாலும் மூத்த மகன்மீது அவருக்கு அளவற்ற வாஞ்சையும் கண்ணை மறைக்கும் பாசமும் இருந்தது. அரசாங்கத்தைச் சேர்ந்தவர் என்பதால் உரிய பருவத்தில் அவனுக்குத் தேவையான போர்க்கலைகள் அனைத்தையும் கற்றுக் கொடுத்தார். வில் வித்தை, வாள் பயிற்சி, குதிரையேற்றம், யானை ஏற்றம் போன்றவற்றில் அதீதப் பயிற்சி அளித்தார். அவற்றோடு பல்வேறு மொழிகளையும் அவற்றின் இலக்கணத்தையும் கற்றுக் கொடுத்தார்.

வித்தகனின் மனைவி இளமதி பெயருக்கேற்ற எழிலும் வனப்பும் உடையவள் என்பதால் காளன் அழகிலும் மிடுக்கிலும் அவனது அன்னையின் சாயலைக் கொண்டிருந்தான். அவனது தாயாருக்குப் பௌத்தச் சங்கத்தின் மீதும் போதி சத்துவர் மீதும் இருந்த அளவு கடந்த மதிப்பின் காரணமாக அவனுக்கு இளவயதிலிருந்தே பௌத்த நெறிகளை ஊட்டி வளர்த்தாள். தன்மீது திணிக்கப்பட்ட ரமய நெறி என்றில்லாமல் பௌத்தத்தின்பால் அவனுக்கு ஓர் ஈர்ப்பு இருந்து வந்தது. அந்தந்த பிறவிகளின் கர்ம வினைப் பயனை நற்செயல்கள் மூலம் அந்தந்த பிறவியிலேயே செய்யும் நன்னெறிகள் மூலம் சரி செய்து கொள்ளலாம் என்ற இலகுவான வழிமுறை பௌத்தத்தில் இருந்ததால் என்றாவது ஒருநாள் தான் அவ்வப்போது பிறழும் நெறியிலிருந்து மீண்டும் நன்னெறிக்கு வந்துவிடலாம் என்று அவனுக்குத் தோன்றும்.

அப்படி எந்த விஷயத்தில் அவன் நெறி தவறிப் போனான் என்று உங்களுக்குத் தெரிய வேண்டாமா? அவனது வசீகரமான தோற்றம் எளிய முறையில் பெண்களின் கவனத்தைக் கவரவே அவன் அதைத் தனக்குச் சாதகமாக்கிக் கொண்டு அழகிய இளம்பெண்களின் பின்னால் அலையத் தொடங்கினான். மந்திரியின் மைந்தன் என்பதால் அரண்மனை அந்தப்புரத்தில் அடைக்கப்பட்டிருந்த பலநாட்டு இளவரசிகள், அழகிகள் ஆகியோரைப் பார்த்த மாத்திரத்தில் தனக்கு அடிமையாக்கி விடுவதில் வல்லவன். அந்தப்புரத்திற்குள் அவன் தனது

கைவரிசையைக் காட்டத் தொடங்கியதும் அவனது வருகை அங்கே தடை செய்யப்பட்டது. சோழ மன்னன் வேங்கை வளவன் அமைச்சரைக் கூப்பிட்டு எச்சரித்து அனுப்பினார். வித்தகன் மகனைக் கூப்பிட்டுக் கண்டித்தார்.

“அந்தப்புரம் என்பது நெறி தவறாத பெண்கள் வசிக்கும் இடமா என்ன? அந்தப்புரத்தில் உள்ள பெண்கள் அனைவரும் சோழ மன்னரின் அழகில் மயங்கி வந்தவர்கள் என்று நம்புகிறீர்களா? ஏதோ ஒரு போரில் ஏதோ ஓர் ஆக்கிரமிப்பில் இழுத்து வரப்பட்ட அன்னியத் தேசத்துப் பெண்கள்தானே? மன்னருடன் வேண்டா வெறுப்பாகச் சேரும் பெண்களை விருப்பத்துடன் என்னைச் சேரச் செய்யும் நான் மன்னரை விட, மன்னர் குல யோக்கிய சிகாமணிகளைவிட கீழானவன் இல்லை” என்று தந்தைக்கு மறுப்பு தெரிவித்தான். அவனது பதிலில் நியாயம் இருப்பது போலத் தோன்றினாலும் தனது கீழான செயலுக்கு நியாயம் கற்பிப்பது போலவே இருந்தது. அமைச்சர் வித்தகன் தனது அமைச்சர் பதவிக்கே மகன் உலை வைத்து விடுவான் என்று அஞ்சினார். புத்திமதி கூறித் திருத்தும் நிலையை மகன் கடந்து விட்டான் என்பதைப் புரிந்து கொண்டு மகனின் நடவடிக்கைகளுக்குக் காரணமான நிதி வரும் வழிகளை அடைக்கத் தொடங்கினார்.

அதுவரையில் கேட்ட போதெல்லாம் பொற்காசுகளை அள்ளிக் கொடுத்த தந்தை சிறிது காலமாக அவனுக்குப் பொருள் கொடுப்பதை நிறுத்தியதும் காளன் தவியாய்த் தவித்தான். திருந்துவதற்குப் பதிலாக காளன் மேலும் ஒரு வழியில் நெறிதவறத் தொடங்கினான். தனது வீட்டில் சிறிது சிறிதாகக் களவாடத் தொடங்கியவன் தான் கற்ற போர்க்கலைகளின் உதவியுடன் தான் கூட்டாகச் சேர்த்துக்கொண்ட சில கள்வர்களின் தொடர்பினால் கன்னமிட்டுக் கொள்ளை அடிப்பதில் நிபுணத்துவம் பெற்றான். புகார் நகரின் வீதிகள் அத்துப்படி என்பதால் எந்தெந்த மாளிகைகளில் செல்வந்தர்கள், உயர் பதவி வகிப்பவர்கள், பெரு வணிகர்கள், செல்வந்தர்களைச் சுரண்டும் கணிகையர்கள் உள்ளனர் என்பதை நன்கு அறிந்துகொண்டான். அமைச்சரின் மகன் என்பதால் கள்வர் நடமாட்டம் அதிகம் இருக்கும் காலங்களில் அதனை மோப்பம் பிடித்து அந்தச் சமயங்களில் தனது கைவரிசையைக் காட்டாமல் இருந்து விடுவான். கள்வர்களுக்கும் காளன் இன்னார் என்பது தெரியாது, கள்வர்கள் நடுவில் அவன்

காடவன் என்றே அறியப்பட்டான். அரண்மனையைச் சேர்ந்தவர்களுக்கும் அமைச்சர் வித்தகனின் மைந்தன் ஒரு கள்வன் என்பது தெரியாது.

காடவன் என்ற கள்வனின் பெயர் ஊரெங்கும் பிரபல்யம் அடையத் தொடங்கியதும் அவனைப்பற்றிய ஏராளமான கட்டுக்கதைகள் கிளம்பின. மற்ற கள்வர்கள் தாங்கள் செய்த திருட்டினைக்கூட அவன் பெயரில் ஏற்றிக் கூறுவது வழக்கமானது. பாட்டிமார்கள் தங்கள் பேரப்பிள்ளைகளுக்குச் சோறு ஊட்டும்போது மறக்காமல் தங்கள் கற்பனை வளத்தைச் சேர்த்து காடவன் கதைகளை இட்டுக்கட்டத் தொடங்கினார்கள். காடவன் ஒரு நாட்டுப்புறப் பாடலின் பாட்டுடைத் தலைவனாக வளரும் அளவிற்குப் போய்விட்டான்.

காடவனின் ரிஷிமூலம் யாருக்கும் தெரியாது. அவன் இது போன்று கண்ணில் தென்படும்போது தன்னைச் சார்ந்தவர்களிடம் அவ்வப்போது கூறுவதைக் கேட்டுத்தான் மற்றவர்களுக்கு அவனைக் குறித்த பிம்பம் எழுந்துள்ளதே தவிர அவனது நதிமூலம் அறிந்தவர்கள் இல்லை. அவன் எப்போது கன்னமிட்டுக் களவாடப் போனாலும் முகத்தைத் திரையிட்டு மறைத்து தனது உடல் அசைவுகளில் மாற்றங்களைச் செய்து கொண்டு திருடச் செல்வதால் காடவன்தான் காளன் என்பதைப் புகார் நகர மக்கள் அறிந்திருக்கவில்லை.

ஆனால் அவன் ஒரு சாமர்த்தியமான கள்வன் என்பதைச் சோழ மண்டலம் முழுவதும் அறிந்திருந்தது. அவனது நடமாட்டம் வணிகர்கள் மிகுந்திருக்கும் துறைமுக நகரங்களில்தான் இருக்கும் என்பதையும் அரசாங்கம் அறிந்து வைத்திருந்தது. அவனோடு கள்வர் தொழில் புரிவதற்கு நான்கைந்து உதவியாளர்களும் அவன் குழுவில் உண்டு. கன்னம் வைத்து வீட்டுக்குள் புகுவதை அவன் வேறு சில பலே திருடர்களிடம் பயின்றிருந்தான். புத்தச் சங்கங்களிலும் விகாரைகளிலும் காளனாக நுழையும்போது எந்த அளவிற்குச் சாந்தமும் நிதானமும் கொண்டவனாக விளங்குவானோ அதற்கு நேர்மாறாக, காடவனாகக் கள்வர் தொழிலுக்குச் செல்லும்போது பரபரப்பும் சட்டென்று செயலாற்றும் திறன் உடையவனாகத் தன்னை மாற்றிக் கொள்வதில் வல்லவன். அதன் காரணமாக காடவன் என்ற ஒரு கள்வனைப்பற்றித் தெரிந்து வைத்திருப்பவர்கள்கூட அவனை நேரில் பார்க்கும்போது காளன்தான் அந்தக்

காடவன் என்பதை நம்ப மாட்டார்கள். சாமுத்திரிகா இலட்சணத்தின்படி சர்வ இலட்சணங்களும் பெற்றவன். வசீகரமான அவனது பார்வை வலையில் விழாத பெண் மான்கள் குறைவே. ஓர் அரசனுக்குரிய வித்தைகள் அனைத்தும் கற்றவன். நான்கைந்து மொழிகளில் புலமை பெற்றவன். கை வீச்சில் மட்டுமல்ல வாய்ப் பேச்சிலும் வல்லவன்.

எல்லா இடங்களிலும் தன்னால் காடவன், காளன் என்ற இரட்டை நிலைப்பாட்டை எடுக்க முடியாது என்பதால் ஒருநாள் காளன் தனது பெரு மதிப்பிற்கும் அபிமானத்திற்கும் உரிய புத்தப் பிக்கு சுரேந்திரரைத் தனியாக அழைத்து தன்னைப் பற்றிய உண்மைகளைக் கூறினான்.

“நான் தவறு செய்வதாகத் தோன்றலாம். என் தீய செயல்களை நான் நியாயப்படுத்த விரும்பவில்லை என்றாலும் என்றாவது ஒருநாள் புகார் நகரில் ஒரு பெரிய புத்த விஹாரம் எழுப்பப்பட்ட பின்னர் நான் எனது முழுநேரக் கள்வர் தொழிலை விட்டு விட்டு உங்களது சங்கத்தில் சேர்ந்து கொள்கிறேன். என் செயலுக்கு நியாயம் கற்பிப்பதாக எண்ண வேண்டாம். அங்குலிமாலனைப் போன்ற கொடிய கள்வனின் சிந்தையைத் தெளிய வைத்த போதிசத்துவர் ஞான மார்க்கத்தைப் போதித்து அவனையும் தன்னுடைய சீடனாக ஏற்றுக்கொண்டு அருளவில்லையா? இது எனது பூர்வ ஜன்மத்தின் கர்மவினையின் பயன் என்பதால் தெரிந்தோ தெரியாமலோ, விரும்பியோ விரும்பாமலோ தொடங்கிய திருட்டுத் தொழிலை விலக்க முடியாமல் தடுமாறுகிறேன். நான் கண்மண் தெரியாமல் எல்லோரது இல்லங்களிலும் கன்னம் வைப்பதில்லை. எனவே என்னைப் பொறுத்துக் கொள்ளுங்கள் என்று கேட்கிறேன்” என்றான்.

சுரேந்திரர் உடனே அதற்குச் சம்மதிக்கவில்லை. சற்றேறக்குறைய நான்கு திங்கள் காலம் காளானை அவனது கள்வர் தொழிலைக் கைவிட்டு ஒரு வித்யார்த்தியாகச் சங்கத்தில் சேரச் சொன்னார். அவனும் மறுபேச்சு எதுவும் பேசாமல் ஒரு வித்யார்த்தியாகத் தன்னை அந்தச் சங்கத்திற்குச் சமர்ப்பித்தான். அந்த நான்கு மாதங்களில் அவன் கற்றுக் கொண்டது ஒரு கோடி என்றால் தான் கற்றதை மற்றவர்க்கு எடுத்துச் சொன்னது ஒரு கோடி. சுரேந்திரர் அவனது கல்வியின் ஆழத்தை அப்போதுதான் கண்ணுற்றார். அவனுக்கு இருந்த பல

மொழிப் பாண்டித்யம் அவரை வியக்க வைத்தது. பாலி மொழியில் இருந்த முக்கிய நூல்களை வடமொழியிலும் தமிழிலும் அவனைக் கொண்டு புதியதாக மொழி மாற்றம் செய்வித்தார். புத்தரின் போதனைகளையும் அவர் காட்டிய நிர்வாண மார்க்கத்தையும் அவன் புரிந்து கொண்டதோடு அவற்றின்மீது அவன் காட்டிய ஈடுபாடு அவரை வியப்பில் ஆழ்த்தியது.

அன்று தொடங்கி அவனது இருவிதமான அடையாளங்களை ஒப்புக்கொண்ட அவர் அதைப் பிறரிடம் தெரிவிக்காமல் மறைத்தும் வந்தார். தீய உள்ளம் படைத்த ஒருவனாலும் ஒருநாள் தூய உள்ளம் படைத்தவனாக மாற முடியும் என்று நம்புபவர்தானே சமயத் தலைவராக இருக்க முடியும்?

காளனைக் கண்டதும் சுரேந்திரருக்கு இத்தனையும் திரும்ப நினைவிற்கு வந்தது.

"உனது பழைய தொழிலை விட்டு விட்டாயா? அல்லது தொடர்கின்றாயா?" என்று அந்தப் புத்தப் பெருந்தகை வினவினார்.

காளன் தனது அருகில் இருந்த மூட்டை ஒன்றை அவிழ்த்தான். மூட்டையில் கண்ணைப் பறிக்கும் பொன் ஆபரணங்களும் ரத்தினக் கற்கள் பதித்த மாலைகளும் இன்னும் பல்வேறு வகையான பொன் சங்கிலிகளும் மிகுந்திருந்தன. கூடவே இன்னொரு சிறிய மூட்டையில் எளிதில் செலவாகக் கூடிய சோழர்களின் புலி முத்திரைப் பதிக்கபட்டப் பொற்காசுகள் இருந்தன.

"பொற்காசுகளை உங்கள் பொக்கிஷ அறையில் சேர்த்து விடுங்கள். இந்த ஆபரணங்களை இன்னும் ஓரிரு நாட்களில் நாகப்பட்டிணம் சென்று பொற்காசுகளாக மாற்றிக் கொண்டு வந்து விடுகிறேன். அதுவரையில் உங்களிடம் இருக்கட்டும்" என்றான்.

"இவை எல்லாம் என்ன நகைகள்?"

"உன் பழைய தொழிலைக் கை விட்டு விட்டாயா என்ற உங்களது கேள்விக்கான பதில்கள் இந்தப் பொற்குவியல்."

"என்னையும் இதற்கு உடந்தை ஆக்குகிறாயா?"

"உடந்தை என்று ஏன் எடுத்துக் கொள்ள வேண்டும்? நான் அளிக்கும் கொடை காணிக்கை இப்படி எப்படி வேண்டுமானாலும் பொருள் கொள்ளுங்கள்."

“பொன்னையும் வெள்ளியையும் இன்னபிற நவரத்தினங்களையும் புத்த சன்னியாசிகள் கைகளால்கூட தொடக்கூடாது என்பது பௌத்தச் சங்கத்தின் விதி. அப்படி இருக்க நீ இப்போது களவாடிக் கொண்டு வரும் பொருள்களை நான் எப்படிப் பயன்படுத்த முடியும்?”

“மன்னர் பெருமக்களும் செல்வந்தர்களும் வணிகர்களும் புத்தச் சங்கத்திற்கு அளிக்கும் காணிக்கைகளை நீங்கள் ஏற்றுக் கொள்வதில்லையா? அது போலத்தான் இதுவும்.”

“அதுவும் இதுவும் ஒன்றாகுமா?”

“எந்த மன்னன் எதிரி நாட்டின் மீது படையெடுக்காமல் உள்ளே புகுந்து ‘எதிரி மன்னா! நான் உன்னைவிட வலியவன், எனவே யுத்தம் செய்யாமல் நீ எமக்கு வரி செலுத்து என்று கேட்டு நிதி கொண்டு வருகிறான்? போரே இல்லாத பூமி எது? எத்தனை அத்துமீறல்கள்! எத்தனை சூறையாடல்கள்! எத்தனை கொள்ளையடிப்புகள்! இவை இல்லாமல் ஒரு படையெடுப்பா? அத்தகைய படையெடுப்புகள் மூலம் பொக்கிஷங்களையும் நிலவறைகளையும் நிரப்பும் அரசனின் பணத்தைப் பெறலாம். என்னிடம் பெறக் கூடாதா? எத்தனை வணிகர்கள் நேர்மையற்ற முறையில் பயிர் செழித்து வளரும் காலங்களில் ஒரு விலையும், தானியங்கள் பற்றாக்குறை நேரும்போது ஒரு விலையும் நிர்ணயித்துக் கொள்ளை இலாபம் சம்பாதிப்பதில்லையா? எந்தச் செல்வந்தன் முறையான திரையும் வரியும் செலுத்தி பண்ணையாட்களுக்கு முறையான கூலி கொடுத்துப் பயிர் செய்து பணம் சம்பாதிக்கிறான்? முறையற்ற வரும்படி இருக்கும் தேசங்களில் கள்வர்கள் முறையோடு செயல்படுவது சாத்தியமே.”

“உன் செய்கையை நியாயப்படுத்துகிறாயா?”

“உள்ளதைச் சொல்லுகிறேன்.”

“இவ்வளவு வெளிப்படையாகப் பேசும் உன்னிடம் நீ கொடுக்கும் பணத்தை எப்படிப் பெறுவேன்?”

“ஒன்று செய்யுங்கள் நாளை காமன் விழாவுடன் புத்த பூர்ணிமை விழாவும் சேர்ந்து நடைபெறும் சமயம் அரசன் நிவந்தங்கள் அளிக்க முன்வருவான், அப்போது வேண்டாம் என்று சொல்லுங்கள்” என்றான்.

“உன்னை வாதத்தில் வெல்ல முடியுமா என்ன?”

சுரேந்திரர் சிரித்தபடி ஓர் ஊழியனை அழைத்து அந்த ஆபரணங்களை மூட்டை கட்டி பொக்கிஷ அதிகாரி வசம் ஒப்படைக்க உத்தரவிட்டார்.

அந்த அதிகாரி அங்கிருந்து அகன்றதும் காளன் தனது மடியில் கட்டி வைத்திருந்த ஒரு சிறிய சுருக்குப் பை ஒன்றை எடுத்துப் பிரித்தான். அதிலிருந்த அழகான புத்த பெருமானின் பொன்னுருவச் சிலை ஒன்றை அந்த மகா தேரரிடம் எடுத்துக் கொடுத்தான்.

சுரேந்திரர் அந்தச் சிறிய தங்கப் புத்தரைக் கைகளில் வாங்கிக்கொண்டு அந்த நுட்பமான வடிவமைப்பைக் கூர்ந்து கவனித்தார். மஞ்சள் சீவர ஆடை வலதுபுறம் திறந்து வலக்கரம் வெளியில் தெரிந்தது. மகா துறவின்போது கௌதம புத்தர் அறுத்து எறிந்த பின்னர் எஞ்சியிருந்த ஓர் அங்குல அளவு நீளமான முடியுடன் கூடிய சிகை; தாமரை போன்ற கண்கள் மூடிய நிலையில் அந்தப் புத்த விக்கிரகம் காண்பவரிடம் ஒருவித அமைதியையும் சலனமற்ற நிலையையும் அளிப்பதைச் சுரேந்திரர் உணர்ந்தார்.

“நூறு கழஞ்சு பொன்னின் அளவு எடை இருக்கும் போலிருக்கிறதே?” என்றார்.

“புத்த பெருமானை எடை போட முடியுமா?” என்றான் காளன் சிரித்தபடி.

“முடியாதுதான். ஆனால் இத்தனை எடையுள்ள விக்கிரகம் ஏது என்ற வினா ராஜாங்க அதிகாரியிடமிருந்து வந்தால் என்னிடம் பதிலில்லை. வேண்டாம் நீ எடுத்துச் செல்”

“சங்கங்களுக்கு அதன் அபிமானிகள் கொடையோ, நிவந்தமோ அளிப்பதற்குத் தடை உள்ளதா என்ன?’

சுரேந்திரரால் அப்போது மறுக்க முடியவில்லை என்றாலும் அவரது உள்ளுணர்வு அவரை எச்சரித்தது.

காளனிடம் மற்ற எத்தனையோ நல்ல குணங்கள் இருக்க அவனது நிழலைப் போல அவனைப் பின்தொடரும் கள்வன் என்ற அவப்பெயர் குறித்து வருத்தப்பட்டார். என்றாவது ஒருநாள் புத்த நெறியின் மேன்மைகள் அவனுக்குச் சிறப்பாகத் தோன்றும்போது அவன் தனது கள்வர் தொழிலை விட்டுவிட்டு பௌத்தச் சங்கத்தில் இணைவான் என்று எண்ணினார்.

“என்னுடைய ஆசை எல்லாம் நீ இவ்வாறு கொள்ளையடித்துச் சம்பாதிக்கும் கள்வர் தொழிலை

விட்டுவிட்டு இந்த மடத்தில் ஒரு சன்னியாசியாக மாறி நீ கரை கண்டு தேர்ச்சி பெற்ற புத்த நெறிகளின் மூலம் உன்னை ஒரு போதி சத்துவனாக உயர்த்திக் கொள்ள வேண்டும் என்பதே. செய்வாயா?" என்று உள்ளார்ந்த பாசத்துடன் கேட்டார்.

காளன் பதில் எடுக்க வாயெடுக்கும் முன்னர் அறையின் வாயிலில் ஓர் இளம் வித்யார்த்தி எட்டிப் பார்த்து "உங்களைக் காண இரண்டு இளம் நங்கைகள் வந்திருக்கின்றனர்" என்று கூறினான்.

"அவர்கள் இருவரையும் தியானக் கூடத்தில் அமர வை. வருகிறேன்" என்ற சுரேந்திரர் காளனைப் பார்த்தார்.

"கிளம்புகிறேன் சுவாமி" என்று கூறியபடி எழுந்தான் காளன்.

இருவரும் வெளியில் வந்தபோது கூடத்தில் இருந்த பத்ராவும், புஷ்பவல்லியும் சுரேந்திரரைப் பார்த்து கை கூப்பித் தொழுதனர்.

புத்த பிக்குவுடன் வந்த அந்தக் கட்டிளங்காளையைக் கண்டதும் யுவதிகள் முகத்தில் ஆயிரம் விளக்குகள் சுடர் ஏற்றப்பட்டது போலப் பிரகாசித்து மின்னின. ஒருவரை ஒருவர் பார்த்து வியந்து நின்றனர்.

காளன் முகத்தில் வியப்பின் சாயல் சிறிதளவுகூட இல்லை.

அத்தியாயம் – 6

பத்ராவிற்கு அவனைப் புத்தச் சங்கத்தில் அதிலும் தான் மிகவும் மதிக்கும் புத்தப் பிக்குச் சுரேந்திரருக்கு அண்மையில் வைத்துப் பார்ப்போம் என்று நினைக்கவே இல்லை. பத்ராவின் தந்தை அனுப்பிய ஊழியர்கள் பெரிய பெரிய தாம்பாளங்களில் கொண்டு வந்திருந்த புஷ்பங்கள், பழங்கள், உணவுப் பொருட்கள், இளம் துறவிகளுக்கு உடுத்திக் கொள்ளத்தக்கச் சீவர ஆடைகள் முதலியவற்றை உரிய பிக்குகளிடம் சேர்ப்பித்துவிட்டு அவள் பீடத்தில் அமர்ந்திருந்த புத்தர் பிரானின் சிலையை மும்முறை வலம் வந்து பீடத்தின்கீழ் புஷ்பாஞ்சலி செலுத்தி பிறகு விழுந்து வணங்கினாள். அவளது செய்கையில் ஓர் இளம் வித்யார்த்திக்குரிய அடக்கமும், நிதானமும் இருந்தன.

“முன்பு போல நீ புத்த விகாரைக்கோ சங்கத்திற்கோ வருவதில்லையே பத்ரா ஏன்?” என்று சுரேந்திரர் வினவினார்.

“எங்கே? புத்த பெருமானின் பெயரை எடுத்தாலே... நான் புத்தப் பிக்குணியாகி விடுவேனோ என்று தந்தை அஞ்சுகிறார்.”

“நீ உறுதியாக இருந்தால் யார் உன்னை என்ன செய்ய முடியும்?” என்று சுரேந்திரர் எதிர்க் கேள்வி எழுப்பினார்.

“எதில் உறுதியாக இருப்பது என்பதில்தான் இப்போது தடுமாற்றமே.”

“புத்த மதத்தைத் தீவிரமாகப் பின்பற்றி தியானங்கள் மூலம் நிருவாண நிலையை அடைய வேண்டும் என்பாயே? என்ன ஆயிற்று?”

“நேற்று வரையில் அப்படி ஓர் உறுதி என்னுள் இருந்தது என்னவோ உண்மை” என்று கூறிவிட்டு நிறுத்தினாள். அவள் நிறுத்திய ஒரு கணத்தில் அவளது விழிகள் அவனது வசீகர கண்வலையில் சிக்கிக் கொண்டு துடித்தன.

“இன்று என்ன நேர்ந்தது பத்ரா?” என்று சுரேந்திரர் கேட்டார்.

“எனக்கு விடை தெரிந்தால் அல்லவா பதில் அளிப்பதற்கு?” என்று கூறினாள். தான் பொய் சொல்வதாக அவளை அவளது நெஞ்சம் இடித்துரைத்தது.

புஷ்பவல்லி அந்தப் பேச்சை மேலும் வளர்க்க விரும்பாதவளைப் போல “ஒன்று செய்யேன் பத்ரா! உன் மனம் திடமுறும் வரையில் பௌத்தச் சங்கத்தில் இரண்டு நாட்கள் தங்கியிருந்து பெருமானின் போதனைகளைக் கேட்டு தியானத்தில் ஆழ்ந்து மனதை ஒருமுகப்படுத்திக் கொண்ட பின்னர் கன்னிமாடம் புகலாமே?” என்று கூறினாள்.

தான் கூறிக் கொண்டிருக்கும்போதே காளனின் முகத்தில் மாறுதல் ஏற்படுகின்றதா என்று புஷ்பவல்லி தேடினாள். அவன் சமர்த்தன். மனதில் எழுந்த வேகத்தை முகத்தில் மறைக்கத் தெரிந்தவன்.

“சரி புத்த பிக்குவே! நான் கிளம்புகிறேன்” என்று கூறிவிட்டு காளன் விடை பெற்றான்.

“நாளை காமன் பண்டிகை. ஊர் முழுவதும் கோலாகலமாகக் கொண்டாடப்படுகிறது. விழாவை முடித்துக் கொண்டு கன்னிமாடத்திலிருந்து இல்லம் சேர்வேன். தொலைதூரம் கடல்வழி பயணம் மேற்கொண்ட தந்தையும் வந்து விட்டதால் அவரது அனுமதியுடன் சங்கத்திற்கு அடிக்கடி வருகிறேன். புத்தரின் போதனைகளை மட்டுமல்ல ஆழ்ந்த தத்துவங்களை உங்களைப் போன்ற மகா தேரர்கள் வாயிலாகக் கேட்டு பௌத்தத் தத்துவங்களில் பெரிய அளவில் ஆராய்ச்சிகள் செய்ய வேண்டும் என்பது எனது விருப்பம்” என்றாள் பத்ரா.

“விருப்பம் ஆசை இவற்றுக்கு இங்கே இடமில்லை பெண்ணே. புத்தரோடு ஆயினும் ஆசை அறுமின் என்று இருப்பவர் நாம். உனது வாழ்வின் இலட்சியமாகக் கொள். விருப்பத்திற்கும் இலட்சியத்திற்கும் நிறைய வேறுபாடு உள்ளது.”

“இவளோ சிறியவள். அறியாப் பருவத்தினள். திருமணப் பருவம் எய்திய பெண் புத்தரின் போதனைகள், சங்கம், தர்மம் என்று கிளம்பினால் எந்தப் பெற்றோருக்குத்தான் கவலை இராது?” என்று புஷ்பவல்லி எழுந்து கொண்டாள்.

“புத்தரின் அறநெறிகளைக் கேட்பதால் அலையும் மனதைப் பக்குவப்படுத்துவதே அன்றி பிற சமயங்கள் போல அனைவரும் துறவு பூணச் சொல்லி ஒருபோதும் ததாகதர் நிர்ப்பந்தித்ததில்லை. தீவினைகளால் நேரும் கன்மங்களை வேரோடு களைந்து எரியும் அனைத்து மனிதர்களும் ஒருநாள் புத்தராகலாம் என்பதே கௌதமர் இந்த உலகிற்கு அளித்துள்ள கொடை” என்றார் சுரேந்திரர்.

“எது எப்படியோ இன்று ஒருநாள் நாங்கள் இந்தச் சங்கத்திற்குள் தங்கியிருந்துவிட்டு நாளை ஊரே திரண்டு கொண்டாடும் காமன் விழாவைக் கண்டு களித்துவிட்டு பின்னர் இங்கு வருகிறோம்” என்றாள் பத்ரா.

காலையிலிருந்து இதோ இப்போது நீளும் இந்த இரவு நேரம் வரையிலும் பத்ராவின் சிந்தையில் பல்வேறு எண்ண ஓட்டங்கள் அவளைச் சஞ்சலப்படுத்தியவாறே இருந்தன. அங்குள்ள புத்ததுறவிகளின் அர்ப்பணிப்பு வியப்பூட்டுவதாக இருந்தது, பௌத்த நெறிகளைச் சொல்லிக் கொடுப்பதோடு, வழி தெரியாமல் தடுமாறும் இளம் புத்தப் பிக்குகளுக்குச் சங்கம் ஓர் அருமையான பயிற்சிக் கூடமாகவே விளங்கியது. பௌத்த தர்மமே வாழ்க்கைப் பயிற்சி, மெய்வழிப் பயிற்சி என்பதைப் புரிந்துகொண்டு உள்ளே வருபவர்களுக்குப் பௌத்தச் சங்கம் ஒரு சிறந்த பயிற்சிக் கூடம். ஆசிரமங்கள் என்று வேத காலத்தில் வைதிகர்களால் அமைக்கப்பட்டத்தைப் போன்றவையே இந்தச் சங்கங்கள். நாடு தேசம் காலம் சூழல் எல்லாவற்றிற்கும் பொதுவாக விளங்கக்கூடிய அம்சங்களே சங்கத்தில் இருக்கும். பிறந்த நாடா அல்லது சங்கமா என்று ஒரு வித்யார்த்தியைக் கேட்டால் சங்கம் என்றுதான் ஒரு பௌத்தச் சீடன் கூறுவான். இந்தப் பொதுத் தன்மை காரணமாகவே பௌத்தம் கீழை நாடுகளான சீனம், சாவகம், இலங்கை, பேகன் போன்ற நாடுகளில் எளிதில் பரவ முடிந்தது.

பௌத்தச் சங்கங்கள் ஒவ்வொரு பிரதேசத்திற்குச் செல்லும்போது அந்தந்த பிராந்திய மொழிகள் மூலமே பௌத்தத்தைக் கொண்டு செல்வதில் கவனத்துடன் செயல்பட்டனர். சமணர்கள், பௌத்தர்கள் ஆகிய

இருவரும் போட்டி போட்டுக் கொண்டு தமிழகத்தில் தமிழுக்கு ஆற்றியுள்ள தொண்டு அளப்பரியது. மீமாம்சை எனப்படும் தர்க்க வாதங்களில் வெல்ல வேண்டும் என்றால் தமிழ் மொழிப் புலமையில் வல்லவர்களாக இருக்க வேண்டும் என்பதற்காகக் கல்வியில் மேம்பட்டவர்களைச் சங்கங்களுக்குத் தருவித்து பௌத்த மதத்தோடு கல்வியையும் வளர்த்து வந்தனர். விஞ்ஞானம், மருத்துவம், கல்வி, மொழி இவற்றுக்குச் சங்கங்கள் கொடுத்த முக்கியத்துவமும், யாரெல்லாம் கீழானவர்கள் என்று ஒரு கலாசாரம் ஒதுக்கி வைத்திருந்ததோ, சாதிப்பிரிவுகள் மூலம் யாருக்கெல்லாம் கல்வி மறுக்கப்பட்டதோ அவர்களை அழைத்து பௌத்தச் சங்கங்கள் கல்வி போதித்ததும் அந்தச் சமயத்தை எளிய மக்களிடம் சுலபமாகக் கொண்டு சேர்த்தது.

பௌத்தச் சங்கத்தில் இரண்டு வகையான சங்க உறுப்பினர்கள் இருப்பார்கள். ஏழிலிருந்து இருபது வகையில் பால வித்யார்த்திகளும், இருபது வயதுக்கு மேற்பட்ட பிக்குகள் ஒரு பிரிவுமாக இரண்டு பிரிவுகள் இருந்தன. சங்கத்தில் சேர்ந்த பின்னர் எவ்வளவு காலம் அங்கிருக்கப் பிரியப்படுகிறார்களோ அவ்வளவு காலம் அங்கே இருக்கலாம். வித்யார்த்தியாக இருக்க விருப்பமில்லை என்றாலோ அல்லது வேறு சொந்தப் பிரச்சினைகள் காரணமாகவோ சங்கத்தைவிட்டு விலக எண்ணினால் அவர்களுக்குச் சங்கம் எந்தத் தடையும் விதிக்காது. சங்கத்தின் ஒரே விதி சங்கத்தில் இருப்பவர்கள் புத்தர் போதித்த பத்து சீலங்களைத் தவறாமல் கடைப்பிடிக்க வேண்டும் என்பதே.

வித்யார்த்திகளுக்கு உரிய முறையில் முறையான ஆசிரியர்களைக் கொண்டு போதிப்பது புத்தப் பிக்குகளின் கடமை. தகுந்த ஆசிரியர்களைக் கொண்டு கல்வி போதித்தனர். சில இடங்களில் அந்தந்த அரசர்கள் குறுநில மன்னர்கள் பெரும் செல்வந்தர்கள் வித்யார்த்திகளின் கல்விச் செலவுக்கு உதவுவதும் உண்டு. வித்யார்த்திகள் புத்த மடத்திற்குத் தேவையான நீர் கொணர்தல், சங்கக் கட்டிடத்தைச் சுத்தமாகப் பராமரித்தல், உணவு பிச்சை கொண்டு வருதல் போன்றவற்றைச் செய்வது வழக்கம். பிச்சை கொண்டு வருவது என்பதே பௌத்தச் சங்கத்தில் தனிப் பயிற்சி. இளம் பிக்குகளும் வித்யார்த்திகளும் மட்டுமே பிச்சைக்குச் செல்ல வேண்டும். எத்தனை பிக்குக்கள் ஒரு சங்கத்தில் உள்ளனரோ அவர்களுக்கு ஏற்றவாறு

இளம் துறவிகள் வெளியில் பிச்சைக்குச் செல்வார்கள். குறிப்பிட்ட நேரத்தில் குறிப்பிட்ட வீதிகளில் உள்ள இல்லங்களின் வாயில்முன்பு கையில் உள்ள ஓட்டினை ஏந்தி நிற்பார்கள். அந்த இல்லத்து மாது வெளியில் வந்து புதிதாகச் சமைத்த அன்னத்தையும் இன்ன பிற உணவு வகைகளையும் தானமாகத் தருவாள். எவ்வளவு தேவையோ அந்த அளவிற்கு மேலே ஒரு பிடி அன்னம்கூட தானமாகப் பெறக் கூடாது என்பது விதி. பாலி மொழி அவசியம் கற்றுக்கொள்ள வேண்டும். அதேபோலப் பௌத்த மதத்தின் நெறிகளைக் கூறும் ‘திரிபிடகங்கள்’ அவசியம் கற்றுக் கொள்ள வேண்டும். மற்ற பிக்குகளோடு கலந்து திருமுறை ஓத வேண்டும்.

அன்றைய நாள் முழுவதும் பத்ரா தன்னால் இயன்ற உதவிகளை அங்கிருந்த வித்யார்த்திகளுக்கும் பிக்குகளுக்கும் செய்து தந்தாள். சங்கத்தின் தரையைப் பெருக்கி ஈரத் துணியால் சுத்தம் செய்து கொடுத்தாள். புஷ்பாஞ்சலிக்குத் தேவையான மலர்களைத் தொடுத்துப் பூச்சரங்களாகத் தொடுத்துக் கொடுத்தாள். வித்யார்த்திகளுடன் ஒன்றாக அமர்ந்து பாடங்களைக் கேட்டாள்.

மாலை நேரமானதும் புஷ்பவல்லியால் பொறுக்க முடியவில்லை.

“எப்போது காமன் பண்டிகைக்குச் செல்வதாக உத்தேசம் பத்ரா?” என்று புஷ்பவல்லி கேட்டாள்.

“அப்படி என்னடி அவசரம்?”

“கன்னி மாடத்தில் உள்ள விதவிதமான யாழ்களை மீட்ட வேண்டுமா? பூப்பந்து விளையாட்டு, அம்மானை, நாட்டியம், பாட்டு என்று நமக்கு எத்தனை பொழுதுபோக்கு விஷயங்கள்? நீ இங்கேயே இருந்தால் எப்படி பத்ரா?”

“நாட்டியம் என்றதும்தான் நினைவில் எழுகிறது. அமுதவல்லியின் நடன அரங்கேற்றம் நாளைதானே நடக்க உள்ளது?”

“அட! ஆமாம்! அன்று கொற்றவைக் கோட்டத்தில் அவளைச் சந்தித்தபோது நம்மை அவசியம் அவளது நடன அரங்கேற்றத்திற்கு அழைத்திருந்தாளே.”

“அவளது தாயார் சுந்தராங்கியின் இல்லத்திலிருந்து ஒரு சேவகன் தாம்பூலம் வைத்து எனது பெற்றோர் இருவரையும் அழைக்க வந்திருந்தான்.”

“பசையுள்ள செல்வந்தர்களை அழைக்கவில்லை என்றால் சுந்தராங்கியின் பிழைப்பு எப்படி நடக்கும்?” என்ற புஷ்பவல்லியின் கேள்வியில் ஒருவித எள்ளல் மிகுந்து காணப்பட்டது.

“பாவம் அவள் தாயார் அப்படி இருந்தால் அமுதா என்னடி செய்வாள்? அவளைப் போன்ற கணிகையர் குலத்தில் பிறந்தவர்களில் தூய மனம் படைத்தவர்கள் இருக்கவே கூடாதா?”

“அம்மா பரதேவதே! நான் எதுவும் தவறாகச் சொல்லவில்லை. அப்படிச் சொல்லி இருந்தால் என்னை மன்னித்து விடு. அம்பபாலி, மணிமேகலை என்று ஆரம்பித்து விடாதே தாயே” என்று வேடிக்கை பாவத்துடன் கரங்கூப்பிக் கூறியதைப் பார்த்து பத்ரா வாய்விட்டுச் சிரித்தாள்.

அப்போது வாயிலில் பெருத்த ஆரவாரத்துடன் இரண்டு சிவிகையும் கூடவே குதிரை வீரர்கள் சிலரும் வந்து நின்றனர். இரண்டு சிவிகைகளிலிருந்தும் அழகிய இளம் பெண்களும் ஒரு பெண்மணியும் சூழ இராஜகுலப் பெண்களைப்போலப் பட்டுத்துணியில் நெய்த ஆடையணிந்து விலைமதிப்பற்ற ஆபரணங்களை அணிந்து மெல்லிய துணியால் முக்காடிட்டு ஓர் ஆரணங்கு கால்களில் கலீர் கலீர் என்று சலங்கைகள் ஒலிக்க மெதுவாக நடந்து வந்தாள்.

“பாரடி நீ மணிமேகலை என்றதும் இந்த மாதவி வந்து விட்டாள்” என்று ஒரு தோழி புஷ்பவல்லியின் தோள்களில் இடித்தாள்.

முக்காடிட்ட பெண் அவர்களைத் திரும்பிப் பார்த்தாள். அவள் முகத்தில் ஒருவிதக் காயம் பட்ட உணர்ச்சி மின்னி மறைந்தது. அந்தக் கூட்டத்தின் நடுவில் பத்ராவைப் பார்த்ததும் அவளது முகம் மலர்ந்தது.

“பத்ரா” என்ற அவளைப் பார்த்துக் கூவினாள்.

“அமுதா!” என்று பத்ராவும் வாய்விட்டுக் கூவினாள்.

அமுதவல்லி மெதுவாக நடந்து அவள் அருகில் வந்து நின்றாள். உடன் வந்த பெண்மணியும் அவள் அருகில் வந்து நின்றாள்.

“உனக்குப் பூரண ஆயுள் அமுதா! இப்போதுதான் உன்னைப்பற்றிப் பேசிக் கொண்டிருந்தோம்.”

“ஒரு கணிகைக்குப் பூரண ஆயுள் வரமில்லை பத்ரா, சாபம்” என்றாள் அமுதா.

பத்ரா எதுவும் கூறவில்லை.

“நாளை நடைபெற உள்ள நடன அரங்கேற்றத்துக்கு உன்னை எதிர்பார்க்கிறேன் பத்ரா.”

“நிச்சயமாக வருவேன்” என்று பத்ரா அவளுக்கு நம்பிக்கை அளித்தாள்.

அமுதவல்லி தோழியர் புடைசூழ உள்ளே சென்று புத்தபிரான் சிலை முன் நின்று புஷ்பாஞ்சலி செய்து வணங்கிவிட்டு சுரேந்திரர் பாதங்கள் முன்பு விழுந்து வணங்கினாள்.

“அமர்ந்து கொள் மகளே” என்றார் சுரேந்திரர்.

அவர் முன்னால் அமுதவல்லி அமர்ந்து கொண்டாள். “நாளை எனது நாட்டிய அரங்கேற்றம். தலைக்கோல் எடுக்கும் விழா.”

“நல்லவிதமாக நடக்கட்டும்.”

“அதன்பிறகு என்னால் புத்த விகாரைக்கு இப்போது வருவது போல வர முடியாது அண்ணலே.”

“இப்போது வந்திருப்பதும் உன் தாயார் விருப்பப் பட்டுத்தான் இங்கே வந்தாயா?”

“இல்லை. அதற்குத்தான் ஏவலுக்கும் காவலுக்கும் ஒரு படையை அனுப்பி வைத்துள்ளாளே. இதோ இந்த மோகனாங்கி என் சிற்றன்னை மட்டுமில்லை, அன்னையின் காவல்படை தலைவியும் கூட. உடன் வந்தவர்கள் காவல் வீரர்கள். நான் நாளை முதல் விலைமதிப்பற்ற பொருள் இல்லையில்லை விலை பேசப்படும் பொருள் இல்லையா, அதற்குத்தான் இத்தனை காவல்.”

“நல்லதை நினை மகளே.”

“தங்கம் இன்னும் கைக்கு வரவே இல்லை ஆனால் நான் ஆபரணத்திற்கு வடிவமைக்கும் கொல்லன் போல இருக்கிறேன். ஆற்றில் இன்னும் வெள்ளம் வரவே இல்லை. நான் ஆற்றைக் கடப்பவர்களுக்குக் காத்திருக்கும் ஓடக்காரன் போல உள்ளேன். கோட்டம் கட்டுவதற்கு முன்பே சிலை வடிக்கும் சிற்பி நான்.”

“இந்தச் சிறிய வயதில் உனக்கு ஏன் அமுதா இவ்வளவு விரக்தி?” என்று அருகில் அமர்ந்திருந்த புஷ்பவல்லி கேட்டாள்.

“என் குலத்தின் கோளாறு புஷ்பா. நாம் மூவரும் ஒரே கலாசாலையில்தான் படித்தோம். நானும் இதோ இந்த பத்ராவும் இதே சங்கத்தில்தான் இரண்டு வருடங்கள் வித்யார்த்திகளாக இருந்தோம். ஆனால் என் குலம் என்னை ஒரு நாட்டிய மங்கையாகவே மாறுவதற்கு விரும்புகிறது. என் தாயார் என் பாட்டி அனைவரும் இதே கணிகையர் குலத்தில் வந்தவர்கள். மற்றவர்களுக்கு உள்ளது போல இது தந்தை வழிச் சமுதாயம் இல்லை. தாய்வழிச் சமுதாயம். மிகச்சிறந்த முறையில் நடனம் எனக்குக் கற்பிக்கப்பட்டாலும் என் இளமை தீர்ந்து போகும் வரையில் வேறொரு ஆடவனை நினைத்துத்தான் என் நாட்டியம் இருக்கும். என்றுமே என்னை நினைந்து அது இருக்காது.”

“முடியாது என்று மறுக்கலாமே?”

“விவரம் அறியாதவளாக இருக்காதே புஷ்பா. கணிகை ஒருத்தி தனது குலத் தொழிலை மறுத்தால்; என்னவகையான பாடுகளைச் சந்திப்பாள் என்பது உனக்குத் தெரியாது. தலைமீது ஏழெட்டு சுடுமண் கற்களைச் சுமந்தபடி மணல்மீது நண்பகல் நேரம் சூரியன் சுட்டெரிக்கும்போது வெறும் காலுடன் நடந்து செல்லச் சொல்வார்கள். கணக்கில்லாமல் கசையடி கொடுப்பார்கள். உண்ண உணவு மறுக்கப்படும். கணிகை ஒருத்தி தனது குலத்தொழிலைவிட்டு வெளியில் வருவது நடக்காத ஒன்று. மணிமேகலைக்கு மாதவி தாயாராகக் கிடைத்த பாக்கியம் எல்லோருக்கும் வாய்ப்பதில்லை.”

பத்ரா அங்கிருந்த சுரேந்திரரிடம் விடைபெற்றுக் கொண்டாள். மேலும் அங்கே நீட்டித்து இருந்தால் இரவுப் பொழுது வந்துவிடும் என்பதோடு அமுதவல்லி சுரேந்திரருடன் தனிமையில் பேச விருப்பப்படுவது தெரியவே அவள் தனது பரிவாரங்களை அழைத்துக் கொண்டு கன்னி மாடம் நோக்கி சிவிகையில் கிளம்பினாள்.

ஆனால் பத்ரா நினைத்தபடி அமுதவல்லி அங்கே அதிக நேரம் இருக்கவில்லை. மறுநாள் நாட்டிய அரங்கேற்றத்தை வைத்துக்கொண்டு புத்தச் சங்கத்தில் தனது அக்காள் சுந்தராங்கியின் மகள் இருப்பதை மோகனாங்கி விரும்பவில்லை.

“நீ எதற்கும் கவலைப்படாதே மகளே! உனக்காக இந்தப் புத்தச் சங்கம் எப்போதும் திறந்தே இருக்கும். கங்கை, யமுனை, அசிரவதி, சரயு, மாஹி முதலிய நதிகள் கடலில் சங்கமம் ஆன பின்னர் எவ்வாறு தங்களது பிறப்பிடம், பெயர் முதலியவற்றை இழந்து கடல் என்று ஒரே பெயரைப் பெறுகின்றதோ அதைப் போல மனிதர்கள் புத்த நெறியில் வந்து சேரும்போது தங்களது வருணங்களை இழந்து, குலம், கோத்திரங்களை இழந்து ஒரே தர்மத்தில் திளைக்கிறார்கள். இதை நான் கூறவில்லை, போதிசத்துவர் கூறுகிறார். எனவே தற்போதைய உனது கணிகை என்ற அடையாளத்திற்காக வருந்தாதே. பொறுத்திரு. காலம் கனியும்போது நீ இங்கே இந்த மாபெரும் தர்மச் சாகரத்தில் ஒரு துளியாக வந்து கலக்கலாம்” என்றார்.

அமுதவல்லி ததாகதரின் பாதங்களில் விழுந்து வணங்கினாள். சுரேந்திரர் அருகில் இருந்த அறைக்குள் சென்று கையில் ஒரு சிறிய துணி மூட்டையை எடுத்து வந்தார்.

“இந்தா இதை எனது பிரசாதமாக வைத்துக் கொள்” என்று கொடுத்தார்.

அமுதவல்லி சிரத்தையுடன் பெற்றுக் கொண்டாள்.

“பிரித்துப் பார்” என்றார் சுரேந்திரர்.

அமுதவல்லி அந்த மூட்டையைப் பிரித்தாள். உள்ளே பொன்னால் வார்க்கப்பட்ட போதிசத்துவர் கண்களை மூடி தியானத்தில் இருந்தார்.

அத்தியாயம் – 7

சோழ மண்டலம் முழுவதையும் கட்டி ஆண்ட கரிகால் பெருவளத்தான் தனது காலத்திற்குப் பின்னர் வரும் வழித்தோன்றல்களின் நடுவில் பங்காளிச் சண்டை எதுவும் நேர்ந்து விடக்கூடாது என்பதற்காகத் தனது சோழ சாம்ராஜ்ஜியத்தை இரண்டாகப் பிரித்து ஒரு மண்டலத்தின் தலை நகராகப் புகார் நகரத்தை நிர்மாணித்து மற்றொரு மண்டலத்திற்கு உறையூரைத் தலைநகராக மாற்றி யுவராஜன்கள் நடுவில் கருத்து வேறுபாடு வராமல் பார்த்துக் கொண்டான். ஆனால் பின்னால் வந்த சோழ மன்னர்கள் நடுவில் யார் உயர்ந்தவன் யார் தாழ்ந்தவன் என்ற பொறாமையில் புகாருக்கும் உறையூருக்கும் எப்போதும் பகைமை நிலவியபடி இருந்தது. கபாடபுரம் என்றும், திருவாலவாய் என்றும் அழைக்கப்படும் மதுரையைத் தலைநகராகக் கொண்டு ஆண்டு வந்த பாண்டிய மன்னர்கள் மற்றும் சோழர்கள் மத்தியில் எப்போதும் பகைமையும் அதன் காரணமாகப் போரும் நிகழ்ந்த வண்ணம் இருந்தன.

இந்திர விழா எடுப்பதும் காமன் விழா எடுப்பதும் தொன்றுதொட்டு நிலவி வரும் நிகழ்வுகள் எனினும் எந்த நேரத்திலும் சேரனும், பாண்டியனும் ஒன்றாகக் கை கோர்த்துப் போர் தொடுத்து வரலாம் என்று ஒற்றர் பிரிவின் அதிகாரிகள் எச்சரித்ததால், அரசன் எண்மர் பேராயத்தைக் கூட்டினான். ஊர் முழுவதும் விழாக்களில் தங்களது கவனத்தைச் செலுத்திக் கொண்டிருக்கும் வேளையில் ஒரு மந்திராலோசனை செய்வது நல்லது என்று முதன்மந்திரி அறிவுறுத்தியதால்

பேராயத்தில் உள்ள அனைத்துப் பிரிவினருக்கும் சுற்றறிக்கையும் சேவகர்கள் மூலம் செய்தியும் சென்றன.

அரண்மனையை ஒட்டியிருந்த வீதியில்தான் அரசாங்க அதிகாரிகள் வசித்தனர். அந்த வீதியில்தான் அமைச்சர் வித்தகனும் தனக்குரிய மாளிகையில் வசித்து வந்தார். சாதாரண நாட்களில் கண்ணில் பட்டுக்கொண்டிருக்கும் தனது மைந்தனை இரண்டு நாட்களாகப் பார்க்காமல் இருப்பதற்கு ஊரில் உள்ள காமன் பண்டிகை கொண்டாட்டங்கள் காரணமாக இருக்கும் என்று எண்ணிக் கொண்டார். கூடவே 'ஊரில் திருவிழா மாரில் சந்தனம்' என்ற பழமொழி வேறு நினைவில் வந்து மைந்தன் மீதான எரிச்சலை அதிகப்படுத்தியது.

மார்பில் கவசம், தலைக்குப் பாகை, கால்களில் கழல், முறுக்கி விடப்பட்ட மீசை, மன்னர் கேட்கும் கேள்விகளை எழுதி வைத்துக் கொள்ள எழுதுகோல், மாசிக் கருப்பு, ஒரு கூரிய எழுத்தாணி, இடையில் செருகிய குறுவாள் சகிதம் வித்தகன் அரண்மனைக்குக் கிளம்பினார்.

அரண்மனையின் கோபுர வாயில்கள் எங்கிருந்து பார்த்தாலும் தெரியும் வண்ணம் உயர்ந்து காணப்பட்டன. கோபுர வாயில்களின் கதவுகள் நீண்ட நிலைகளில் பொருந்தி இரண்டாக மடிக்கக் கூடிய வகையில் நல்ல தேக்கு மரத்தினால் இழைக்கப்பட்டு செவ்வரக்கினைக் கொண்டு பூசப்பட்டுப் பூண் கைப்பிடிகள் பொருத்தப்பட்டு கம்பீரமாக விளங்கின. கதவுகளின் அருகில் காவல் வீரர்கள் நின்றிருந்தனர். கோட்டையின் மேலே இருந்த கொத்தளத்தில் காவல் வீரர்கள் பலர் காவலுக்கு நின்றனர்.

வித்தகர் குதிரையுடன் அரண்மனை வாயிலில் சென்று இறங்கி அருகில் இருந்த குதிரைப் பட்டியில் தனது குதிரையை ஒரு கம்பத்தில் கட்டிவிட்டு அங்கிருந்த காவலாளியிடம் புல்லும் நீரும் வைக்கச் சொல்லிவிட்டு அரண்மனையை நோக்கி நடந்தார். அரண்மனை வாயிற்படியின் உத்தரக் கற்கவியில் (கதவின் நிலைப்படியின் மேல் அமைந்துள்ள பாவுகல்) மிக எழிலுடன் விளங்கும் திருமகளின் உருவமும் அவளது இருபுறத்திலும் இரண்டு யானைகள் துதிக்கையில் தாமரை மலர்களைத் தாங்கிய வண்ணம் இருப்பது போன்ற புடைச்சிற்பமும் மரத்தில் செதுக்கப்பட்டிருந்தது.

அன்று அரண்மனை முழுவதும் எண்பேராயத்தைச் சேர்ந்தவர்களால் நிறைந்திருந்தது. செயலாளர்கள், காப்பாளர்கள், ஊர்ப்பெருமக்கள், படைத்தலைவர்கள், அணுக்கத் தொண்டர்கள், யானை மற்றும் குதிரை வீரர்கள், உழவர் பெருந்தகைகள் என்று பலரும் திரண்டு வந்திருந்ததால் அரண்மனை உள்ளே ஜேஜே என்று கூட்டம் அலை மோதியது.

அரண்மனை மைய மண்டபத்தில் வட்ட வடிவில் ஆளுயர பாவை விளக்குகள் கைகளில் பெரிய பெரிய அகல் விளக்குகளை ஏந்தி அவற்றில் குடம் குடமாக எண்ணெய் ஊற்றப்பட்டு தடிமனான திரிகளில் எரிந்த சுடர்கள் மண்டபத்தில் இருள் என்பதை இல்லாமல் செய்து கொண்டிருந்தன. சுவர்களின்மீது பசுங்கொடிகளின் ஓவியமும் இடையிடையே வண்ண மலர்களின் ஓவியமும் வரையப்பட்டு எழிலுடன் திகழ்ந்தன.

நாளோலக்கம் எனப்படும் அவையில் மக்களின் திரளான கூட்டம் மிகுந்து காணப்பட்டது. எண்பேராயத்தினர் பலரும் கூடியிருக்க முக்கியமான அதிகாரிகள், மந்திரிமார்களுக்கு மட்டும் இருக்கைகள் இடப்பட்டு மன்னரின் சிம்மாசனத்தின் அருகில் அமர்ந்திருந்தனர். புலவர்களும் பாணர்களும் மன்னர் வருகையை எதிர்பார்த்துக் காத்துக்கிடந்தனர். அரண்மனை புரோகிதர் இருக்கையில் அமர்ந்திருக்க, ஏனைய வேதியர்கள் கைகளில் கமண்டலமும் மாவிலையும் தாங்கி ஓர் ஓரமாக நின்று கொண்டிருந்தனர்.

அரசவை திடீரென்று பரபரப்பானது. சர்வ அலங்கார பூஷிதைகளாகச் சகலவிதமான ஆபரணங்களை அணிந்து புனுகு முதலிய வாசனைப் பொருட்களைப் பூசிக்கொண்டு நறுமணத்துடன் விளங்கிய இளம் பெண்கள் தங்கள் கரங்களில் ஆரத்தி எடுக்கும் தாம்பாளங்களுடன் சோழ மன்னன் வேங்கை வளவன் வரும் வழியினைப் பார்த்து நின்றனர். வேத விற்பன்னர்கள் ஒன்றாகச் சேர்ந்து வேத கோஷம் எழுப்பினர். பாணர்கள் தங்களது யாழின் நரம்புகளைச் சுருதி சேர்த்து இசைப்பதற்கு ஆயத்தமாக இருந்தனர்.

சோழ வேந்தன் வேங்கை வளவன் தனது பரிவாரங்களுடன் வந்து கொண்டிருந்தான். தலையில் சோழர்களின் வீர அடையாளமாகிய புலி உருவம் பொறித்த முத்துக்களும் நவமணிகளும் பதித்த பொன்னாலான கிரீடமும்

சூடியிருந்தான். நெருக்கிக் கட்டிய மல்லிகைப்பூ மாலை ஒன்று கழுத்திலிருந்து மார்புவரை அசைந்து கொண்டிருந்தது. அதன்மீது சோழர்களின் அடையாளமான ஆத்திப் பூக்களால் தொடுத்த மாலை அலங்கரித்துக் கொண்டிருந்தது. மார்பையும் தாண்டி முத்து வடங்கள் பொன் ஆரங்கள் தவழ்ந்தன. சந்தனம் பூசிய மார்பு வீரத் தழும்புகளுடன் அகன்று விரிந்திருந்தது. சோழனின் கரங்கள் இரண்டும் தினவுற்று வலிமையுடன் திகழ்ந்தன. அந்தக் கரங்களில் வைரக் கங்கணம் ஒன்றும் விரல்களில் நவரத்தினக் கற்கள் பதித்த தங்க மோதிரங்களும் மின்னின. மடிப்பு கலையாத பட்டுத் துகிலைப் பொன்னால் செய்யப்பட்ட அணிகலன்கள் விளங்கித் தெரியுமாறு மேலே அணிந்திருந்தான். வீரக் கழல் அணிந்து கம்பீரத்துடன் வந்து சிம்மாசனத்தில் அமர்ந்தான்.

தமிழ்ப் புலவர்கள் இருவர் அரசவையின்முன் நின்று சோழர்களின் பெருமைகளை நீட்டி முழக்கிப் பாடினர்.

“அடைக்கலம் என்று வந்த புறாவின் உயிரைக் காப்பாற்றத் தனது சதையை அறுத்து யானைத் தந்தத்தைத் துலாக்கோலாகக் கொண்ட தராசுத் தட்டில் வைத்து அறத்தை நிலைநாட்டியவன் சிபிச் சக்கரவர்த்தி.

அகத்திய மகாமுனியின் உதவியோடு குடகில் பாய்ந்த காவிரி நதியைத் தமிழகத்தில் பாயச்செய்து புகார் நகரம் வரையில் கொண்டு வந்தவன் காந்தன் என்ற பெயரைக் கொண்ட சோழ மன்னன்.

ஆகாயத்தில் அசைந்து கொண்டிருந்த பகைவர்களின் முப்புரம் அழித்த சோழன் ‘தூங்கெயில் எறிந்த தொடிதோட் செம்பியன்’ என்று அழைக்கப்பட்ட சோழன் செம்பியன்.

மோகூர்மீடு படையெடுத்து வந்த கோசர்களைப் புறமுதுகிட்டு ஓடச்செய்து அவர்கள் தங்கியிருந்த பாழியூர் பாசறைவரை சென்று அழித்தவன் இளஞ்சேட்சென்னி என்ற சோழ வேந்தன்.

தனது மைந்தன் தேரில் செல்லும்போது பசுவின் கன்றை ஏற்றிக் கொன்றுவிட்டான் என்பதை அறிந்ததும் நீதி கேட்டு வந்த பசுவிற்காகத் தனது மகனைத் தேர்க்காலில் இட்டுக் கொன்றவன் மனுநீதி சோழன்.

பாண்டியனையும், சேரனையும் வெண்ணிப் போர்க்களத்தில் புறமுதுகிட்டு ஓடச் செய்து, ஒளிநாகரை பன்றியில் வென்று,

கற்கா, வேள்நாடு, குட்டநாடு, குடம், பூழி ஆகிய சேர நாடுகளை வென்று, அருவா நாட்டை வென்று காஞ்சியைச் சோழர்களின் தலைநகராக்கி வடக்கில் வடுகரை வென்று இமயம்வரை சென்று வெற்றிக் கொடியை நாட்டி, பெருங்கப்பற்படை கொண்டு இலங்கை சென்று இலங்கை மன்னனை வென்று காவிரி நதியின் கரைகளை உயர்த்திக் கட்டி சோழ நாட்டைச் சோறுடைய நாடாக்கியவன் கரிகால் பெருவளத்தான்.

அத்தகைய சிறப்புமிக்க சோழ மரபில் சேர பாண்டியர்களுக்குச் சிம்ம சொப்பனமாக வந்துதித்த சோழ வேந்தன் மகா ராஜாதி ராஜன் வேங்கை வேந்தன் சந்திரரும் சூரியரும் உள்ளவரையில் வாழிய பல்லாண்டு" என்று போற்றிப் பாடினர். வேங்கை வேந்தன் உளம் குளிர்ந்து பொக்கிஷ அதிகாரியை அழைத்து அவன் சுமந்து வந்த பொற்கழஞ்சு நிறைந்த மூட்டையிலிருந்து பொற்கழஞ்சுகளை இரண்டு கைகளாலும் அள்ளி எடுத்துக் கொடுத்தான். புலவர்கள் தங்கள் மேல் உத்தரியத்தை விரித்து நீட்டி அவற்றைப் பெற்றுக் கொண்டனர்.

"பகைவர் அம்புகளைத் தங்கள் மார்பில் தாங்கி, முரட்டுக் குதிரைகளின் மீதேறி கடினமான மார்புகளில் தைத்த அம்புகளையும் பொருட்படுத்தாமல் பகைவர்கள் பலரை வீழ்த்திவிட்டுத் திரும்பிய வீரர்களின் அதிபதிகளே உங்களுக்கு என் பாராட்டுக்கள். காவல் அரண்களில் இரவு பகல்,வெயில் மழை என்று பாராமல் பகைவர்களை உள்ளே நுழைய விடாமல் காவல் காக்கும் வீரர்களின் தளபதிகளே உங்களுக்குப் பாராட்டுகள். பகைவர் கூட்டத்தின் நடுவில் அச்சமின்றி உட்புகுந்து யானைகளின் மீதமர்ந்து எதிரிப் படைகளைத் துவம்சம் செய்துவிட்டுத் திரும்பும் யானைப் படையின் தளபதிகளே உங்களுக்கு எனது பாராட்டுகள். சோழ மண்டலம் சிறப்புடன் பாரோர் போற்றும் வண்ணம் திகழ்கிறது என்றால் அதற்கு வீரர்களாகிய நீங்கள் காரணம். அமைச்சரே! இந்த வீரர்களுக்கு என்ன என்ன தேவையோ அவற்றை எல்லாம் கேட்டு நிவந்தமாக அளியுங்கள். உரிய முறையில் ஆவணப்படுத்தி என் பார்வைக்குக் கொண்டு வாருங்கள்" என்றான் அரசன்.

அதன் பின்னர் நீதிமன்றங்களிலும் வழக்காடு மன்றங்களிலும் உரிய நீதி கிடைக்காத இரண்டு குடிகளைச் சார்ந்த உழவர் பெருமக்களின் வழக்கினை மன்னன் தீர விசாரித்து நீதி வழங்கினான். காலம் நீண்டு கொண்டே சென்றது.

“வேறு யாருக்காவது குறைகள் உள்ளதா?” என்ற மன்னனின் கேள்விக்குக் காத்திருந்த பெருவணிகன் மும்முடி நாய்கன் எழுந்து நின்றான்.

“உமது குறை என்னவோ மும்முடி நாய்கரே? சுங்கச் சாவடிகளிலோ துறை முகங்களிலோ அல்லது பண்ட சாலைகளிலோ நமது அதிகாரிகளினால் இடையூறுகள் உள்ளனவா?”

“சோழ சாம்ராஜ்ஜியத்தின் கணக்கு வழக்குகளில் எனது இருபது ஆண்டு வாணிபத்தில் குறைகள் ஏதும் கண்டதில்லை மன்னா. ஆனால் நேற்று நள்ளிரவில் எனது இல்லத்தில் கள்வன் ஒருவன் கன்னம் வைத்து உள்ளே நுழைந்து எனது தங்க நகைகள், விலைமதிப்பற்ற நவரத்தினங்கள், வைரங்கள் ஆகியவற்றைக் களவாடிச் சென்று விட்டான்.”

“ஆ! காவல் மிகுந்த சோழ சாம்ராஜ்ஜியத்தில் கன்னமிடும் கள்வர்களின் நடமாட்டம் உள்ளதா?” என்று வேங்கை வளவன் உருமியதும் சபையில் சலசலப்பு மிகுந்தது. சிலர் வாய்விட்டு காடவன் என்ற கள்வனின் கைவரிசைகளைப்பற்றி எடுத்துக் கூறினார்கள். அரசன் ஊர்க் காவல் தலைவனை அழைத்து நேற்று நடந்த அசம்பாவிதம் குறித்து ஒரு நெடிய அறிக்கை தயார் செய்து தருமாறு கூறினான். நாட் கெடு விதித்து குறிப்பிட்ட அந்தக் கால வரம்பிற்குள் கள்வனைப் பிடிக்க உத்தரவிட்டான். அந்தக் காலக் கெடுவிற்குள் மும்முடி நாய்கன் தான் இழந்த பொருட்களைப் பெறவில்லையென்றால் அரசாங்கம் அவனது இழப்பிற்கு ஈடு செய்யும் என்று உத்தரவிட்டான்.

சபை கலைந்ததும் அனைவரும் சென்று அரண்மனை சமையல் கூடத்தில் நறுமணம் கமழும் கறி சோறு உண்ணலாம் என்று பசியுடன் காத்திருந்தபோது “ஐம்பேராயத்தைச் சேர்ந்த தலைமை அதிகாரிகளும் மந்திரிப் பிரதானிகளும் உங்கள் வயிற்றுப் பசியைப் பொறுத்துக் கொண்டு மந்திராலோசனை மண்டபத்தில் கூடுமாறு கேட்டுக் கொள்கிறேன். காவல் தளபதியாரே காற்றுகூட புகாத அளவிற்கு மந்திராலோசனை மண்டபத்தில் காவல் இருக்கட்டும்” என்று உத்தரவு பிறப்பித்துவிட்டு தனது பரிவாரங்கள் தொடர அந்தப்புரம் சென்றுவிட்டான் மன்னன். அவன் அளித்திருந்த நாழிகைக் கணக்கைப் பார்த்தால் அவனால்கூட தனது மேனியில் கலைந்துபோன ஒப்பனையைத் திருத்தி அலங்காரம் செய்துகொண்டு வர

முடியாது என்று வித்தகனுக்கு விளங்கியது. அந்த அளவிற்கு என்ன முக்கியமான விஷயமாக இருக்கும் என்று அவரது சிந்தை குழம்பியது.

மற்றவர்கள் அவசர கதியில் அரண்மனை விருந்துண்ணும் கூடத்திற்குச் சென்றபிறகு மற்ற அதிகாரிகள் முற்றத்தில் முகம் கைகால்களைக் கழுவிக்கொண்டு மந்திராலோசனை மண்டபத்திற்குள் நுழைந்தபோது அங்கே ஏற்கெனவே முதன் மந்திரியும் மன்னரும் அமர்ந்திருந்தனர். காவல் அதிகாரிகள் மண்டபத்தின் வாயிலில் நின்று கடுங்காவல் புரிந்தனர். அனுமதிக்கப்பட்டவர்களைத் தவிர சேடிகள், சேவகர்களைக்கூட உள்ளே அனுமதிக்கவில்லை.

'ஒருவேளை புகார் நகரிலும் நாகப்பட்டணத்திலும் பெரும் தொந்தரவாக மாறி வரும் கள்வன் காடவனைப் பிடிப்பதற்கு இந்த இரகசிய ஆலோசனையாக இருக்குமோ என்று எண்ணிய வித்தகர் உடனே தனது எண்ணத்தை மாற்றிக் கொண்டார். கன்னமிட்டுக் களவாடும் ஒரு கள்வனைப் பிடிக்க எதற்கு இத்தனை ரகசியமாக ஒரு மந்திராலோசனை?' என்று தன்னைத் தானே நொந்து கொண்டார். தனது துறையைச் சார்ந்த அசம்பாவிதம் அது என்பதால் அதைப்பற்றியே எண்ணிக் கொண்டிருந்ததால் ஏற்பட்ட குழப்பம் அது.

அதிகாரிகளும் முக்கிய மந்திரிகளும் அவரவர் இருக்கையில் அமர்ந்து கொண்டனர். மந்திராலோசனை கூடத்தின் அமைப்பு எப்போதும் வித்தகனை மிகவும் கவரும் அமைப்பாக இருக்கும். மன்னரின் இருக்கைக்கு நேராக அரை வட்ட வடிவில் ஐம்பேராயத்தின் அதிகாரிகள் அமைச்சர்களுக்கு இருக்கைகள் போடப்பட்டிருக்கும். மன்னர் தான் அமர்ந்திருக்கும் இருக்கையிலிருந்து அத்தனை அதிகாரிகள், மந்திரிகள் முகங்களை ஒரே சமயத்தில் பார்க்க முடியும். ஆனால் அமர்ந்திருக்கும் அதிகாரிகளின் இருக்கையிலிருந்து மன்னர் மற்றும் முதன் மந்திரியின் முகம் மட்டுமே பார்க்க முடியும். ஐம்பேராயத்தின் மற்ற உறுப்பினர்களின் முகங்களைப் பார்க்க முடியாது.

அனைவரும் கூடியதும் மன்னர் சுற்றி வளைக்காமல் நேரடியாக விஷயத்துக்கு வந்து விட்டார்.

'மூதூர் வாயில் பனிக் கயம் மண்ணி,
மன்ற வேம்பின் ஒண்குழை மிலைந்து,
தெண்கிணை முன்னர்க் களிற்றின் இயலி,

வெம்போர்ச் செழியனும் வந்தனன்; எதிர்ந்த
வம்ப மள்ளரோ பலரே;
எஞ்சுவர் கொல்லோ, பகல்தவச் சிறிதே?'

வேங்கை வளவன் புறநானூற்றுப் பாடல் ஒன்றைக் கூறினான்.

முதன்மந்திரி ஆவேசம் கொண்டு எழுந்து "மன்னா! இந்தப் பாடலை உங்களைத் தவிர வேறொருவன் பாடியிருந்தால் அவனது தலையை எனது வாளால் கொய்திருப்பேன்" என்று சீறினார்.

"இந்தப் பாடலின் பொருள் யாதென்று இந்த ஐம்பேராய உறுப்பினார்களுக்குக் கூறுங்கள் முதன் மந்திரி" என்றான் மன்னன்.

முதன் மந்திரி தனது சினம் சற்றும் மாறாமல் "இந்தப் பாடல் ஒரு புறநானூற்றுப் பாடல். பாடியவர் இடைகுன்றூர் கிழார் என்ற புலவர். நமது நெடுங்காலப் பகைவரான பாண்டியரகளில் நெடுஞ்செழியனைக் குறித்துப் பாடப்பட்ட பாடல்"

மன்னன் இடை மறித்தான். "அடைமொழியோடு கூறுங்கள் மந்திரியாரே."

"பகை மன்னனின் அடைமொழியை என் வாயால் கூற மாட்டேன்."

"சோழ மண்டலத்தின் மீது உமக்குள்ள பற்றினை அறிந்து பெருமகிழ்ச்சி கொள்கிறேன் மந்திரியாரே. நீர் கூற வேண்டாம் நான் கூறுகிறேன். குளிர்ந்த நீரை உடைய பொய்கையில் நீராடிவிட்டு பாண்டியர்களின் அடையாளமாகிய வேப்பம்பூவினைத் தலையில் சூடிக்கொண்டு முரசம் அறிவிப்போர் பின்தொடர, தான் முன்னால் யானையின் மீதேறி போர்க்களத்திற்கு வந்துள்ளான் பாண்டியன் நெடுஞ்செழியன். சோழ மன்னன் செழியனும் வெம்போர் புரிவதற்கு வந்திருந்தான். சோழனுடன் வந்த குறுநில மன்னர்களோ பலர். அவர்கள் அத்தனை பேரும் பாண்டியன் வாளுக்கு மடிவார்களா? இன்று பகல் பொழுது குறைவாக உள்ளதே. இதுதான் பாடலின் மேலோட்டமான கருத்து. ஆனால் சோழர்களை எள்ளி நகையாடுவது போல ஓர் உள்ளர்த்தமும் கொண்டது இந்தப் பாடல். புரிந்ததா புலவரின் பகடி?" என்றான் மன்னன்.

ஐம்பேராயத்தார் 'நற நற' என்று பற்களைக் கடித்தனர்.

"பாண்டியன் நெடுஞ்செழியன் காலத்திலிருந்து சோழர்களுக்கும் பாண்டியர்களுக்கும் ஜென்மப்பகை. இது தொடர்ந்த வண்ணம் உள்ளது. பாண்டியப் பேரரசின் சோழ எல்லையிலும் அதேபோல நமது பாண்டிய எல்லையிலும் காவலும் அரணும் மிகுந்து காணப்படுகின்றன. கடந்த இரண்டு திங்கள்களாகப் பாண்டிய நாட்டைச் சேர்ந்த ஒற்றர்கள் சோழ மண்டலத்தில் உலவி வருவதாக நமது உளவுத்துறை அதிகாரிகள் எச்சரித்து வருகின்றனர். எந்நேரமும் இருவருக்கும் போர் மூளும் அபாயம் உள்ளது."

"நமது நால்வகைப் படைகளும் பலமாக உள்ளன மகாராஜா! போர் எப்போதும் மூளும் அபாயம் இருப்பதால் படை வீரர்களை அந்தந்த மண்டலங்களில் திரட்டுவதற்கு ஏற்பாடுகள் நடந்த வண்ணம் உள்ளன. அதற்காக நிதி வேண்டி பொக்கிஷ அதிகாரிகளிடம் கூடுதல் நிதி பெற்று வருவது மன்னர் செவிகளுக்கு எட்டியிருக்கும் என்று நம்புகிறேன்" என்று நாற்படைகளின் ஒருங்கிணைந்த சேனாதிபதி எழுந்து நின்று வேங்கை வளவனிடம் அறிக்கை அளித்தார்.

"போதிய அளவிற்கு நிதியும் தானியங்களும் நம்மிடம் உள்ளன அல்லவா?" என்று பொக்கிஷ அதிகாரியிடம் வேங்கை வளவன் கேட்டுத் தெரிந்து கொண்டான். அவரும் எழுந்து அறிக்கை சமர்ப்பித்தார்.

"பாண்டியரின் படையெடுப்புக்குத் தயாராக இருக்கும் நம்மால் உள்ளூர் படையெடுப்பைத்தான் கவனிக்க முடியவில்லை. இல்லையா வித்தகரே?" என்றான் மன்னன், வித்தகனைப் பார்த்து.

வித்தகன் சிறிது நேரம் புரியாமல் விழித்தார். "சோழ மண்டலத்தின் உள்ளூர் பாதுகாப்பும் ஊர்க்காவல் பொறுப்பும் உமது அமைச்சகத்திடம்தானே உள்ளது? அது தெரியாமல் நீர் ஏதோ ஆடு திருடிய கள்வனைப்போல விழிக்கிறீர். அதனால்தான் உள்ளூரில் கள்வர்கள் பெரும் செல்வந்தர்கள் இல்லங்களில் கன்னம் வைக்கத் தொடங்கி விட்டனரா?"

"கள்வர்கள் இல்லை மன்னா! காடவன் என்ற ஒரே கள்வன்."

"காடவனின் பெயரைக்கொண்டு ஒருவரா பலரா என்பதை நீர்தான் கண்டுபிடிக்க வேண்டும்."

“கண்டிப்பாக மகாராஜா! இரவு காவலை மேலும் கடினமாக மாற்ற நடவடிக்கை எடுக்கிறேன்.”

“நல்லது. நான்கைந்து நாட்களில் நடைபெறும் காமன் விழா முடியட்டும். அதன் பின்னர் எத்தனை விரைவாக அந்தக் கன்னமிடும் கள்வனைப் பிடிக்கிறோமோ அந்த அளவிற்குச் சோழ மக்கள் பயமின்றி இருப்பர்” என்றார்.

பின்னர் சேனாதிபதியை நோக்கி, “இரண்டு திங்களுக்குள் நாம் பாண்டியர்கள் நம்மீது படையெடுத்து வருகின்றனரா என்று நோட்டமிட வேண்டும். அல்லது நாம் பாண்டியர்களை எதிர்த்து சோழ மண்டலத்தின்மீது விழுந்துள்ள பழியைத் துடைக்க வேண்டும். இது குறித்த தகவல் வெளியில் ஒருவருக்கும் தெரியாமல் பாதுகாக்க வேண்டியது நமது கடமை” என்றார்.

எண்பேராயம் கலைந்தது.

நான்கைந்து நாட்கள் இதே சிந்தனையாக இருந்த வித்தகனை அவரது இல்லாள் தனது கணவன் வீட்டின்மீது அக்கறை காட்டாமல் எப்போதும் ராஜாங்கச் சிந்தனையாக இருப்பதற்குக் கடிந்து கொண்டாள். மூத்த மகளின் திருமண ஏற்பாடுகள் பாதியில் நின்று போயிருப்பதற்கு வருத்தப்பட்டாள். ராஜாங்க ரகசியம் என்பதால் என்ன யோசனையில் ஆழ்ந்திருக்கிறார் என்பதைப்பற்றி வித்தகனும் கூறவில்லை. அரண்மனைக்குள் நுழையக் கூடாது என்ற தடையிருப்பதால், மிக முக்கியமாக ஏதோ ஒன்று நிகழப் போவது காளனுக்குத் தெரிந்தாலும் அது என்ன அதன் பின்னணி நடவடிக்கைகள் என்ன என்பது தெரியாமல் தடுமாறினான். அவனது தந்தை, காடவன் என்ற கள்வன் செய்யும் திருட்டுகளை ஓர் அளவிற்கு மேல் மன்னர் பொறுக்க மாட்டார் என்பதை மட்டும் கூறினாரே தவிரப் பாண்டியர்களை எதிர்க்கப் படை திரட்டுவது குறித்து மூச்சே விடவில்லை. காளனுக்குத் தந்தை சொன்னது ஒரு பொருட்டாக இல்லை என்றாலும் ராஜாங்க ரகசியத்தை அறிந்து கொள்ளாத வரையில் அவனுக்கு உறக்கம் வருமா என்ற சந்தேகம் எழுந்தது.

அத்தியாயம் – 8

சிவிகையில் அமர்ந்திருந்த பத்ரா சிவிகை சுமப்பவர்களைக் கடற்கரையை ஒட்டியிருந்த கன்னிமாடம் செல்வதற்கு முன்னர் சிவிகையை நாளங்காடி சதுக்கத்துக்கு இட்டுச்செல்லக் கட்டளையிட்டாள்.

“இப்போது எதற்கு நாளங்காடி சதுக்கம்?” என்று புஷ்பவல்லி கேட்டாள்.

“நாளங்காடியில் உள்ள சதுக்கப் பூதத்திற்கு இன்று விசேடப் பூசைகள் உள்ளன.”

“பௌத்த நெறியில் பற்று கொண்டவளுக்குச் சதுக்கப் பூதத்தின் மீது என்ன பற்று?”

“பௌத்தம் மீதான பற்று காரணம் இல்லை. பரம்பரை பரம்பரையாகச் சோழ மண்டலத்தில் நடந்து வரும் கதை. முசுகுந்தன் என்ற பண்டைய சோழகச் சக்கரவர்த்தியைக் காப்பாற்ற இந்திரன் அனுப்பியதுதான் இந்த நாளங்காடி சதுக்கப் பூதம். சோழ சாம்ராஜ்ஜியத்துக்கு என்று ஒரு தொன்மம் இருப்பது உனக்குப் பெருமையாகத் தோன்றவில்லையா?”

புஷ்பவல்லிக்கு உடனே ஒரு வினா சிந்தனையில் எழுந்தது. ஆனால் அதனை அப்போது கேட்க வேண்டாம் என்ற எண்ணம் தோன்றவே மனதிற்குள் சிரித்தாள்.

“எதற்காக என்னைக் கேலி செய்வது போலச் சிரித்தாய்?” என்று பத்ரா அவளைக் கேட்டாள்.

“இல்லை, இதற்கான பதிலை இப்போது கூற மாட்டேன்” என்றாள் புஷ்பவல்லி.

நாளங்காடி சதுக்கத்தில் திருவிழா நாள் என்பதால் கூட்டம் அலைமோதியது. ஆடைகள் விற்கும் கடைகள், வாசனைத் திரவியங்கள் விற்கும் கடைகள், தொய்யில் குழம்பு விற்கும் கடைகள், மாலைகள் விற்கும் கடைகள் இவற்றில் இளம் பெண்களின் கூட்டம் மிகுந்திருந்தது. கூல வாணிகர்களின் கடைகள் மிகுந்து காணப்பட்டன. பிட்டு விற்பவர்கள், கள் விற்பவர்கள், மீன்களை விற்கும் வலைச்சியர், நெல், தானியங்கள் விற்பவர்கள் ஆட்டிறைச்சி விற்பவர்கள் ஆகியோரின் கடைகள் முன்பு இல்லத்துப் பெண்டிரும் ஆடவரும் மொய்த்து நின்றனர்.

சிவிகையை நெருக்கடி இல்லாத இடத்தில் இறக்கி வைத்ததும் தோழியர் புடைசூழ, பத்ரா சதுக்கப் பூதம் அமைக்கப்பட்ட மன்றத்திற்குச் சென்றாள். அங்கே சுமங்கலிப் பெண்கள் பெரிய பெரிய பாத்திரங்களில் பால் சோறு, பருப்புச் சோறு, வதக்கிய கறித் துண்டங்கள் கலந்த சோறு, நெய்யும் கண்ட சர்க்கரையும், வெல்லப்பாகும் கலந்த சோறு முதலியவற்றை எடுத்து சதுக்கப் பூதத்தின் முன்பு படையலாக வைத்து வணங்கினர்.

குரவைக் கூத்தாடும் பெண்கள் சிலர் அங்கே கூடி நின்று ஒன்றாகத் தாள கதியுடன் குரவைக் கூத்தாடினார்கள். அவர்கள் ஆட்டத்தின் மையக் கருத்தாகச் சோழச் சக்கரவர்த்தியின் வெண்கொற்றக் குடையும் தர்மம் தவறாத திருவாழியும் இருந்தன. சோழ மன்னனின் குலம், குடை, கொற்றம், நாமம் நான்கும் நீடூழி வாழ்கவென்று மங்களம் பாடி குரவைக் கூத்தை நிறைவு செய்தனர்.

ஒரு சூலம் சதுக்கப் பூதத்தின் முன்பு நிறுவப்பட்டிருந்தது. திடீரென்று மறவர்கள் சிலர் கூட்டத்தை விலக்கிக் கொண்டு முன்னே வந்தனர். சதுக்க பூதத்தின் முன்பு நின்று இருகரங்களையும் சிரசின் மேல் தூக்கித் தொழுதனர். பின்னர் ஆவேசம் வந்தவர்களாகத் தங்கள் இடையில் செருகியிருந்த குறுவாளை வெளியில் எடுத்து தங்கள் இடக்கரத்தின் கட்டை விரலைச் சரக்கென்று வாளால் ஒருமுறை கீறி விட்டனர். ரத்தப் பூ ஒன்று அனைவரது விரலிலும் மலர்ந்து விரிந்தது. இரத்தம் கீழே சிந்தும் முன்னர் பூதத்தின் முன்பிருந்த சூலத்தில் ரத்தத் திலகம் இட்டுவிட்டு அனைவரும் ஒரே குரலில் “வறுமையும்,

பிணியும், பகைமையும் சோழ வளநாட்டில் இருப்பதற்கு இடமின்றி வேறு தேசங்களுக்குச் செல்லட்டும். மன்னனின் புகழ் ஓங்கட்டும்” என்று முழங்கினர்.

“இப்போதே பொழுது சாயத் தொடங்கிவிட்டது. இன்னும் கடற்கரையில் களிக்க வேண்டியது உள்ளது. அதன்பிறகு கன்னி மாடம் செல்ல வேண்டும். வா பத்ரா” என்று புஷ்பவல்லி அவளை வலுக்கட்டாயமாக அங்கிருந்து கிளப்பினாள்.

“இவள் ஒருத்தி எப்போதும் அவசரப்படுத்திக் கொண்டு” என்று கூறியபடி பத்ராவும் கிளம்பினாள்.

கன்னி மாடமும் கடற்கரையும் அடுத்தடுத்து விளங்கின. பெரும் செல்வந்தர்கள் மற்றும் அரண்மனைக்காரர்கள் தங்களது இல்லத்தில் உள்ள கன்னிப் பெண்கள் எவ்வித அச்சமும் இன்றி சோலைகளின் நடுவில் இன்பமாகப் பொழுதைக் கழிப்பதற்கு மாளிகைகளைக் கட்டி அதற்குக் காவல் வீரர்களை அமர்த்தி வைப்பது வழக்கம். பத்ராவின் கன்னி மாடமும் அங்கே கடற்கரை ஓரம் அமைந்திருந்தது.

பத்ரா தன்னை நிலைக்கண்ணாடியின் முன்பு அமர்ந்து அலங்கரித்துக் கொண்டாள். நிலைக்கண்ணாடியின் முன்பிருந்த அடுக்கறைப் பேழையைத் திறந்து உள்ளே இருந்த அலங்காரப் பொருள்களைப் பார்வையிட்டாள். மோதிரங்களில் பத்து இருபது ரகங்கள், கால் கொலுசு பத்துப் பதினைந்து, செம்பழுஞ்சு குழம்புகளே இரண்டு மூன்று வகை. மெல்லிய சீலைகள், பட்டு மேலாடைகள், மணிமேகலைகள் என்று ஆடம்பரமாகத் தன்னை அலங்காரம் செய்து கொள்ள எத்தனை வகைகள்! முத்து வடங்களும், ஆரங்களும் எத்தனை எத்தனை!

அடுக்கறை பேழையின் கதவினை மூடினாள்.

கண்முன்னே காளனின் முகம் வந்து போனது. ‘அவனிடம் என்னவிதமான ஆடம்பரம் இருந்தது? ஏன் எப்போதும் பெண்கள் அலங்காரம் மூலமே தம்மை அழகுபடுத்தி மற்றவர்களின் கவனத்தை ஈர்க்க வேண்டும்? வித்யை ஆகாதா? இசையும் பாட்டும் மட்டுமே பெண்களுக்கு விதிக்கப்பட்டதா? பெண்களால் குதிரை ஏற்றம் யானை ஏற்றம் கற்க முடியாதா? கிருஷ்ணனுக்கு பாமா தேர் ஓட்டியது கட்டுக்கதையா?’ என்ற சிந்தனைகள அவள் மனத்தை ஆக்கிரமித்தன.

“வா! வா! வெளியில் கடற்கரையின் அருகில் கூடாரங்கள் அமைக்கப்பட்டுள்ளன. இந்த ரம்யமான பௌர்ணமிக்கு முந்தைய நாள் நிலவை ரசித்துக் கொண்டு யாழ் மீட்டி இன்னிசை இசைப்போம் வா” என்றாள்.

பத்ரா எளிமையான ஒப்பனையுடன் தனது அழகிய அங்கங்களைப் பளிச் என்று வெளியில் காட்டாத ஆடைகளை அணிந்து கொண்டு சென்றாள். ஆனால் புஷ்பவல்லி தலையிலிருந்து பாதம் வரையில் அலங்கார பூஷிதையாகத் தன்னை அலங்கரித்து வந்து நின்றாள். கூடவே நான்கைந்து சேடிப்பெண்கள் மகர யாழ் செங்கோட்டி யாழ் என்று நான்கைந்து யாழ்களைச் சுமந்து நின்றனர்.

“முழு மதியும், வீசும் கடற்காற்றும், கூடியிருந்த மக்களின் உற்சாகமும் புகார் கடற்கரையைச் சொர்க்கப் பூமியாக மாற்றி உள்ளது” என்று புஷ்பவல்லி உற்சாகத்தில் கூவினாள்.

இனியும் புஷ்பவல்லியைத் தடுத்து நிறுத்த முடியாது என்பதால் தனது பரிவாரங்களுடன் பத்ரா கிளம்பினாள்.

நீண்ட கடற்கரை. இரவுப் பொழுது இன்னும் முழுமையாக வந்துவிடவில்லை என்றாலும் யவனப் பெண்கள் தங்களது கடைகளில் விளக்குகளை ஏற்றத் தொடங்கியிருந்தனர். கடற்கரை வரிசை முழுவதிலும் இருந்த புன்னை மரங்களின் கீழே அரச குலப் பெண்களும் செல்வந்தர்களும், அமைச்சர் குடும்பத்தைச் சேர்ந்தவர்களும், அங்கிருந்த கூடாரங்களில் தங்கிப் பாடல்களிலும் நடனங்களிலும் இன்பக் களியாட்டங்களிலும் தங்களை ஈடுபடுத்திக் கொண்டிருந்தனர்.

சிறிய தோணிகளில், நாவாய்களில், வள்ளங்களில் பலதரப்பட்ட பெண்களும் ஆடவர்களும் கடலின் உள்ளே சென்று ஆடிப்பாடி மகிழ்ந்தனர். வரைவின் மகளிரின் கூட்டமும் மிகுந்து காணப்பட்டது. காடியான ஒப்பனை, சரசம் மிகுந்த பாவங்கள், அதிரச் சிரிக்கும் சிரிப்பு, தங்களைப் பின்தொடரும் சீமான் வீட்டு ஆடவர்களை இருளான பகுதிக்கு அழைத்துச் செல்வது என்று புகார் கடற்கரையில் வேறோர் உலகமும் மலர்ந்து கொண்டிருந்தது.

பொங்கி வந்த காவேரி தனது காதலன் சமுத்திர ராஜனுடன் கடலில் கலக்கும் இடம் இந்தப் பூம்புகார். ஆனால் அன்று சித்திரை நாள் என்பதாலும் சோழச் சக்கரவர்த்தி கரிகாலன் கல்லணை கட்டி சீரப்பள்ளியில் தண்ணீரைத் தேக்கி

வைத்ததாலும் மெல்லிய நூலாகக் காவேரி கடலுடன் கலந்து கொண்டிருந்தது.

பத்ரா கூடாரத்தின் உள்ளே நுழைந்து புஷ்பவல்லி எடுத்து வைத்திருந்த யாழைக் கையால் தொட்டு அதன் நரம்புகளை வருடிக் கொடுத்தாள். ஒவ்வொரு சுருதிக்குரிய நரம்புகளையும் மீட்டு அந்தந்தச் சுரங்கள் அந்தந்த நரம்புகளில் வருகிறதா என்றும் எங்காவது சுருதி பேதம் உள்ளதா என்றும் பரிசோதித்தாள். செம்பாலைப் பண்ணில் ஒரு பாடலை இசைத்தாள். செம்பாலைப் பண் என்றதும் புஷ்பவல்லி உடன் அருகில் அமர்ந்து சரியான தாள கதியில் உடன் இணைந்து பாடத் தொடங்கினாள். இருவரின் குரலும் ஒத்திசைந்து மிகச் சிறப்பாகப் பாடல் அமையவே உடன் இருந்த சேடிப் பெண்களும் தோழிகளும் அபிநயம் பிடிக்கத் தொடங்கினார்கள்.

"என் கனவு என் கவனம் என் சிந்தை போனதெங்கே?

என் விழியில் என் மனதில் பொன் உறக்கம் போனதெங்கே?

உன் மனது உன் இதயம் உன் விந்தை புரிவதெங்கே?

உன் வழியில் உன் அடியில் என் நிழலும் படர்வதெங்கே?" என்று பாடலின் வரிகளை பத்ரா பாடப் பாட புஷ்பவல்லி அதை வாங்கிப் பாடினாள். அவ்வாறு வாங்கிப் பாடும்போது தோழியின் இதழ்களில் குறுநகை படர்வதை பத்ரா கவனித்தாள். பாடலை முழுவதும் பாடி முடித்ததும் தோழிகள் சிரித்தனர்.

"புஷ்பா! எதற்காகச் சிரித்தாய்?" என்று பத்ரா கேட்டாள்.

"உன் வழியில் உன் அடியில் என் நிழலும் படர்வது எங்கே என்று பாடினாயே அந்த ஜாலக்காரனை நினைத்துத்தான் பாடினாயோ என்று எண்ணினேன்" என்றாள்.

"இது புத்தபிரானைக் குறித்துப் பாடிய பாடல்."

"சாமர்த்தியமான பதில்."

"போடி போக்கிரி" என்று பத்ரா எழுந்து கொண்டாள்.

கூடாரத்திலிருந்து பத்ரா வெளியில் வந்து உலாவினாள். பூரண சந்திரன் கீழைக் கடலின் விளிம்பிலிருந்து மேல் எழுந்து பால் ஒளியைத் தனது கிரணங்கள் மூலம் எங்கும் வீசிக் கொண்டிருந்தது. கடற்கரை ஓரத்தில் இருந்த புன்னை மரங்களின் அசைவில் எழுந்த மெல்லிய காற்றினை

அனுபவித்தபடி அவள் கழல்கள் கடல் மணலில் புதைய நடந்து சென்றாள்.

பத்துத் தப்படிகள் சென்றிருக்க மாட்டாள் காந்தருவ கானம் போல அந்தப் பகுதியிலிருந்து ஓர் ஆண் குரல் கேட்டது. முதலில் அவளைக் கவர்ந்தது அந்தக் குரலின் கம்பீரமும் இனிமையும்தான். செவ்வழிப் பண்ணில் அமைந்த அந்தப் பாடலும் அவளுக்கு அளப்பரிய ஆனந்தத்தை அளிக்கவே யார் பாடுவது என்ற ஆவலை அவளால் அடக்க முடியவில்லை. ஏதாவது கூடாரத்திலிருந்து வருகிறது என்றால் இயல்பாக எல்லாப் பெண்களுக்கும் ஏற்படும் தயக்கம் காரணமாக யார் பாடுவது என்பதைக் கண்டுபிடிக்க முடியாமல் போய்விடுமே என்ற ஏக்கமும் எழுந்தது.

ஆனால் என்ன ஆச்சரியம் நிலவின் ஒளியில் கடற்கரை திட்டு ஒன்றின் மீதமர்ந்து இளைஞன் ஒருவன் கையில் ஒரு யாழினை மீட்டியபடி அனாயாசமாகப் பாடிக் கொண்டிருந்தான். அவனது இசையில் தனது கவனத்தைச் செலுத்திய பத்ரா அவன் யார் என்பதைக் கூர்ந்து கவனிக்கத் தவறிவிட்டாள். அந்த அளவிற்கு அவனது சுர ஞானமும், பாடும் சுதியில் பிசிறில்லாத சஞ்சாரமும் அவளைக் கட்டிப்போட்டன எனலாம். குரலில் இருந்த மிடுக்கும் பண்ணின் வார்த்தைகளை அவன் உச்சரித்த அழகும் அவளைச் சிலையாக மாற்றியது.

பாடல் முடிந்ததும் அவள் தன்னை மறந்து “ஆஹா” என்று கத்தினாள்.

“இசையில் பூரணத்துவம் பெற்றவர்கள் வாயிலிருந்து கிடைக்கும் பாராட்டு ஆயிரம் பொன்னுக்குச் சமம்” என்று அந்த இளைஞன் கூறியதைக் கேட்டதும் சட்டென்று அவனது முகத்தை நிமிர்ந்து பார்த்தாள். பெண்மைக்குரிய நாணம், ஏற்கெனவே செம்பஞ்சுக் குழம்பினால் சிவந்த அவளது கன்னங்களை மேலும் சிவப்பாக்கியது.

காளன். எவனை முதன்முதலாக வீதியில் கண்டதும் மனம் எவ்வித அறிவிப்புமின்றி பின்னால் சென்றதோ, எவனைப் பௌத்தச் சங்கத்தில் தான் மிகவும் மதிக்கும் சுரேந்திரருடன் பார்த்ததும் ஒருவித மரியாதை ஏற்பட்டதோ அவன். அழகான வசீகரன். விவேகி. இப்போது இசையிலும் தான் வல்லவன் என்பதை ஆர்ப்பாட்டம் எதுவுமின்றி காட்டிக் கொண்டிருந்தான்.

“உங்கள் குரலின் இனிமை என்னைக் கட்டிப் போட்டுவிட்டது. இசைக்கு இலக்கணம் தெரிய வேண்டும் சுர ஞானம் வேண்டும் என்பதெல்லாம் பின்னர்தான். யாழுக்கு இனிமை எத்தனை முக்கியமோ வாய்ப்பாட்டுக்குக் குரல் இனிமை முக்கியம். உங்கள் குரல் கந்தர்வ கானமாகத் தோன்றியது.”

“உங்களுக்கு யாழிசை தெரியுமா?” என்று அவன் கேட்டான்.

“ஆடவருக்கு வாளோசை இனிமை என்றால் பெண்களுக்கு யாழோசைதானே இனிமையானது?”

“கவிதையும் தெரியும் போல உள்ளதே?”

“கவிதையா? எனக்கா?”

“இப்போது பேசவில்லையா?”

அவள் கிண்கிணி மணிகளைச் சிதறவிட்டது போலச் சிரித்தாள்.

“பகல் பொழுதாக இருந்திருந்தால் உங்கள் புன்னகையை வெண்துணியில் சித்திரமாக வடித்திருப்பேன்” என்றான்.

“ஓ! ஓவியம் தீட்டவும் தெரியுமா? வாருங்களேன். எனது கூடாரத்துக்குள் சென்று பேசிக் கொண்டிருக்கலாம்” என்று அவள் அவனை அழைத்தாள்.

புஷ்பவல்லி அவர்கள் இருவரையும் பார்த்துவிட்டு ஆச்சரியம் அடைந்தாள். ஒரு நிகழ்வை உத்தேசித்தே அனைத்து விஷயங்களும் கட்டமைக்கப்படுகின்றன என்பதை அவளிடம் ஒரு ஞானியோ ஆசாரியாரோ அந்தச் சமயம் கூறியிருந்தால் அவள் அவரது கால்களில் விழுந்து வணங்கியிருப்பாள்.

“தோழியரே! கடற்கரையில் பலவிதமான படகுகளில் மக்கள் கடலாடுகின்றார்களாம். வாருங்கள், நாமும் போய் வரலாம்” என்று புஷ்பவல்லி அங்கிருந்த பெண்களை அழைத்துக்கொண்டு கடலாடும் பகுதிக்குக் கிளம்பினாள்.

“இங்கிதம் தெரிந்தவள் நீ” என்று பத்ரா புஷ்பவல்லி கன்னத்தில் தட்டினாள்.

அத்தியாயம் - 9

இரவு இன்னும் வளர்ந்து கொண்டே செல்லாதா என்று பத்ராவுக்குத் தோன்றியது. நேரம், சூழல், தட்பவெப்பம் எல்லாமே அந்த மூன்று நாழிகை அளவில் மாறிப் போனது போலத் தோன்றியது. காளன் யாழை மீட்டிவிட்டு அதற்குரிய இடத்தில் வைத்துவிட்டுச் சென்ற அந்த மூன்று நாழிகை நேரமும் அவளுக்கு வானுலகில் சஞ்சரித்ததுபோல இருந்தது. கால்கள் இரண்டும் மணலில் புதைந்து அவளுக்கு மிகுந்த சிரமத்தை ஏற்படுத்தியதுகூட அவளுக்குத் தெரியவில்லை. அவனது நினைவுகளோடு மணல் புதையப் புதைய கடலை நோக்கி நடக்கத் தொடங்கினாள்.

இசையில் அவனுக்குத் தெரியாத சங்கதிகளே கிடையாது என்பதை எண்ணும்போது ஆச்சரியமாக இருந்தது. ஒவ்வொரு யாழைக் குறித்தும் அவன் கொடுத்த விளக்கங்களும் ஒவ்வொரு திணை நிலத்திற்கும் உரிய பண்கள் குறித்துக் கொடுத்த விளக்கங்களும் அவளை ஆச்சரியத்தில் மூழ்கடித்தன. கட்டுப்படுத்த முடியாமல் அவனது ஊரையும் பேரையும் கேட்டாள்.

அவன் சிரித்துக் கொண்டே “பெண்ணே! உன் மனதில் என்ன இருக்கிறது என்பது தெரியாமல் என் ஊர் பேர் தெரிந்து கொண்டு என்ன பயன்?”

“என்று உங்களை என் விழித் திரையில் வாங்கி மனச் சிறையில் அடைத்தேனோ அன்றே தீர்மானம் செய்து விட்டேன்.”

“என்னவென்று?’

“உங்களைத் தவிர வேறு ஓர் ஆடவரை மணம் முடிப்பதில்லை என்று.”

“உனது பார்வை சரியானது என்று எவ்வாறு தீர்மானித்தாய்?”

“எங்கெல்லாம் என் மனம் செல்கின்றதோ அந்த இடங்களில் நீங்கள் வருவது எப்படி?”

“நான் ஒரு கள்வனாக இருந்தால் சாத்தியம் ஆகும் இல்லையா?”

“ஆமாம் நீங்கள் என் கள்வர். உள்ளம் கவர் கள்வர்” என்று கூறும்போது அவளது கண்கள் அவளது பாதங்களைப் பார்த்துக் கொண்டிருந்தன.

“பத்ரா” என்று அவளைத் தொட்டுத் தன் பக்கம் இழுத்தான். அவள் தொய்ந்த கொடி ஒன்று கொழுகொம்பின்றி வீழ்வதுபோல அவனது கரங்களில் துவண்டு வீழ்ந்தாள். அவன் அவளைத் தன்னுடைய அகன்ற மார்போடு சேர்த்து அணைத்துக் கொண்டான்.

நேரம் ஊர்ந்து கொண்டிருந்தது. இரவு கவியக் கவிய ஆவேசம் கொண்டது போல அலைகள் கரையில் வந்து மோதியதால் எழுந்த நீரின் திவலைகள் கடற்கரைக் காற்றோடு கலந்து கரையின் ஓரத்தில் இருந்த புன்னை மரத்தின் மலர்கள்மீது பட்டு அம்மலர்களை மண்மீது உதிர்த்துக் கொண்டிருந்தன. கட்டுமரங்களில் திரும்பிக் கொண்டிருந்த பரதவர்கள் கொண்டுவந்த மீன்களை ஓலைக் கூடையில் இட்டு கீழே ஓலைப்பாய்களில் வலைச்சியர் பரத்திக் கொண்டிருந்தனர். பரதவர்களின் சிறுபிள்ளைகள் அந்தக் குவியலின் நடுவில் கிடந்த சிப்பிகளையும் சங்குகளையும் பொறுக்கி விளையாடிக் கொண்டிருந்தனர். வலைச்சியர் அதைச் சுற்றி அமர்ந்து அந்த மீன்களைக் கொத்த வரும் நீர்க் காகங்களை விரட்டிக் கொண்டிருந்தனர். மீன்களின் துள்ளல் அடங்கிய பின்னர் அவற்றை மீண்டும் ஓலைக் கூடையில் போட்டு வரிசையாக வலைச்சியர் அமர்ந்து மீன் விற்கும் இடங்களுக்குச் சென்று மீன்களை அவசர கதியில் விற்றுக் கொண்டிருந்தனர். உப்புக் கூளங்களைப் பெரிய பெரிய சாக்குத் துணிகளால் மூடி நாற்புறமும் கூழாங்கற்களைப் பரப்பி வைத்திருந்தனர்.

“பத்ரா...”

“ம்...”

“பத்ரா. வெளியில் களிக்கச் சென்ற உன் தோழியர்கள் வந்துவிடப் போகின்றனர்” என்றான் காளன்.

“வந்தாலும் நான் வெளியில் வரும் வரையில் கூடாரத்திற்குள் நுழைய மாட்டார்கள். கண்ணியம் தெரிந்தவர்கள்” என்று எழுந்து நின்ற பத்ரா தனது ஆடைகளைச் சீர் செய்து கொண்டாள்.

காளன் வெளியில் வந்து தனது குதிரையைக் கட்டியிருக்கும் புன்னை மரத்தை நோக்கிச் சென்றான்.

“கிளம்ப வேண்டுமா?” என்றாள்.

“நாளை பார்க்கலாம்” என்றான்.

“எங்கே?”

“அமுதவல்லியின் நாட்டிய அரங்கேற்றம் செந்தமிழ் மன்றத்தில் இருப்பதாகக் கேள்விப்பட்டேன். அங்கு சந்திக்கலாம்” என்றான். பத்ரா அவனைப் பிரிய மனமின்றி விடைகொடுத்தாள்.

காவல் வீரர்களிடம் கூடாரத்தின் காவலை ஒப்படைத்துவிட்டுக் கடலை நோக்கி நடக்க ஆரம்பித்தாள்.

இசை குறித்து அவன் கொடுத்த விளக்கங்கள் யாழைக் கையாளும் விதம் குறித்து அவன் கூறிய நுணுக்கமான தகவல்கள் எல்லாவற்றையும் மனதில் அசைபோட்டபடி அவள் மணலில் நடந்து சென்றாள். காற்றில் கலந்து வீசிய உப்பின் மணத்தை ஆழ்ந்து நுகர்ந்தபடி அவள் நடந்து சென்றாள். கடலாடச் சென்றவர்களைத் தேடிப் போக வேண்டும் என்ற எண்ணம் இல்லாதவளாக அவனைப் பற்றிய சிந்தனை, அதற்கு நடுவில் அவர்களை இணைக்கும் தனிமை இவற்றை எண்ணிக் களித்தபடி அவள் நடந்து சென்றாள்.

கடலை நெருங்க நெருங்க அங்கு கடலாடும் கன்னியர்கள் கட்டிளங்காளைகளின் ஆரவாரமும் பெரிதாகக் கேட்டன. கடலை ஒட்டிய இடங்களில் கொழு முனைகளில் கட்டப்பட்டிருந்த ஓடங்களின்மீது ஒய்யாரமாக அமர்ந்திருந்த வரைவின் மகளிர் தங்கள் பார்வையால், முக பாவங்களினால், சீழ்க்கை போன்ற வினோத ஒலிகளினால் அங்கு சுற்றித் திரிந்த செல்வந்தர்களை அழைத்துக் கொண்டிருந்தனர். சுமங்கலிப் பெண்கள் மலர்கள் நெற்பொரி போன்றவற்றுடன் கூடிய அகல் விளக்குகளை

எடுத்துக் கொண்டு கடல் தாயை வணங்கி நின்றனர். சிறுமிகள் வட்டமாகச் சுற்றி அமர்ந்து மணல்வீடு கட்டி விளையாடிக் கொண்டிருந்தனர்.

பெரிய அலை ஒன்று வேகமாக வந்து அவள் கால்களைத் தழுவி மீண்டும் கடலுக்குள் செல்லும்போது அவளது காலடியின்கீழ் இருந்த மணலை இழுத்துச் சென்றது. அவள் இன்னும் சற்று முன்னேறி கடலினுள் புகுந்தாள். அவளது கண்கள் புஷ்பவல்லியையும் மற்ற பெண்களையும் தேடின.

“பத்ரா” என்று புஷ்பவல்லியின் குரல் கேட்டு கடலுக்குள் பார்வையிட்டாள்.

சற்று தொலைவில், சிறிய படகு ஒன்றில் புஷ்பாவும் ஏனைய தோழியரும் ஏறி அமர்ந்திருந்தனர். கடற்கரையில் கடலின் அலைகளில் கால்களை நனைத்தபடி நின்று கொண்டிருந்த பத்ரா அந்தப் படகைப் பார்வையிட்டாள். சிறிய படகில் நிறையப் பெண்கள் நெருக்கி அமர்ந்திருந்ததைக் கண்டதும் அவளுக்கு அதில் ஏறுவதற்கு விருப்பமில்லாமல் போனது.

“மகராசி! தனி ஓடம் இருக்கிறது. ஓடத்தைக் கொண்டு வரட்டுமா? உற்சாகமாக அந்தப் படகைப் பின்பற்றிச் செல்வோம்” என்று ஓர் ஓடக்காரன் அவளிடம் கேட்டான். காணும் தூரம் வரையில் கருநீலத் திவலைகள் போலக் காட்சியளித்த கடலின்மீது பூரண நிலவின் கிரணங்கள் அலையில் பட்டுத் தெறிக்கும் வர்ண ஜாலத்தை ரசித்தபடி கூடாரத்தில் அவனுடன் சல்லாபித்தச் சல்லாபங்களை எண்ணி மகிழ்ந்து செல்வதற்கு அவள் பெரிதும் தனிமையை நாடினாள். எனவே உற்சாகமாக அந்த ஓடத்தில் ஏறிக் கொண்டாள்.

அந்தப் பகுதி கடல் முழுவதிலும் இது போன்று பல்வேறு விதமான நாவாய்களும் ஓடங்களும் சிறு படகுகளும் மிதந்து கொண்டிருந்தன. அன்னப் பறவையின் முகப்பினைக் கொண்ட படகுகள், சிங்கத்தின் முகப்பினைக் கொண்ட படகுகள், மயிலின் முகம் கொண்ட படகுகள் என்று பலவிதமான படகுகள் மிதந்து கொண்டிருந்தன. அனைவரும் உற்சாகமாகப் பாடிக் கொண்டும் பூரண நிலவை ரசித்தபடியும் உற்சாகமாகக் கடலில் மிதந்து கொண்டிருந்தனர். காமன் விழா தனது பூரணத்துவத்தை அடைந்ததாக அவளுக்குத் தோன்றியது.

பத்ரா அமர்ந்திருந்த ஓடத்தின் ஓடக்காரன் முன்னால் சென்று கொண்டிருந்த புஷ்பவல்லியின் படகினைக்

கண்டதும் அதிக உற்சாகம் கொண்டவனாக வேகமாகத் துடுப்புகளை அசைக்கத் தொடங்கினான். கடலில் அவனது ஓடம் சீறிக் கொண்டு முன்னே சென்றது. புஷ்பவல்லி அமர்ந்திருந்த படகில் உடன் அமர்ந்திருந்த பெண்கள் உற்சாகக் குரல் கொடுத்து வேகமாகத் துடுப்புப் போடச் சொன்னார்கள்.

வேகமாகப் போய்க் கொண்டிருந்த பத்ராவின் ஓடம் கடலின் நடுவில் இருந்த ஒரு சிறிய பாறையின் மீது மோதியது. அந்தக் கடற்கரையில் உள்ள ஓடக்காரர்கள் பரதவர்கள் அனைவருக்கும் கடலின் வழித்தடம் தெளிவாகத் தெரிந்திருக்கும். எந்தெந்த பகுதிகளில் ஆழம் இருக்கும் எங்கு கடற்பாறைகள் நீட்டிக் கொண்டிருக்கும் என்பது தெரியும். ஆனால் அந்த ஓடக்காரனைப் போல அருகில் உள்ள சிற்றூர்களைச் சேர்ந்தவர்கள் பொன் காசுகளுக்கு ஆசைப்பட்டுக் கொண்டு ஓடம் விடக் கிளம்பியிருந்தனர். அவர்களுக்கு எங்கு பாறைகள் நீட்டிக் கொண்டிருக்கும் என்பது தெரியாது.

பாறையில் மோதிய மறுகணம் ஓடத்தின் முன்முகப்பின் அடிப்பகுதியில் 'ணங்' என்று ஓசை கேட்டது. ஓடம் உறுதியான மரத்தில் செய்யப்பட்டதென்றாலும் பாறைமீது மோதியதும் விரிசல் கண்டது. கடல் நீர் கொப்பளித்துக் கொண்டு உள்ளே புகத் தொடங்கியது. எதற்கும் கலங்கி விடக்கூடாது என்று திடச் சிந்தை கொண்ட பத்ரா ஒரு கணம் அதிர்ந்து நின்றாள். அவளுக்கு நீச்சல் தெரியாது. நீராழி மண்டபங்களிலும் காவேரியின் ஆழமில்லாத பகுதிகளிலும் அரண்மனையில் அமைச்சர் பெண்களுடன் பொய்கைகளில் நீராடி மகிழ்ந்திருந்தாலும் அவளுக்கு ஆழமான நீரில் துணிச்சலுடன் நீந்தத் தெரியாது. கடல் தண்ணீர் படகினுள் புகுவதைப் பார்த்ததும் முதலில் மரணப் பீதி கண்களில் மின்னியது.

நீரின் அளவு அதிகரிக்க அதிகரிக்க ஓடம் மெதுவாகக் கடலுக்குள் மூழ்கத் தொடங்கியது.

"நீந்தத் தெரியுமா பெண்ணே?" என்று ஓடக்காரன் அவளைப் பார்த்து பரிதாபமாகக் கேட்டான்.

புஷ்பவல்லி அமர்ந்திருந்த படகுக்காரன் காவிரி பூம்பட்டினத்தைச் சேர்ந்தவனாக இருக்க வேண்டும். அந்தப் பகுதியில் பாறைகள் இருப்பதை அறிந்து வைத்திருந்த அவன் தனது படகை அந்த ஓடத்தின் பின்னால்

செலுத்தாமல் தனது நீர்வழித் தடத்தை மாற்றிக் கொண்டு எதிர்த் திசையில் போய்க் கொண்டிருந்தான். பத்ரா கூச்சல் போட்டு உதவி கேட்கும் நிலையையும் தாண்டி விட்டாள்.

ஒரு கணம் அவளது சிந்தையில் ஊட்டி வளர்த்த தன் அருமைத் தாய், தன் மீது பற்றும் அன்பும் கொண்ட செவிலித் தாய், எப்போது தூர தேச பயணங்களுக்குச் சென்று வந்தாலும் அரிய பொருட்களைத் தனக்காகக் கொண்டு வரும் தந்தை, பௌத்தச் சங்கத்தின் தலைவராக விளங்கும் சுரேந்திரர், புத்தத் தேவன் எல்லோரும் சிந்தையில் தட்டாமாலையாகச் சுழன்றனர்

‘காளா! உன்னை முந்தைய நாள் பார்த்தேன். நேற்று நெருங்கினேன். இன்று என் காதலை வெளிப்படுத்தி, உடனே பிரிகிறேன். இது எந்த வகையில் நியாயம்? நமது கர்ம வினையின் பயன்களை இந்தப் பிறவியிலே அனுபவித்துத் தீர்த்து விட்டால் மறு ஜென்மம் இல்லை என்பது போதி சத்துவரின் வாக்கு. அடுத்த பிறவியிலும் உன் மீதான என் காதலும் நேசமும் தொடர வேண்டும் என்பதுதான் விதியா?’

பற்றிக் கொள்வதற்கு மல்லாந்து கிடந்த அந்த ஓடத்தைத் தவிர எதுவுமில்லை. பிடிப்பில்லாத கால்கள் நீரினுள் தத்தளித்தன. மூழ்குவதற்கு விருப்பம் இல்லை என்றாலும் ஆழ்ந்த கடல் நீரில் இருந்த அழுத்தம் அவளை உள்ளே உள்ளே இழுத்தது. கண்களிலும் வாயினிலும் உப்பு நீர் புகுந்து தாங்க முடியாத கரிப்பை ஏற்படுத்தியது.

காளனின் முகமும் அந்தச் சிரிப்பும், அவனது வைரம் பாய்ந்த உடலும் சிந்தையில் எழுந்து கொண்டிருந்தபோது அவள் நினைவை இழந்து கொண்டிருந்தாள்.

அப்போது அவளது மயக்க நிலையில் ஓர் உருவம் அருகில் இருந்த படகிலிருந்து பாய்ந்து அவளைத் தூக்கித் தனது தோள்களின்மீது போட்டுக் கொண்டது.

அந்த வலுவான கரங்கள், உப்பு நீரையும் மீறி அந்த உடலிலிருந்து வந்த வாசனை எல்லாம் அவனை மிகவும் அறிந்தவனாகக் காட்டியது. தன்னைக் காப்பாற்றிய அந்த உருவத்தைப் பார்க்க முயல்வதற்குள் அவள் அந்த உருவத்தின் தோள்களில் மயங்கிச் சரிந்தாள்.

அத்தியாயம் – 10

பத்ரா கண் விழித்தபோது அவள் கன்னி மாடத்தின் பஞ்சணையில் படுத்திருந்தாள். அவளது காலடி அருகில் அவளது பெற்றோர் கவலை தோய்ந்த முகத்துடன் அமர்ந்திருந்தனர். அவளது படுக்கையின் அருகில் ஒரு முக்காலி மீது சில மூலிகைகளும் ஒரு குவளை நிறைய உப்புக் கரைசலும் இருந்தன.

"அம்மா" என்று அவள் தாயாரைக் கட்டிக்கொண்டாள்.

"நான் வணங்கும் தெய்வம் என்னைக் கைவிடவில்லை மகளே! நீ கண் விழித்தாயே. இறைவன் மனித ரூபம் என்பார்கள். அந்த இறைவன்தான் அந்த வாலிபன் உருவில் வந்து உன்னைக் காப்பாற்றி உள்ளான். இப்போது எப்படி இருக்கிறதம்மா உனக்கு?"

ஒரு கணம் பத்ரா நேற்று நிகழ்ந்ததை நினைத்துப் பார்த்தாள். 'மற்றவர்களுக்கு அறிவுரை கூறும் நான் எவ்வாறு ஒரு தனிப் படகில் ஏறினேன்? அறிவுகெட்ட ஓடக்காரன்! இந்தப் புகார் நகரத்தைச் சேர்ந்தவன் இல்லை என்றால் எதற்காகப் பாறைகள் நடுவில் படகை ஓட்ட வேண்டும்? நல்லவேளை அந்தப் புத்த பிரானுக்குத்தான் நன்றி கூற வேண்டும். இல்லை என்றால் என் கனவுகள், என் ஆசைகள் எல்லாமே கடல் நீருக்குள் மூழ்கிப் போயிருக்கும். இன்னொரு பிறவி அதில் முந்தைய பிறவியின் தொடர்ச்சி என்று போகாமல் புத்த பெருமான் காத்து அருளினார்.. புத்தர் பிரானே! நன்றி!'

"பத்ரா! எழுந்து முகம் கழுவிக் கொண்டு காலைக் கடன்களை முடித்துவிட்டு வா! இந்த மூலிகைச்

சாற்றைக் குடிக்கச் சொல்லி அந்த வாலிபன் கூறிவிட்டுப் போயிருக்கிறான்."

"வாலிபனா?"

"ஆமாம். அவனை விசாரித்தேன் நமது அமைச்சர் வித்தகனின் மைந்தன். பெயர் கூட ஏதோ காலன் என்று சொன்னான்" என்று அவளது தந்தை மும்முடி நாய்கன் கூறினார்.

"நன்றாகக் காதில் வாங்கிக் கொண்டீர்கள் போங்கள். காலனாம் காலன். என் பெண்ணுக்கு, என் குலக் கொழுந்துக்கு மறு ஜென்மம் கொடுத்திருக்கிறான். அவன் காலனா? காளன். அவன் பெயர் காளன்" என்றாள் பத்ராவின் தாயார் சுமதி அழுத்தந்திருத்தமாக.

"யாரு காளனா? காளனா என்னை நீரில் மூழ்கும்போது காப்பாற்றியவர்? எங்கே அவர்?" என்று பத்ரா முகம் கழுவிக் கொண்டிருந்தவள் பாதியில் ஓடி வந்தாள்.

"காளனை உனக்குத் தெரியுமா?" என்று மும்முடி நாய்கன் கேட்டார்.

நாக்கைக் கடித்துக்கொண்ட பத்ரா "நேற்று பௌத்தச் சங்கத்தில் பார்த்தேன்" என்றாள்.

"தவறு எங்கள் மீதுதான் பத்ரா" என்று புஷ்பவல்லி அவளது அருகில் வந்து சொன்னாள். "நேற்று என்ன நடந்தது?"

"எங்கள் படகை ஓட்டிச் சென்ற படகோட்டிகள் உன்னுடைய ஓடம் சென்ற இடத்தில் கடற்பாறைகள் இருக்கின்றன என்று எங்கள் பாதையை மாற்றி உனது ஓடம் சென்ற பாதைக்கு நேர் எதிர் பாதையில் எங்கள் படகை ஓட்டிச் சென்றனர். காமன் விழாவிற்குப் புகார் நகரைச் சுற்றி பல தேசத்திலிருந்தும் வந்திருந்தவர்கள் சிலர் படகு ஓட்ட வந்திருக்கலாம் என்று எங்களது படகோட்டிகள் கருதினார்கள். உனக்கு நேர்ந்த விபரீதத்தை நம்முடன் வந்த பூங்கொடிதான் முதலில் பார்த்துவிட்டு அலறினாள். ஆனால் உடனே உன்னைக் காப்பாற்றும் தூரத்தில் நாங்கள் இல்லை. எனக்குச் சப்தநாடியும் ஒடுங்கிவிட்டது. மிகப்பெரிய தவற்றை இழைத்து விட்டோமே, உன் பெற்றோருக்கு என்ன பதில் சொல்லப் போகிறோம் என்று கலங்கி நின்ற வேளையில் கௌரவர் சபையினில் பாஞ்சாலி கதறியதைப்போல அந்தக் கண்ண பெருமானை நினைத்துக் கதறினோம். நிச்சயமாக எங்கள் கூக்குரல் எம்பெருமான் செவிகளில் விழுந்திருக்க

வேண்டும். எங்கிருந்தோ ஒரு வள்ளத்தில் இரண்டு பேர் வந்தனர். ஒருவன் நீரில் பாய்ந்து உன்னை முதுகில் சுமந்து வள்ளத்தில் போட்டான். அதற்குள் நாங்களும் அருகில் வந்துவிட்டோம். உன்னைக் காளன்தான் காப்பாற்றினான்" என்றாள் புஷ்பவல்லி.

"பத்ரா! உன்னைப் புத்திசாலிப் பெண்ணாக வளர்த்துள்ளதாகப் பெருமை கொண்டிருக்கிறேன். ஆனால் நீ இப்படி ஒரு முட்டாள்தனமான காரியம் செய்து மயிரிழையில் உயிர் தப்பி உள்ளாய். எங்களது ஒரே செல்வ மகள் நீ. சிறு பெண் என்றால் திருவிழாக்களுக்குக் கைகளைப் பற்றிக்கொண்டு அழைத்துச் செல்லலாம். இதுவரையில் நீ இந்திர விழா பார்த்தது போதும். நாம் நமது இல்லம் திரும்பலாம்" என்றாள் அவளது தாயார். 'இது ஏதடா இப்படி ஒரு சங்கடத்தில் நம்மைத் தள்ளி விட்டது?' என்று பத்ரா பதறினாள்.

"அம்மா கொடி ஏற்றத்துடன் விழா தொடங்கி பத்து நாட்கள் ஆகின்றன. இன்று நிறைவுநாள். ஊர் எங்கும் இசைக் கச்சேரிகளும், நடன நிகழ்ச்சிகளும், ஒயிலாட்டம், மயிலாட்டம் என்று பலவித வேடிக்கை நிகழ்ச்சிகள் உள்ளன. அதுவுமின்றி எனது தோழி அமுதவல்லியின் நாட்டிய அரங்கேற்றம் வேறு நடைபெற உள்ளது. உங்கள் கவலை எனக்குப் புரிகிறது நான் மேலும் கவனமாக இருப்பேன் என்று உறுதிமொழி கூறுகிறேன்" என்றாள்.

"ஒன்று செய்யலாம். உன் தோழி பெண்களைத் தனியாக அனுப்பிவிடு. நாம் மூவரும் காமன் விழாவைப் பார்த்துவிட்டு அமுதவல்லியின் நடனத்தையும் பார்த்துவிட்டு வருவோம்" என்றாள் அவளது தாயார்.

"உன்னுடன் வருவதில் எனக்கு எவ்விதச் சங்கடமும் இல்லை. ஆனால் இது தோழியர்களுடன் கூத்தும் கும்மாளமுமாகக் கொண்டாட வேண்டிய விழா அல்லவா? இதற்கு மட்டும் அனுமதி கொடுங்கள் அம்மா" என்று தாயாரின் முகவாயைப் பிடித்துக் கெஞ்சினாள்.

"ஆண் பிள்ளை இல்லை என்று உன்னைத் துணிச்சல் மிக்கவளாக வளர்த்தது எங்கள் தவறுதானோ என்னவோ?" என்று பத்ராவின் தாயார் சலித்துக் கொண்டாள்.

"விடு சுமதி! வேண்டும் என்று அவள் ஓடத்தில் தனியாகப் போகவில்லையே? இனி அவள் கவனமாக இருப்பாள். இந்த

ஓர் ஆண்டு அவள் தனது தோழிகளுடன் உல்லாசமாகக் காமன் விழாவைக் கண்டு களிக்கட்டும். அடுத்தமுறை திருமணம் ஆகிவிட்டது என்றால் பாவம் அவள் நினைத்தாலும் தோழிகளுடன் சுற்ற முடியுமா?” என்று அவளது தந்தை அவளுக்காகப் பரிந்து பேசினார்.

மன வருத்தத்துடன் மகளைத் தோழிகளிடமும் பாதுகாவலர்கள் வசமும் விட்டுவிட்டுப் பெற்றோர் அங்கிருந்து அகன்றனர்.

“தெய்வமே! அந்த நேரத்தில் அவர் அங்கு வந்திராவிட்டால் நான் சுறா மீன்களுக்குச் சிறந்த உணவாகி இருப்பேன்” என்று சோம்பல் முறித்தபடி பத்ரா எழுந்தாள்.

“முதலில் நீ அவனைச் சிவிகையில் செல்லும்போது பார்த்தாய். பின்னர் அவனை நீ போற்றி வழிபடும் பௌத்தச் சங்கத்தில் பார்த்தாய். நேற்று கடற்கரை ஓரம் உன்னைவிடச் சிறந்த முறையில் வாய்ப்பாட்டு பாடுவதையும், யாழிசைப்பதையும் பார்த்தாய். பின்னர் கடல் நீருக்குள் புகுந்து உன்னைக் காப்பாற்றியதைக் கண்டாய். உனக்காக அவன் மூலிகை வைத்தியம் செய்ததை நாங்கள் பார்த்தோம். இவை அனைத்துமே தற்செயலாக நிகழ்ந்ததாக எனக்குத் தெரியவில்லை.”

“என்ன சொல்கிறாய் புஷ்பா? கடலில் மூழ்கியதால் எனக்கு அல்லவா சிந்தையில் கலக்கம் நேர்ந்திருக்க வேண்டும்? ஆனால் உனக்குச் சித்தம் கலங்கியது போலத் தெரிகிறதே?” என்று பத்ரா கேட்டதும், “இல்லை பத்ரா, அவன் வசீகரமாக இருக்கிறான், சகல வித்தைகள் அறிந்திருக்கிறான் என்பது ஒருபுறம் இருக்கட்டும், அவனிடம் சற்று விழிப்புடன் இருப்பது உனக்கு நல்லது என்று என் உள்மனது சொல்கிறது.”

“அழுக்காறு உடையவர்களைத் தனது தமக்கையிடம் விட்டுவிட்டு திருமகள் அகன்று விடுவாளாம். நான் சொல்லவில்லை, வள்ளுவர் பெருந்தகை கூறியுள்ளார்” என்று பத்ரா புஷ்பவல்லியின் கன்னத்தில் தட்டினாள்.

“எந்தக் காலத்திலும் உன் மீது நான் பொறாமை கொள்பவள் இல்லை பத்ரா. உன் எண்ணங்களுக்கு எதிராகக் கருத்து கூறுவதால் என்னை மட்டமாக எண்ணாதே” என்ற புஷ்பவல்லியின் முகம் சட்டென்று வாடிவிட்டது.

“அவ்வாறு கிடையாது புஷ்பா! உன்மீது எனக்கு வருத்தமோ கோபமோ இல்லை. ஆனால் நீ நினைப்பதுபோல காளன் சந்தேகத்துக்குரியவன் கிடையாது” என்றாள்.

“அப்படியே இருக்க வேண்டும் என்பதுதான் என் விருப்பமும்” என்று புஷ்பவல்லியும் கிளம்பினாள்.

“அரங்கேற்றம் எப்போது?” என்று பத்ரா வினவினாள்.

“காலையில் முதல் முகூர்த்தம் முடிந்ததும் தலைக்கோல் யானை மீது ஏற்றப்பட்டுக் கோவிலுக்குச் சென்றுவிட்டு வருமாம்.”

“மன்னர் வருவாரா?”

“மன்னர், யுவராஜன் தனஞ்செயன் மந்திரிமார்கள், பட்ட மகிஷி, அரசியர் அந்தப்புர மகளிர் என்று ஒரு பெரும் பட்டாளமே வருகிறது. சுந்தராங்கியை நீ குறைத்து மதிப்பிடாதே! நாட்டியத்தின் மூலம் தனது மகளை எப்படியாவது அரண்மனைக்குள் தள்ளிவிடப் பார்க்கிறாள்.”

“அமுதவல்லிக்கு இதில் விருப்பம் இல்லை போலத் தெரிகிறதே?’

“கணிகையருக்கு எந்தக் காலத்தில் சொந்தமாக விருப்பு வெறுப்பு உள்ளது?”

“சரி அதைப்பற்றி பிறகு ஆலோசிக்கலாம். இதோ கிளம்புவோம்.”

இதற்கு நடுவில் நாட்டிய சாத்திரங்களில் நன்கு தேர்ச்சி பெற்றவளும் தனக்குக்கீழ் பல அழகிய கணிகையரைக் கட்டுக்குள் வைத்துக் கொண்டு கணிகையர் வீதியில் பெரிய மாளிகையில் (மூன்று தளங்களைக் கொண்ட மாளிகை) வசித்து வருபவளும், ராஜ்ஜியத்தில் உள்ள பெரும் புள்ளிகளுடன் தொடர்பில் இருப்பவளுமான சுந்தராங்கி தனது மகளின் நடன அரங்கேற்றத்துக்குரியவற்றை முறையாகச் செய்து கொண்டிருந்தாள்.

தலைக்கோல், மன்னர் கையால் அமுதவல்லிக்குக் கிடைக்க உள்ளது. அதற்கான ஏற்பாடுகள் துரிதமாக நடந்தன. வேதியர்களை அழைத்துச் சிறப்பு பூஜைகள் செய்த கோலை (இந்திரனிடமிருந்து ஊர்வசி வழியாகப் பெறப்பட்டதாகக் கூறும் ஒரு கர்ண பரம்பரை கதையைத் தங்கள் செயலுக்கு நியாயம் வழங்க இன்னமும் கணிகையர் நம்பிக் கொண்டிருந்தனர்.)

எட்டுக் கணுக்கால் கொண்ட தலைக்கோலை இந்திரனின் மகனான ஜெயந்தனாக பாவித்து, அதனைப் பட்டத்து யானையின்மீது ஏற்றி புகாரில் இருக்கும் முக்கிய கோட்டங்களில் உள்ள தெய்வச் சன்னதியில் வைத்து பூஜைகள் செய்து புனித நீராட்டி அரச மரியாதையுடன் (சில நேரங்களில் மன்னரேகூட தலைக்கோல் பூஜைக்குச் செல்வதுண்டு) அமுதவல்லியின் தலைக்கோலுடன் இளவரசன் தனஞ்செயன் சென்றான். யானைப் பரிவாரங்களுடன் காண்பவர்கள் வியக்கும் வண்ணம் அவன் யானையின்மீது அமர்ந்து சென்றான்.

தலைக்கோல், மன்றத்தின் வாயிலில் கொண்டு வரப்பட்டபோது அங்கே அமுதவல்லியும் அவளது தாயாரும் அருகில் இருக்க இளம்பெண்களில் சிலரும் பூரண கும்பம் எடுத்து மங்கல வாழ்த்துப் பாடல்களைப் பாடி நின்றனர். எங்கும் கடலினைப் போல கூட்டம் பரவி நின்றது.

திடீரென்று கூட்டத்தில் பெரும் சலசலப்பு ஏற்பட்டது. மக்கள் பீதியில் அங்கும் இங்கும் அலறி ஓடத் தொடங்கினர். சிறிது நேரம் மன்றத்தின் வாயிலில் கூடியிருந்தவர்களுக்கு ஒன்றும் விளங்கவில்லை. அப்போது அலங்காரமாக ஊர்வலத்தில் அணிவகுத்து வந்து கொண்டிருந்த மதம் கொண்ட யானை ஒன்று தனது மேல் அமர்ந்திருந்த பாகனைத் தூக்கி வீசிவிட்டுக் கோட்டத்தைக் கண்டு மிரண்டு ஆவேசமாக ஓடிவந்து கொண்டிருந்தது. தலையையும் செவிகளையும் பலமாக அசைத்தபடி அது வந்தது காண்பவரைப் பீதியடையச் செய்தது.

ஆவேசம் கொண்ட யானைக் கண்ணில் தென்பட்ட அனைத்தையும் தனது துதிக்கையால் வீசி எறிந்தபடி சென்றது. அதன் காலடியில் மிதிப்பட்டு இரண்டு மூன்று காவல் வீரர்கள் நசுங்கி உயிருக்குப் போராடிக் கொண்டிருந்தனர். அந்த யானையின் தந்தங்களில் வெள்ளிப் பூண்கள் அலங்கரித்தன. முகப் படாம் நெற்றியிலிருந்து விலகி அதன் பார்வையை மறைக்கவே அதன் வெறி மேலும் கூடியது.

இளவரசன் தனஞ்செயன் சட்டென்று தனது பட்டத்து யானையிலிருந்து இறங்கி முன்னால் ஒரு குதிரையின் மீதேறி விரைந்துவிட்டான். புயலில் மாட்டிக் கொண்டு திசை தெரியாமல் அலைகடலில் அல்லலுறும் ஒரு

கப்பலைப்போல அந்த யானை தானும் மிரண்டு கூட்டத்தில் இருந்த மக்களையும் வெருட்டியது. மக்கள் செய்வதறியாது தங்களைக் காத்துக் கொள்ள அங்கும் இங்கும் ஓடியதால் குழப்பம் அதிகரித்ததே அன்றி யானையை ஒருவாராலும் கட்டுப்படுத்த இயலவில்லை.

அப்போது கூட்டத்திற்கு நடுவில் இருந்து ஒருவன் தோன்றினான். மின்னல் வேகத்தில் யானையின் மீதிருந்த மணிசங்கிலிகளைப் பற்றிக்கொண்டு சரசரவென்று அதன் முதுகில் ஏறி தலைப் பகுதியை அடைந்தான். அவன் கையில் நுனி வளைந்து கூர்மையுடன் காணப்பட்ட ஓர் அங்குசம் இருந்தது.

அவன் ஏறியதை அறிந்துகொண்ட யானை மேலும் ஆவேசமானது. அந்தப் புதியவன் சுற்றி இருப்பவர்களை விலகிச் செல்லுமாறு கூச்சலிட்டான். யானை திசை தெரியாமல் ஓடியபடி அவனைக் கீழே தள்ளும் முயற்சியில் இருந்தது. அதன் துதிக்கை தன்மீது படாமல் இருக்குமாறு அவன் பார்த்துக் கொண்டே அதன் காதில் ஏதோ ஓதினான். முறம் போல நில்லாமல் அசைந்த அதனுடைய இரண்டு காதுகளையும் பற்றி இழுத்து ஆவேசமாக ஆட்டினான். தனது இரண்டு கால்களினால் அதன் தலையின் மேற்பகுதியை ஓங்கி ஓங்கி இடித்தான். அங்குசத்தால் மதநீர் ஒழுகும் வாயிலில் குத்தினான். ஆரம்பத்தில் ஆவேசமாக ஆடிய யானை மெது மெதுவாக அடங்கத் தொடங்கியது.

பார்த்துக் கொண்டிருந்தவர்கள் உற்சாகமாகக் குரல் எழுப்பினார்கள். பின்னால் வந்து கொண்டிருந்த ஒரு யானைப் பாகனை அழைத்து யானைகளைக் கட்டும் கொட்டில் இருக்கும் இடத்தைக் கேட்டு அங்கே சென்று யானையைச் சங்கிலியில் கட்டிவிட்டு அதற்குத் தேவையான சோற்றுக் கவளத்தைக் கொடுக்கச் சொல்லிவிட்டு அவன் கீழே இறங்கினான்.

ராஜாங்க அதிகாரிகள் அவனைச் சூழ்ந்து கொண்டு அவனது தீரமான செயலுக்குப் பாராட்டுகளைத் தெரிவித்து அரசர் அவனை அவசியம் பார்க்க விழைவதாகவும் கூறினர்.

“உமது அரசர் என்னை நிச்சயமாகப் பார்க்க விரும்ப மாட்டார். ஏற்கெனவே நான் அரண்மனைக்குள் நுழைவதற்குத் தடை விதிக்கப்பட்டவன்.”

“உனது பெயர் என்ன?” என்று அந்த அதிகாரி கேட்டார்.

“எனது பெயர் காளன். அமைச்சர் வித்தகனின் மகன் யான்” என்றான் அவன்.

“அரசரிடமிருந்து அழைப்பு வந்தால் நீ அரண்மனைக்கு வரவேண்டியிருக்கும்.”

“பார்க்கலாம்.”

அதிகாரிகள் அகன்று விட்டனர். கிளிப் பிள்ளைகள் என்று காளன் முனகினான். அதற்குள் அமுதவல்லியின் தாயார் சுந்தராங்கி தனது பரிவாரங்கள் சூழ அவன் முன்னே தோன்றினாள்.

“இளைஞனே! நீ மட்டும் அந்த மதம் கொண்ட யானையை அடக்கியிராவிட்டால் பெரும் விபரீதங்கள் நேர்ந்திருக்கும். சரியான சந்தர்ப்பத்தில் வந்து ஓர் ஆண்மகனாகச் செயல்பட்டு பெரும் விபத்துகளைத் தவிர்த்து எனது மகளின் நடன அரங்கேற்றத்தை எவ்வித பாதிப்பும் இன்றி நிகழ்த்துவதற்கு வழிவகுத்து விட்டீர்கள். எனது விருந்தினராக வந்து நடன அரங்கேற்றத்திற்கு வந்து சிறப்புச் செய்ய வேண்டும்” என்று கேட்டுக் கொண்டாள்.

அர்த்தத்துடன் சிரித்த காளன் “சம்மதம். யானையுடன் போராடியதால் உடைகள் மாற்ற வேண்டியுள்ளது. நடன நிகழ்ச்சி துவங்குவதற்குள் வந்து விடுகிறேன்” என்று அங்கிருந்து அகன்றான்.

அத்தியாயம் - 11

அரங்கம் நிரம்பி இருந்தது. காமன் விழா வேறு நடந்து கொண்டிருந்ததால் மக்கள் கூட்டம் அலை மோதியது. செல்வந்தர்கள், அரச குடும்பத்தினருக்கு நடன அரங்கினை ஒட்டி இருக்கைகள் போடப்பட்டிருந்தாலும் நாடக அரங்கின் அமைப்பு, தரையில் அமர்ந்து பார்ப்பவர்களும் காணும் வண்ணம் அமைக்கப்பட்டிருந்தது.

முதலில் வாய்ப்பாட்டு தொடங்கியது. முழவு, மிருதங்கம், புல்லாங்குழல், வாய்ப்பாட்டுக்காரர் முதலியோர் அவரவர் இடங்களில் அமர்ந்து பாடத் தொடங்கினார்கள். ஐந்திணைக் கடவுள்களான மாயவன், சேயோன், இந்திரன், வருணன், கொற்றவைமீது ஒவ்வொரு பாடலைப் பாடி முடிந்ததும் ஒப்பனை அறையிலிருந்து அமுதவல்லி ஓர் அழகிய பொற்கொடி உடல் எங்கும் நவரத்தினப் புஷ்பங்கள் மலர்ந்ததைப்போல ஒயிலாக நடந்து வந்து தனது நடன ஆசிரியரை வணங்கி பின்னர் தெய்வத்தை வணங்கி இறுதியாகச் சபையோரைப் பார்த்து வணங்கி நின்றாள். அவளது கரங்களில் வீதியெல்லாம் ஊர்வலமாகக் கொண்டு வரப்பட்ட தலைக்கோல் இருந்தது. அதனை நடன ஆசிரியர் வாங்கி அரங்கின் சுவரில் அனைவரது பார்வையும் படும்படியான இடத்தில் சார்த்தி வைத்தார். தலைக்கோலை வணங்கிவிட்டு அமுதவல்லி நடனம் ஆடத் தொடங்கினாள்.

குரு வணக்கமாக நாட்டியத்தின் தன்மைகளை விளக்கிக் கூறுவது போல முதல் பாடல் அமைந்திருந்தது. யாழின்

இசையும் வேய்ங்குழலின் இசையும் அவளது தாள கதிக்கு ஏற்றவாறு இழைந்து இசைக்கப்பட்டிருந்த விதம் அற்புதமாக இருந்தது. முதல் நடனத்தில் அவள் காட்டிய நேர்த்தி இந்த அரங்கேற்றத்திற்காக அவள் எடுத்துக் கொண்ட பயிற்சியும் உழைப்பும் பளிச் என்று தெரிந்தது. ஏற்கெனவே அமுதவல்லி அவளது கணிகையர் குலத்தில் மிக அழகோடு பிறந்தவள். நாட்டிய அரங்கேற்றத்தின்போது அவள் அணிந்த ஆடையும், ஆபரணங்களும், தலையலங்காரமும், ஒப்பனையும் அவளை நிஜமாகவே ஒரு தேவ கன்னிகையைப் போலக் காட்டின. அவளது முதல் நடனத்தைக் கண்டதும் அங்கிருந்த கிழவர்களுக்கே அவள் மீது மையல் எழுந்தது என்றால் இளவட்டச் சீமான் புதல்வர்களின் கதி எப்படி இருந்திருக்கும் என்று சொல்ல வேண்டியதில்லை.

“ஓ! அமுதவல்லியின் நடனம்தான் எத்தனை அற்புதமாக உள்ளது” என்று பத்ரா அருகில் அமர்ந்திருந்த புஷ்பவல்லியிடம் கூறினாள்.

“நடனம் என்பது ஒருவிதச் சுதந்திர மனதின் வெளிப்பாடு பத்ரா. அதற்கென்று சுய கட்டுப்பாடுகளோ அல்லது எதிர்காலத்தைப்பற்றிய அச்சமோ இருக்கக் கூடாது.”

“இது எல்லாக் கலைகளுக்கும் பொருந்தும்தானே?” என்று மறு வினா எழுப்பினாள் பத்ரா.

“மிடற்றுப் பாடலுக்கோ, இசைக்கருவிகளை இசைப்பதற்கோ மேனிமீது கவனம் தேவையில்லை. கண்பார்வை இல்லாதவர்கள்கூட குழல் ஊத முடியும். யாழை மீட்ட முடியும். எழுந்து அசைய முடியாத உடற்பருமன் கொண்டவர்கள்கூட அமர்ந்த இடத்தில் இருந்து கொண்டு சாதகம் செய்து குரலில் சாகசம் செய்ய இயலும். ஆனால் பாட்டு, தாளம், பாவம் என்ற மூன்றுடன் மேனியழகு என்ற முக்கிய அம்சத்தோடு கூடியதுதான் பரதம்.”

“அது என்னவோ வாஸ்தவம்தான். ஆனால் இந்த மேனியின் எழில் இருக்கும் வரையில்தான் ஒரு நாட்டியக்காரியின் ஆயுள். ஆனால் குரல் இனிமையாக உள்ள ஒரு பாடகனால், ஓர் இசைக் கலைஞனால் காலம் உள்ளவரை ஜீவித்திருக்க முடியும்.”

“நீ சொல்வதிலும் அர்த்தம் உள்ளது” என்றாள் புஷ்பவல்லி.

அப்போது அமுதாவின் தாயார் சுந்தராங்கி மேடையில் தோன்றினாள். தனது குரலை நன்கு உயர்த்திப் பேசத் தொடங்கினாள்.

“எனது கண்ணின் மணியான அழகு ஓவியம் போல விளங்கும் அமுதவல்லியின் நடனத்தைக் காண்பதற்குப் பெருங்கூட்டமாக வந்திருக்கும் கலா ரசிகர்களுக்கும், செல்வச் சீமான்களுக்கும், அரசாங்க அதிகாரிகளுக்கும் எனது சிரம் தாழ்ந்த வணக்கம். ‘நடையுறு கால்கள் நடிக்கும் பேதம் அடைவு எனச் செப்பும் நடனமாமே விழி, சிரம், கை கால் மெய்யுடன் இலயம் இசை நளினம், பாவம் நாட்டியமாமே.’ இது தேவ ரிஷி அகத்தியனாரின் நாட்டிய இலக்கணச் சூத்திரம். அந்தச் சூத்திரத்திற்கு ஏற்ப இன்று ஒரு நடனத்தை உங்களுக்கு வழங்கி வரும் என் கண்மணி அமுதவல்லியின் நடனத்தை நீங்கள் மெச்சினால் மட்டும் போதாது. அவளது கலை சிறக்க உங்களது நல்லாதரவை நல்க வேண்டுகிறேன். நாளை எங்கள் குல வழக்கப்படி அதிகாலையில் வேலவன் கோட்டத்தின் அருகில் உள்ள சதுக்கத்தில் எங்கள் இல்லப் பெண் ஒருத்தி பொன் தாமரை மாலை ஒன்றை விலை பேச வருவாள். அந்த மாலையை அதிக விலை கொடுத்து வாங்கி என் மகளுக்கு ஆதரவு அளிக்க வேண்டும்.”

அவள் இவ்வாறு கூறி முடிந்ததும் நவரச பாவங்கள் ஒன்பது பேரிடம் தோன்றின.

நாட்டியம் ஆடிக் கொண்டிருந்த அமுதவல்லியை அச்சம் சூழ்ந்தது. மீட்சியே இல்லாத ஒரு வாழ்க்கைக்குள் நுழையப் போவதால் உண்டான அச்சம் அது.

தன்னை மீறி எதுவும் நிகழாது என்ற உறுதி இருந்தால் இது போன்ற விலைமகளிர் நிர்ப்பந்தங்களைப் பொடிப் பொடியாக்கி விடலாம் என்று பத்ராவிடம் வீர உணர்ச்சி மிகுந்தது.

போயும் போயும் ஒரு கணிகையாக வாழ்வதற்கு உயிரை மாய்த்துக் கொள்ளலாம் என்று அருவருப்பை புஷ்பவல்லி வெளிப்படுத்தினாள்.

வந்திருந்த மக்களின் கூட்டத்தையும் பெரும்புள்ளிகளின் எண்ணிக்கையையும் கண்டு அமுதவல்லியின் தாயார் சுந்தராங்கி அதிசயித்து நின்றாள்.

அந்த நடன அரங்கேற்றத்தில் அதுவரையில் தாங்கள் கண்ட இயல் இசை நாட்டியம் ஆகிய மூன்று தமிழும் சிறப்பாக அமையப் பெற்றதால் காமன் விழா நிறைவுக்கு வந்தது போல மக்களாகிய கலா ரசிகர்கள் இன்பம் அடைந்தனர்.

தன்னைமீறி அமுதவல்லியை யார் விலைக்கு வாங்க முடியும் என்று சோழ இளவரசன் தனஞ்செயன் மனதிற்குள் குரூரமாக நகை புரிந்தான்.

அமுதவல்லி ஒரு கணிகையின் மகளாகப் பிறந்து வளர்ந்து தனஞ்செயன் போன்ற ஆதிக்க சக்திகளின் கையில் பட்டுச் சீரழிய வேண்டியுள்ளதே என்று அங்கே அமுதவல்லியின் அழைப்பை ஏற்று வந்திருந்த புத்தப் பிக்கு மனதில் இரக்க உணர்ச்சி மேலோங்கியது.

நடப்பவை எல்லாம் நன்மைக்கே என்ற மனநிலையில் இருந்த காளன் நாட்டிய அரங்கேற்றத்தைச் சாந்தமாகப் பார்த்துக் கொண்டிருந்தான்.

நாட்டிய நிகழ்ச்சியின் இறுதியாக வர்ணம் இடம்பெற்றது. நீண்ட கதைப் பாடல். முருகனுக்கும் தெய்வயானைக்கும் நேர்ந்த ஊடல். வள்ளியின் இல்லத்திற்கு விருந்தினனாகச் சென்ற கந்தன் இன்னும் தேவலோகம் திரும்பாததால் கோபம் கொண்ட தெய்வயானை ஆத்திரம் கொண்டு பாடுவது போன்ற வர்ணம். ஒன்பது சுவைகளுக்கும் இடமளித்து அபிநயம், பாவம், அடவுகளுக்கு இடம் கொடுத்த அந்த வர்ணம் ஒரு நாழிகை நேரம் விடாமல் ஆடப்பட்டது. வர்ணம் முடிந்ததும் மக்கள் அங்கிருந்து கிளம்பிச் சென்றனர்.

காளன் அமர்ந்திருந்த இடத்திற்கு சுந்தராங்கியின் பணிப்பெண் வந்து அவனை சுந்தராங்கி ஒப்பனை அறைக்கு அழைப்பதாகக் கூறினாள்.

அமைச்சர் வித்தகன் இதனை நோட்டமிட்டபடியே இருந்தார். மகனின் போக்கில் இப்படிப்பட்ட மாற்றங்கள் நிகழ்வது அவரால் தாங்க முடியவில்லை. கோபத்தில் பற்களை நற நற என்று கடித்தார்.

அந்தப் பெண்மணியின் பின்னால் காளன் விரைவாகச் சென்றான். கூடிய மட்டும் தனது முகத்தை அந்தக் கூட்டத்தில் காளன் வெளிக்காட்டிக் கொள்ள விரும்பவில்லை. தான்தான் அந்த மதம் கொண்ட யானையை அடக்கி நிகழ இருந்த விபரீதத்தைத் தடுத்தவன் என்பது தெரிந்தால் அனைவரது ஆச்சரியப் பார்வைகளும் அவன்மீது விழுவதை அவன் விரும்பவில்லை.

அந்தப் பெண்மணி காட்டிய ஒப்பனை அறைக்குள் காளன் நுழைந்தபோது உள்ளே ஒப்பனை அறையில்

சுந்தராங்கிக்கும் அமுதவல்லிக்கும் கடும் வாக்குவாதம் நிகழ்ந்து கொண்டிருந்தது.

"இங்கே பாரம்மா! நாட்டிய மரபு என்ற ஒன்று உள்ளது. அதன்படி நாளை பொன் தாமரை மாலையை வீதிக்கு அனுப்பு. என்னை விலை பேசுபவன் வேறு யாராக வேண்டுமானாலும் இருக்கட்டும் அவன் சோழ இளவரசன் தனஞ்செயனாக இருக்க வேண்டாம்."

"இரைந்து பேசாதே அசடே! வெளியில் அரசவையைச் சேர்ந்தவர்களின் செவிகளில் நீ பிதற்றுவது கேட்டால் உன் பிழைப்பு மட்டுமில்லை என் பிழைப்பும் சந்தி சிரிக்கும். பிறகு குமரன் கோட்டத்து வாயிலில் இரந்துண்ணும் பிச்சைக்காரகள் நிலைதான் நமக்கும்."

"அரண்மனையில் மேனியை விற்றுப் பிழைப்பு நடத்தும் அடிமையாக வாழ்வதற்குப் பிச்சை எடுத்து வாழலாம், தவறில்லை."

"இன்று உன் நடன அரங்கேற்றம் என்பதால் நான் வாயை மூடிக் கொண்டிருக்கிறேன். இல்லை என்றால் ஒரு கணிகையின் இல்லத் தலைவி எப்படி இருப்பாள் என்பதை உனக்குக் காட்டியிருப்பேன்."

"நீ என்னைக் கொன்று போட்டாலும் பரவாயில்லை எனக்கு விடுதலையாவது கிடைக்கும். முதலில் அதைச் செய். உனக்குப் புண்ணியமாகப் போகும்."

"ஹா! உன்னைக் கொன்று போடுவதற்காகவா உன்னை அரும்பாடுபட்டு நாட்டிய தாரகை ஆக்கியுள்ளேன்?" என்று அவள் உறுமிவிட்டு வெளியில் வந்தபோதுதான் எதிரில் காளன் வந்தான்.

"உங்களை அழைத்து பரிசுப்பொருட்கள் அளிக்க வேண்டும் என்றுதான் எண்ணியிருந்தேன். நீங்கள் மட்டும் அந்த மதம் கொண்ட யானையை அடக்காமல் இருந்திருந்தால் இந்த நாட்டிய அரங்கேற்றமே நடந்திருக்காது. ஆனால் எதற்காக நீங்கள் மதம் கொண்ட யானையை அடக்கியிருக்க வேண்டும் என்று இப்போது தோன்றுகிறது" என்று பெருமூச்சு விட்டாள் சுந்தராங்கி.

"என்ன காரணம்?" என்று காளன் வினவினான்.

"உள்ளே வேறு ஒரு மதம் கொண்ட பெண் யானை முரண்டு பிடிக்கிறது."

“நான் அந்தப் பிடியைப் பார்க்கலாமா?”

“ராஜாங்க யானையை நீங்கள் அடக்கியது பெரிய விஷயமே இல்லை. உள்ளே இருக்கும் பிடியின் மதத்தை அடக்க முடியுமா என்று பாருங்கள்” என்று கூறினாள்.

காளன் உள்ளே நுழையும்போது அங்கிருந்த சேடிப் பெண்களையும் சுந்தராங்கியின் குடும்பத்தைச் சேர்ந்தவர்களையும் அப்புறப்படுத்தினான்.

“கணிகையர் குலத்தில் பிறந்ததற்கு நீ எதற்காக வருத்தப்படுகிறாய்? நுண்ணிய கலையின் வளர்ச்சி உங்களைப் போன்றவர்களின் கரங்களில்தானே உள்ளன? நீ இதற்குப் பெருமைப்பட வேண்டும் அல்லவா?” என்றான்.

“ஆனால் அதற்கு நான் கொடுக்கும் விலை?” என்று கேட்டாள் அமுதவல்லி.

“இங்கே பார், அரண்மனைக்குள் நுழையும் பாக்கியம் சாதாரணப் பிரஜைகளுக்குக் கிடைக்குமா? உன்னைப் பொறுத்தவரையில் உனக்கு அப்படி ஒரு சந்தர்ப்பம் கிடைப்பதோடு அரண்மனைவாசிகளை ஆட்டிப் படைக்கும் சாமர்த்தியமும் சேர்ந்தே கிடைக்கும்போது அதனை நீ மறுப்பது முட்டாள்தனம்.”

“ஆனால் தனஞ்செயன் போன்ற பேடியின் கைகளில் சிக்குவதற்கு நான் தயாராக இல்லை.”

“யுவராஜன் அவன்.”

“ஆனால் ஒரு கோழை. ஆண்மையில்லாதவன். இன்று காலையில் மதம் கொண்ட யானையைக் கண்டதும் கோழையைப்போலப் புரவியின் மீது ஏறி ஓடி ஒளிந்தவன்.”

“ஒரு வீரனிடம் காரியம் சாதிப்பதைவிட ஒரு கோழையிடம் அதுவும் அரண்மனைக் கோழையிடம் காரியம் சாதிப்பது எளிது” என்றான் காளன்.

அந்த நேரத்தில் அவளுக்கு ஓர் ஆறுதல் குரல் வேண்டியிருந்ததால் காளனின் பேச்சில் இருந்த அர்த்தங்களை ஆராயாமல் அவன் கூறுவதைக் கேட்டுக் கொண்டிருந்தாள்.

“நாளை உனது மேனிக்கு விலை பேசும் பொன்மாலை வீதிக்கு வரும் அல்லவா? அது ஒரு மரபு என்பது கருதி எவரும் உன்னை ஆயிரம் பொற்காசுகள் கொடுத்து வாங்க

முன்வரமாட்டார்கள். இளவரசன் தனஞ்செயனுக்கு உன்மீது ஒரு கண் என்பதால் உன்னைவிட்டு விலகவே அனைவரும் விரும்புவர்.”

“அதுதான் தேவையில்லை என்கிறேன்.”

“நாளை ஓர் அதிசயம் நிகழும். அதன் தொடர்ச்சியான விஷயங்கள் குறித்துப் பேசுவதற்கு நமக்கு நிறையச் சந்தர்ப்பங்கள் அமையப் போகின்றன. நீ எதைப் பற்றியும் கவலைப்படாமல் நான் சொல்லும் வண்ணம் கேள்” என்றான்.

அவன் அடிக்குரலில் ரகசியமாகக் கூறிய சேதிகளைக் கேட்டதும் அமுதவல்லியிடம் ஆச்சரியம், அச்சம், பரபரப்பு போன்ற உணர்ச்சிகள் ஒருசேர எழுந்தன.

அத்தியாயம் - 12

அமுதவல்லியின் நடன அரங்கேற்றத்திற்கு வந்திருந்த பல சீமான்கள் அவள்மீது மையல் கொண்டு மறுநாள் எப்படியும் அவளை விலை பேசும் மாலை கடைவீதிக்கு வரும், நாம் அதை முதலில் சென்று வாங்கி விடுவோம் என்று காத்திருந்தனர். வெளிப்படையாக இல்லாவிடினும் அமுதாவின் தாயார் சுந்தராங்கி மறுநாள் குமரன் கோட்டத்தில் மாலை விலைக்கு வரும் என்ற சேதியைக் கசிய விட்டிருந்தாள். அதனை மோப்பம் பிடித்து வைத்திருந்த சீமான்கள் தங்களது நம்பிக்கைக்குரிய பணியாட்களை அருமையான கூண்டு வண்டிகளில் அனுப்பி மாலையை விலைக்கு வாங்க அனுப்பியிருந்தனர். ஒரு விலைமகளை விலைக்கு வாங்குவதை நகர மக்கள் நேரடியாகப் பார்த்து விடக்கூடாது என்பதற்காகச் செய்யப்பட்ட போலிக் கௌரவ ஏற்பாடு அது.

ஆனால் அமுதவல்லியின் மாலைக்கு அதிகபட்ச விலையை நிர்ணயம் செய்து அப்படி ஒரு விலைக்கு அவளை எவரும் வாங்க முன்வரமாட்டார்கள் என்ற அதீத நம்பிக்கை காரணமாக யுவராஜன் தனஞ்செயன் தனது முதல் நாள் சல்லாபங்களில் அதிகம் திளைத்தவனாக மறுநாள் மிகவும் காலம் தாழ்ந்து எழுந்ததால் அரண்மனையின் தேர் எதனையும் குமரன் கோட்டத்திற்கு அனுப்பவில்லை. சுந்தராங்கிக்கு மரபும் மீறக் கூடாது அரண்மனைப் பகையும் தனக்குச் சேரக் கூடாது என்பதற்காக ஏற்கெனவே யுவராஜனிடம் அமுதவல்லிக்கு விலை பேசும் மாலையைக் குமரன் கோட்டம் அனுப்புவதற்கு அனுமதி கேட்டிருந்தாள். இதுபோன்ற முன்னேற்பாடுகளில் அவள் வெகு

சாமர்த்தியக்காரி. இல்லை என்றால் பல ஆண்டுகளாக விலைமகளிர் வீதியில் அவளால் கோலோச்சித் தேர்ந்த கணிகையர் தலைவியாக நடமாட முடியுமா?

குமரன் கோட்டத்திற்கு வந்திருந்த செல்வச் சீமான்கள் அமுதவல்லியின் மாலை அதிகபட்சம் போனால் ஐந்நூறு பொற்கழஞ்சியங்கள் வரைதான் போகும் என்று கருதி வந்திருந்தனர். உறையூர் பொன்னுக்கு மாற்று அதிகம் என்பதால் ஒரு செல்வந்தன் உறையூர் பொன்னுடன் வந்திருந்தான். ஆனால் மாலையைக் கொண்டு வந்திருந்த பணிப்பெண், 'ஆயிரம் கழஞ்சு பொன் கொடுப்பவர்களுக்கு மட்டுமே அமுதவல்லி சொந்தம்' என்று பிடிவாதமாக நின்றதைப் பார்த்து அத்தகைய சீமான் யார் என்பதை அறியக் காத்திருந்தனர்.

"அரண்மனைச் சரக்கு என்றாகிவிட்டால், வெகுநாட்கள் சென்ற பின்னர்தான் அமுதவல்லி மீண்டும் கணிகையர் வீதிக்கு வருவாள். பார்க்கலாம் யார் இந்த மாலையை வாங்குகிறார் என்று" என்று அனைவரும் நினைத்தார்கள்.

ஓரிருவர் எழுநூறு கழஞ்சு வரையில் கொடுப்பதாகப் பேரம் பேசினார்கள்.

அந்தச் சேடிப்பெண் ஒரு நாழிகை நேரம் வரையில் அங்கே நின்று கொண்டிருந்தாள். அப்போது குதிரையில் ஒருவன் குப்பாயம் அணிந்த உடையுடன் அங்கே வந்து இறங்கினான். தலையில் பாகை வைத்திருந்தான்.

"அம்மா! நான் காளன் என்ற சீமானிடமிருந்து வந்துள்ளேன். காளன் அமுதவல்லியின் மாலையை விலைக்கு வாங்கி வரச் சொன்னார்."

"இந்த மாலையை விலை கொடுத்து வாங்கும் அளவிற்குக் காளனிடம் தகுதி உள்ளதா?"

"விலையைக் கூறுங்கள். தகுதி உள்ளதா இல்லையா என்பதைப் பின்னர் கூறுகிறேன்."

"அமுதவல்லியைக் கொஞ்சிக் கூடுவதற்கு உரிய இந்த மாலையின் விலை ஆயிரம் பொற்கழஞ்சு" என்றாள் எகத்தாளமாக.

குதிரையில் வந்த மனிதன் அவளை மேலும் கீழும் பார்த்தான்.

“ஆயிரம் கழஞ்சு தம்பி. முடியுமா உன் எஜமானனால்?” என்று அந்தக் கிழவி மீண்டும் சிரித்தாள்.

அந்தக் குதிரை மனிதன் தனது இடுப்புக் கச்சத்திலிருந்து ஒரு சுருக்குப் பையை எடுத்தான்.

“இந்தா எண்ணிக் கொள்! ஒன்றிரண்டு குறைந்தாலும் கூறு. பொன்னை நீ பரிசோதிக்க வேண்டுமானாலும் பாதகமில்லை. இது சீன தேசத்துப் பொன் என்பதால் மாற்றில் கிஞ்சித்து அளவுகூட மாசு இருக்காது.”

கிழவிக்கு எங்கே பொன்னின் தரம் தெரியப் போகிறது? தன்னிடம் சுந்தராங்கி கூறி அனுப்பியது ஒன்றாகவும் ஆனால் அங்கு நடந்தது வேறாகவும் இருந்தது கண்டு அவளுக்குக் குழப்பம் ஏற்பட்டது. ஆயிரம் கழஞ்சு பொன் கொடுத்து ஒருவரும் வாங்க மாட்டார்கள் எனவும், யுவராஜனின் சேவகர்கள் வரும்வரையில் அவள் காத்திருந்து மாலையைக் கொடுத்துவிட்டு வருவதற்குத்தான் அவளுக்கு உத்தரவு. ஆனால் இங்கு நடப்பது தலை கீழாக உள்ளது. யுவராஜனைச் சேர்ந்த யாரும் வாராதபோது அமைச்சர் மகனின் ஆள் என்று ஒருவன் பொற்கழஞ்சுகளுடன் நிற்கிறான் என்ன செய்வது?

“ம்ம் சீக்கிரம் அம்மா! மாலையைக் கொடுக்கவும்” என்று குதிரையில் அமர்ந்திருந்த வீரன் அதட்டினான்.

கிழவிக்கு வேறு வழித் தோன்றவில்லை. தனது கூடையிலிருந்த அமுதவல்லியின் மாலையை அங்கு கூடியிருந்தவர்கள் பார்க்கும் வண்ணம் உயரப் பிடித்து வந்தவன் கையில் கொடுத்தாள்.

“அமுதவல்லி என்ற அழகு சிலையை, நாட்டியப் பதுமையை ஆயிரம் கழஞ்சு பொன் கொடுத்து அமைச்சர் வித்தகனின் மைந்தன் ஸ்ரீ ஸ்ரீ காளன் தனது உடைமையாக்கிக் கொண்டார்” என்று அவன் பெருத்த குரலெடுத்துக் கூறினான்.

அங்கு கூடியிருந்தவர்கள் வியந்து நின்றார்கள். “யார் காளனா?”

“அமைச்சர் மகனா?”

“நேற்று விழாவில் மதம் கொண்ட யானையை அடக்கிய மாவீரனா?”

காளனின் சேவகன், “அம்மா! இன்று இரவு காளன் அமுதவல்லியின் மாளிகைக்கு வருவார் என்ற தகவலை உனது எஜமானியிடம் தெரிவிக்கவும்” என்று கூறிவிட்டுக் குதிரைமீது தாவி ஏறிச் சென்றுவிட்டான்.

அங்கேயே இருந்து யுவராஜனின் ஆளுக்குக் காத்திருப்பதா அல்லது ஆயிரம் பொற்கழஞ்சுப் பையுடன் கணிகையர் வீதிக்குத் திரும்புவதா என்ற குழப்பத்தில் இருந்தபோது வேறு ஒருவன் ஒரு கூண்டு வண்டியில் வந்து இறங்கினான்.

“இங்கே ரத்னமாலா என்பது யார்?” அவனது தோரணையே அவன் எங்கிருந்து வருகிறான் என்பதைத் தெரிவித்தது.

“எஜமான்! ரத்ன மாலை நான்தான்” என்று அந்தப் பெண் அங்கே அவன் முன்னால் சென்று நின்றாள்.

கூண்டு வண்டியில் வந்தவன் ஒரு பெரிய வெள்ளியினால் ஆன தாம்பாளத்தில் மலர்கள், பழங்கள் இவற்றோடு விதவிதமான நகைகள் பட்டுச் சீலை போன்றவற்றை வைத்து அதன் தலை மீது ஒரு சிறு பையையும் வைத்தான். பின்னர் அந்தத் தட்டை அந்த வயதான பெண்மணியிடம் நீட்டினான்.

“என்ன இது ஐயா?” என்று அவள் கேட்டாள்.

“கணிகையர் மாளிகைத் தலைவி சுந்தராங்கியின் மகள் அமுதவல்லிக்கு அச்சாரமாக நமது சோழ மண்டல யுவராஜரும் பாராக்கிரமும் நிறைந்த ஸ்ரீ ஸ்ரீ தனஞ்செயன் அளிக்கும் வெகுமதி. வாங்கிக் கொள்ளுங்கள்” என்றான்.

“வெகுமதி என்று வேண்டுமானால் வாங்கிக் கொள்கிறேன். அச்சாரமாக முடியாது” என்றாள் அந்தப் பெண் ரத்னமாலா.

“என்ன உளறுகிறாய்?”

அவள் சொன்ன பதிலைக் கேட்டு இரண்டு பேர் ஆத்திரம் கொண்டனர்.

ஒன்று யுவராஜன் தனஞ்செயன். ஏற்கெனவே ஊர் முழுவதும் முந்தைய நாளில் காளன் மதம் கொண்ட யானையை அடக்கி பெரும் விபரீதம் எதுவும் நிகழாமல் காப்பாற்றியவன் என்று போற்றப்பட்டான். போகட்டும். அதையாவது சோழ மண்டலத்தில் இருப்பவர்கள் அனைவரும் தங்கள் மண்ணின் நலம் கருதுபவர்கள் என்று ஒட்டு மொத்தச் சோழ சாம்ராஜ்ஜியத்தின்

பெருமையாக மாற்றி விடலாம். இரண்டு புலவர்களை அழைத்து வேழம் வென்ற சோழன் என்று பாடச் சொல்லி விட்டால் போதும். ஆனால் இப்போது அவன் தனது சொந்த விவகாரத்தில் தலையிடுகிறான். பூப்பறிக்க அதிகாலைக் கிளம்பிய ஒருவன் பூந்தோட்டம் புயலில் சிக்கி அழிந்ததைக் கண்ணுற்றதைப்போன்ற ஏமாற்றத்தை அடைந்தான். அவன் ஏதோ சோழ மண்டலத்தின் ஒரு செல்வந்தனாக இருந்தாலாவது போகிறது என்று வேறு வழிகளில் அவனுக்குத் தொல்லைகள் அளித்துத் திணற வைத்திருக்கலாம். தங்கள் ராஜ்ஜியத்தின் மந்திரிகளில் ஒருவரின் மைந்தன். என்ன ஓர் அவமானம். யுவராஜன் ஆத்திரத்தில் குமைந்து கொண்டிருந்தான்.

அதே நேரத்தில் அமைச்சர் வித்தகன் தனது இல்லத்தில் கடும் கோபத்தில் உருமிக் கொண்டிருந்தார். தனது மற்ற பிள்ளைகள் முன்பு வாய்விட்டுப் பேச முடியாதபடி ஒரு செய்கையைத் தனது மூத்த மைந்தன் செய்து விட்டதால் அவரது இல்லாளைத் தனிமையில் அழைத்து வசை பாடிக் கொண்டிருந்தார்.

“சிறு வயதிலிருந்து அவனுக்குப் பரிவும் பாசமும் அளவுக்கதிகமாகக் கொடுத்ததன் பலனைப் பார்த்தாயா இளமதி? சொல்லவே நா கூசுகிறது. கணிகையர் வீதியில் உள்ள ஒரு கணிகையை அவளது பொன் மாலையை விலை கொடுத்து வாங்கும் அளவுக்குச் சென்று விட்டான். அவனுக்கு ஏது இத்தனை பணம்?”

“உங்கள் பிரச்சனைதான் என்ன? அவன் அந்த மாலையை வாங்கியது பிழையா? அல்லது அதற்கான தொகையைக் கொடுத்தது பிழையா?”

“அவன் என்ன செய்கிறான் என்பது எதுவுமே தெரியாமல் இருப்பது எனக்கு அவன்மீது அச்சத்தை ஏற்படுத்துகிறது. நாளை அரண்மனைக்குப் போனால் மற்றவர்கள் கேட்கும் கேள்விகளுக்கு நான் என்ன விடை கூற முடியும்? ஒழுக்கம் உயிரினும் ஓம்பப்படுவதற்குக் காரணங்களாக வள்ளுவப் பெருந்தகை எத்தனை அதிகாரங்களை இயற்றி உள்ளார்? இது அவனது குருகுலத்தில் அவன் கற்ற பாடங்கள்தானே? ஒன்று கூடவா அவன் புத்திக்கு உரைக்கவில்லை?”

“ஒரேயடியாக அவனைக் கரித்துக் கொட்டாதீர்கள். அவனிடமும் என்ன விஷயம் என்பதனைக் கேட்டறியாமல் ஒருவரைப் பழிப்பது சரியல்ல” என்று இளமதி மகனுக்குப் பரிந்து பேசினாள்.

“இனிமேல் கேட்பதற்கு என்ன உள்ளது? அவன் இனிமேல் இந்த மாளிகைக்குள் நுழைந்தால் படி ஏற்றாதே சொல்லி விட்டேன்.”

“உங்களிடம் உள்ள மிகப் பெரிய குறையே இதுதான். ஒருதரப்பு வாதத்தை மட்டும் கேட்டுவிட்டுத் தீர்ப்பு வழங்கும் தன்மை. காளன் விஷயத்தில் ஆரம்பத்திலிருந்து நீங்கள் இதைத்தான் கடைப்பிடித்து வந்திருக்கிறீர்கள். அவன் இப்போது தோளுக்கு மிஞ்சி விட்டான்.”

ஆனால் அதன் பின்னர் அந்த மாளிகைக்குக் காளன் நுழையவே இல்லை.

அமுதவல்லியும் காளனும் அவளது மாளிகையில் சந்திப்பது என்பது நாள்தோறும் நிகழும் நிகழ்வாகிப் போனது. சுந்தராங்கிக்கு எது எப்படிப் போனாலும் ஒவ்வொரு முறை காளன் அவளைச் சந்திக்க வரும்போது அவளுக்கு அவன் அதிக வெகுமதிகளைக் கொண்டு வருகின்றானா என்பதில் குறியாக இருந்தாள். ஒவ்வொருமுறை காளன் கொண்டு வரும் ஆபரணங்களைத் தனக்குத் தெரிந்த பொற்கொல்லரிடம் கொடுத்து அதன் தரத்தை அறிந்து கொண்டு விடுவாள். சில நேரங்களில் மிக உயரிய ஆபரணங்களை அவன் கொண்டு வந்து கொடுக்கும்போது அவன் மிகப் பெரிய செல்வச் சீமானாக இருக்க வேண்டும் என்று நம்பினாள்.

இருவரது சந்திப்புகளும் பெரும்பாலும் இரவில் நிகழ்ந்ததால் சுந்தராங்கியின் தலையீடு இராது. அவர்களது உரையாடல் பல்வேறு விஷயங்களின் நுண்ணிய ரசனை வெளிப்பாடாக இருக்கும். சங்கப்பாடல்கள் குறித்தோ, இதிகாசங்கள் குறித்தோ, ஆடை அலங்காரங்களில் உள்ள நேர்த்தி குறித்தோ, யாழிசை குறித்தோ, நாட்டியம் குறித்தோ பின்னிரவு வரையில் நீளும். சில நேரங்களில் மலர்வது தெரியாமல் மலர்ந்து மணம் வீசும் செண்பக மலரின் வாசம் போல அவர்கள் இடையில் சல்லாபமும் நிகழும். சல்லாபம் ஒன்றே குறிக்கோளாகக் கொண்டு அவன் என்றுமே அவளது மாளிகைக்கு வந்ததில்லை.

ஒருநாள் இரவு மிக அவசரமாக அமுதவல்லியின் மாளிகைக்கு வந்த காளன் அமுதவல்லியைச் சந்திப்பதில் அதிக அவசரம் காட்டினான். எப்போதும் பாட்டும் கூத்துமாக இருக்கும் நாட்டிய கூடத்தில் காத்திருப்பான். சிறிது நேரம் சென்ற பின்னர் ஒரு திருநங்கை அவனை அவளுடைய மாளிகைக்கு அழைத்துச் செல்வது வழக்கம்.

இன்று கூத்து மன்றத்தில் அவன் மனம் லயிக்காமல் வேறு ஒருவரிடமும் கேளாமல் அமுதவல்லி இருக்கும் மாளிகையை நோக்கிக் கிளம்பினான்.

அமுதவல்லியை ஒவ்வொரு அறையாகத் தேடிச் சென்றவன் இறுதியாக அவள் பூஜை அறையில் இருப்பதை அறிந்துகொண்டு உள்ளே சென்றான்.

அமுதவல்லி ஒரு பீடத்தின் முன்பு அமர்ந்து கண்களை மூடி தியானத்தில் இருந்தாள். உள்ளே அவன் வந்ததுகூட தெரியாமல் அவள் மோனத்தில் இருப்பதைக்கண்ட காளன் பீடத்தில் உள்ள திருவுருவச் சிலை யாருடையது என்று நோக்கினான்.

எந்தப் புத்தர் சிலையை மும்முடி நாய்கன் இல்லத்திலிருந்து அவன் காடவனாக இருந்து களவாடி வந்து அதனைச் சுரேந்திரரிடம் கொடுத்திருந்தானோ அதே பொன் புத்தர் விக்கிரகம்.

தியானத்திலிருந்து கண் விழித்த அமுதவல்லி, பின்னால் காளன் மண்டியிட்டு புத்தர் பெருமானை வணங்கிக் கொண்டிருப்பதைக் கண்டு மகிழ்ச்சியுற்றாள்.

“புத்த நெறி உங்களுக்கு உகந்த ஒன்றா?” என்று அவனிடம் கேட்டாள்.

“ஆம். ஒரு காலத்தில் நான் ஒரு வித்யார்த்தியாக இல்லை என்றாலும் பௌத்தக் கொள்கைகளின் மீது ஈடுபாடு உடையவனாக இருந்தேன்.”

“இருந்தேன் என்றால் இப்போது இல்லை என்று அர்த்தமா?” என்று அவள் அவனை மடக்கினாள்.

“அவ்வாறு அர்த்தமில்லை. இப்போதைய எனது இந்த நிலையில் முன்புபோல அடிக்கடி பௌத்தச் சங்கத்திற்குச் செல்வது இயலாமல் உள்ளது.”

“எனக்கு வருங்காலத்தில் பௌத்த விகாரத்திலோ அல்லது சங்கத்திலோ ஒரு பிக்குணியாக மாற விருப்பம் உள்ளது. மாதவி என்னைப் போன்ற ஒரு கணிகை என்பதால் சொல்லவில்லை. பேதமற்ற நிலை இந்த உலகில் உண்டென்றால் அது ஒரு பௌத்தச் சங்கத்தில் மட்டுமே இருக்கும் என்று கருதுகிறேன்.”

“எனது விருப்பம் எல்லாம் நாகப்பட்டிணத்தில் இருப்பது போல ஒரு பெரிய புத்த விகாரத்தைப் புகாரிலும் எழுப்ப வேண்டும் என்பதுதான்” என்ற காளன் ஒன்றும்

அறியாதவன்போல "இந்தப் பொன் புத்தர் உனக்கு எப்படிக் கிடைத்தது?" என்று கேட்டான்.

"நடன அரங்கேற்றத்திற்கு முதல் நாள் புத்த பிக்கு சுரேந்திரரை அவரது சங்கத்தில் சென்று பார்த்து அவரது ஆசீர்வாதத்தைப் பெற்று வந்தேன். அப்போது அவர்தான் இந்த பொன் புத்தரை எனக்கு அளித்தார்" என்றாள்.

"அற்புதமாக உள்ளதே" என்று அந்தச் சிலையைப்பார்த்து ஏதும் அறியாதவனைப் போல வியந்து கூறினான்.

அமுதவல்லியிடமிருந்து அந்தப் புத்தர் சிலையை வாங்கிப் பார்த்தான். பத்ராவின் இல்லத்தில் காடவனாகப் போனபோது அவனால் புத்தர் சிலையை முழுவதும் ஆராய்ந்து பார்க்க முடியவில்லை. ஆனால் இப்போது அந்தச் சிறிய விக்கிரகத்தைக் கைகளால் அளந்து பார்த்தான். சரியாக ஒரு முழம் நீளமும் அரை முழம் அகலமும் கொண்ட பசும்பொன்னினால் ஆன விக்கிரகம் அது. கண்ணும் மூக்கும் மிகத் திருத்தமாக வடிக்கப்பட்ட சிலை. குறைந்தது ஐம்பது கழஞ்சு பொன்னில் வார்த்தெடுத்த புத்தர். அதன் அமைப்பைக் கைகளால் தீண்டிப் பார்த்தவன் முதுகுப் பகுதியில் சிறிய புடைப்பு இருப்பதைக் கவனித்து அந்த இடத்தைக் கட்டை விரலால் நெருடினான்.

சற்று அழுத்தமாகத் தள்ளியதும் முதுகில் ஒரு சிறிய பட்டை விலகி புத்தரின் முதுகுப் பகுதி திறந்து கொண்டது. இரண்டு விரற்கடை அளவுள்ள துவாரம் ஒன்று இருந்தது. உள்ளே இருந்த பரல்களை வெளியில் கொட்டினான்.

"ஆஹா" என்றான்.

"என்ன?" என்று அமுதவல்லி கேட்டாள்.

"உள்ளே சிறிய அறை போன்ற மறைப்பு உள்ளது. இந்தப் புத்தரை நீ எங்கு வேண்டுமானாலும் கொண்டு செல்வாயா?' என்று கேட்டான்.

அவள் புரியாமல் விழித்தாள்.

"ஆடிப்பெருக்கு சமயத்தில் உறையூரில் ஒரே கொண்டாட்டமாக இருக்கும். ராஜாங்கம் சார்பில் நிறைய நாட்டிய நிகழ்ச்சிகள் இருக்கும். ஒருவேளை நீ அங்கு நடன நிகழ்ச்சிக்குச் செல்ல வேண்டி வந்தால் இந்தப் புத்தரையும் எடுத்துச் செல்வாயா?" என்று கேட்டான்.

அமுதவல்லி அவனை அர்த்தத்துடன் பார்த்துச் சிரித்தாள்.

அத்தியாயம் - 13

பத்ராவின் தாயார் சில நாட்களாகத் தனது மகளைக் கவனித்து வந்தாள். அவள் சரியாக உணவு கொள்வதில்லை. வட்டிலில் சோறு எடுத்த வைத்தால் அது பால் அன்னமாக இருந்தாலும் புளிக் குழம்பு விட்டுப் பிசைந்து வைத்த அன்னம் என்றாலும் அன்னத்தைக் கைகளால் அளைகின்றாளே ஒழிய மளமளவென்று வாயில் அள்ளிப் போட்டு உண்பதே இல்லை. கறிச் சோறு தின்பது அறவே நின்று விட்டது. கேட்டால் உயிர்வதை தவறென்று புத்தர் கூறியிருப்பதாக ஆரம்பித்து விடுவாள். நெய்யில் வதக்கி மிளகுப் பொடி தூவிய ஆமைக்கறி உண்பதென்றால் ஒருகாலத்தில் அவளுக்கு அலாதி பிரியம். இப்போது என்னடாவென்றால் எல்லாமே மரக்கறி உணவுதான். அதற்கும் இப்போது கேடு வந்துள்ளது. பால் குடிப்பதில்லை. முன்பு போல உற்சாகமாக இருப்பதில்லை. கணவரிடம் சொல்லலாம் என்றால் அவர் தனது பொருள் கொள்ளை போனதில் மிகவும் சினத்துடன் உள்ளார். செவிலித் தாய்மார்கள் ஒன்றுக்கு இரண்டு பேர் இருந்தும் அவர்களால் அவளது சோர்வின் காரணத்தைக் கண்டுபிடிக்க முடியவில்லை.

அவளது அணுக்கத் தோழியான புஷ்பவல்லியை அழைத்துக் கேட்டாள்.

"புஷ்பா! நீதான் அவளின் நிழல் போலச் சுற்றித் திரிவாயே அவளுக்கு என்ன நேர்ந்தது? ஏன் இவ்வாறு இருக்கிறாள்? உண்பதில்லை, பருகுவதில்லை, படுப்பதில்லை, ஒழுங்காய் உடுப்பதில்லை. காரணம்

கேட்டால் பதில் சொல்வதில்லை. கூந்தலை வாரிமுடித்து எப்போதும் போட்டுக் கொள்ளும் ஐந்து வகைப் பின்னல் இப்போது இல்லை. மேனி கருத்து கண்களின் கீழே கருவளையம் பாய்ந்து பார்க்கச் சகிக்கவில்லை" என்றாள்.

"எப்போதிலிருந்து இந்த மாற்றம்?" என்று புஷ்பவல்லி கேட்டாள்.

"காமன் விழா முடிந்த பிறகுதான்."

புஷ்பவல்லி சிரித்தாள்.

"புலவர்கள் நேரில் பார்ப்பதை எழுதுகின்றனரா அல்லது அவர்கள் எழுதியது போல நிகழ்கிறதா என்று தெரியவில்லை" என்றாள் புஷ்பவல்லி.

"நீட்டி முழக்காதே."

"தங்கால் முடக்கொற்றனார் என்ற பாண்டி நாட்டுப் புலவர். அகநானூற்றில் ஒரு பாடல் எழுதியிருக்கிறார். இதேபோல ஒரு தாய் தன் மகளின் நிலை குறித்து அவளுடைய தோழியிடம் கேட்கிறாள். அதற்குத் தோழி இவ்வாறு கூறினாள். தலைவியுடன் வேங்கை மரத்தில் உதிர்ந்த பூக்களைப் பறிக்கச் சென்ற வேளையில் புலி ஒன்றைக் கண்டு அஞ்சி கூக்குரல் எழுப்ப அழகிய இளைஞன் ஒருவன் செறிந்த பார்வையும் விரிந்த மார்பும் உடைய காளை பருவத்தினன் அங்கே தோன்றி அவர்களிடம் புலி எங்கே என்று வினவ அவனது அழகில் மயங்கிய பெண்கள் வாய் திறக்காமல் இருக்கவே, 'அழகிய பெண்களே நீங்கள் பொய்யும் கூறுவது உண்டோ?' என்று அங்கிருந்து கிளம்பிச் செல்லும்போது கூறினானாம். இதுதான் அந்தப் பாடலின் பொருள்.

"யார் அந்த அமைச்சர் வித்தகனின் மைந்தன் என்று ஒருவன் இவளைக் கடற்கரையில் காப்பாற்றினானே அவனா?"

"ஓ! நான் கூறியதன் உட்பொருளைச் சரியாக உள்வாங்கிக் கொண்டுவிட்டீர்கள் அம்மா."

"பிறகு இவளுக்கு அம்மா என்று சொல்லிக் கொள்வதில் என்ன பயன்?"

"ஆமாம், அவனேதான். காளன்."

"அவன் எத்தகைய குணம் கொண்டவன் என்று நீ அறிவாயா?'

“இப்போதைக்குச் சாகசக்காரன் என்பது மட்டும் தெரியும். கடலில் நீந்துகிறான். யானையை அடக்குகிறான். யாழ் மீட்டுகிறான். நடன சாஸ்திரம் கூறுகிறான்.”

“வேறு ஏதாவது அவனைக் குறித்து அறிவாயா?”

“பத்ராவின் தந்தையை ஆய்ந்து அறியச் சொல்லுங்கள். அரண்மனை ஒற்றர்கள் மூலம் அவனது குணம் நடவடிக்கை செல்வாக்கு போன்றவற்றை அறியலாமே” என்றாள்.

“அது வரையில் பத்ரா பொறுத்திருப்பாளா?”

“வேறு வழி?”

பத்ரா பெற்ற தாயிடம் மட்டுமில்லை அவளது தோழியரிடம்கூட அதிகமாகப் பேசுவதோ அல்லது ஆடிப் பாடுவதோ கிடையாது. கன்னிமாடம் செல்வது அறவே நின்று விட்டது. எப்போது பார்த்தாலும் பௌத்தம் குறித்தும் புத்த அரனேரிகள் குறித்தும் விரிவாக எழுதப்பட்ட நூல்களைப் படித்துக் கொண்டே இருந்தாள்.

“ஏன் பத்ரா உன்னை நீயே மறைத்துக் கொள்கிறாய்?” என்று கேட்டபடி பத்ராவிடம் புஷ்பவல்லி கேட்டாள்.

பத்ரா சிரித்தாள்.

“இந்தப் பிறவி உடலாலும் மனதாலும் ஆனதுதானே?” என்று பத்ரா திருப்பிக் கேட்டாள்.

“ஆமாம்.”

“முதலில் மனம் தோன்றியதா? அல்லது உடல் தோன்றியதா?”

“உன்னுடைய தத்துவ ஞானம் எனக்கு இல்லை பத்ரா.”

“எளிய கேள்விகளைக் கேட்கிறேன். தனக்கு நிகரில்லாத கூரிய வாள் எது?”

“கோபத்தில் கூறும் வார்த்தைகள்.”

“தனக்கு நிகரில்லாத நஞ்சு எது?”

“பேராசை.”

தனக்கு நிகரில்லாத கொடிய நெருப்பு எது?”

“காம உணர்ச்சி.”

“தனக்கு நிகரற்ற இருள் எது?”

“பேதைமை.”

புஷ்பவல்லி சொல்லி முடித்ததும் சின்னஞ்சிறு பெண்ணைப்போல பத்ரா கைகளைக் கொட்டினாள்.

“எவ்வாறு உன்னால் இப்படிப் பதில் கூற முடிந்தது?”

“தாயே! சதா சர்வ காலமும் பௌத்த நெறியில் ஊறித் திளைக்கும் உன்னுடன் பழகும் எனக்கு இது கூடவா தெரியாமல் இருக்கும்?”

“ஜேத வனத்தில் புத்தருக்கும் ஒரு வைதிகனுக்கும் இடையில் நிகழ்ந்த உரையாடலின் ஒரு பகுதிதான் இது.”

“இதை உன் வாயால் எத்தனை முறை கேட்டிருப்பேன்?”

“ஒரு விஷயத்தின் முழுத்தன்மையையும் புரிந்து கொள்வது என்பது வேறு. புரிந்து கொண்டதற்கு ஏற்ப நடப்பது வேறு அல்லவா?”

“மிக மிகச் சரி” என்றாள் புஷ்பவல்லி.

“நிகரற்ற கொடிய நெருப்பு எது என்று தெரிந்து கொண்டபின்பு அதனை அணைக்க வழி தெரியாமல் தவிக்கிறேன். இதில் கேலிப் பேச்சிற்கோ மலினமான நகைச்சுவைக்கோ இட்டுச் சென்றுவிட வேண்டாம்.”

“அனைவரும் ஓர் இரவில் புத்தராக வாய்ப்பில்லை பத்ரா. உன்னுடன் சதா சுற்றித் திரிவதால் எனக்கு பௌத்த நெறி குறித்து சிறிது விஷயம் தெரியுமே அன்றி பலிக்காகவும், வைதீகர்களின் ஆளுமையை ஒழிப்பதற்காகவும் பேதைமையை நீக்குவதற்காகவும் தோன்றியதுதான் பௌத்தம் என்று எண்ணுகிறேன். பிறப்பின் வழி வரும் மதத்தை மறுப்பது என்பது புத்தர் தோற்றுவித்த வழி என்றாலும் அது அனைவருக்கும் சாத்தியம் இல்லை. எங்காவது ஓர் இடத்தில் வாதத்தில் புத்தரின் பௌத்தம் மறுக்கப்படலாம். நீ சொல்வது போல காமம் என்பது பெருந்தீயாகவே இருக்கட்டும். ஆனால் பல்வேறு உயிரினங்கள் தோன்றுவதற்குக் காரணமாக அமைவது அந்தக் காமம்தானே?”

“ஆனால் அது எப்போது வேண்டுமானால் பற்றியவனை எரித்துவிடும் அல்லவா?”

“வைதிகர்களுக்கு அக்னி ஒரு தேவன். அவன் மூலமாகத்தான் அனைத்தும் அதனதன் இடங்களைச் சென்றடையும் என்று

நம்புகிறான். இவை எல்லாம் படிமங்களே அன்றி அக்னி தனது ஜுவாலை மூலம் கொண்டு சேர்க்கும் என்று நம்புகிறாயா? நீங்கள் இருவரும் குறிப்பிடும் நெருப்பு ஒன்றுதான். அது விளக்குச் சுடராகப் பயன்படுகிறதா அல்லது கூரையை எரிக்கப் பயன்படுகிறதா என்பதில் உள்ளது அந்த அக்னியின் பயன்பாடு. தத்துவங்களை விட்டுவிட்டு வெறும் சம்பிரதாயங்களில் ஊறிப் போனதால் வைதீகம் அடி வாங்கியதே தவிரத் தத்துவத்தால் இல்லை."

"முடிவாக நீ என்ன சொல்ல வருகிறாய்?"

"மனிதக்குல வரலாற்றில் காமம் ஒரு தவறான உணர்ச்சியன்று. ஆனால் அதற்கு ஒரு வரையறை உள்ளது. இந்த அடிப்படையைப் புரிந்து கொண்டால் உனக்கு நல்லது."

"எனக்குப் புரியாமல் இல்லை புஷ்பா."

"களவு தவறு என்று ஒருபோதும் தமிழர் மரபு கூறியதில்லை. களவு களவாக முடிந்துவிடாமல் அது திருமணத்தில் முடிய வேண்டும் என்பதுதான் தமிழர்களின் நிலைப்பாடு. இதை நான் ஏற்றுக் கொள்கிறேன். தர்க்கத்திற்கோ அல்லது அனுமானத்திற்கோ ஒரு விஷயம் சரியாக இருக்கிறது என்பதற்காக அதனை ஒருவன் ஏற்றுக் கொள்ள வேண்டும் என்று புத்தர் என்றுமே நிர்ப்பந்தித்தது இல்லை. எந்த விஷயம் தீமை விளைவிக்கும் என்று உங்களுக்குத் தோன்றுகிறதோ அதனைத் தவிருங்கள், எந்த விஷயம் உங்களுக்கு நன்மை விளைவிக்கும் என்று தோன்றுகிறதோ அதனைச் செய்யுங்கள் என்றுதான் அவர் கூறியுள்ளார்."

"பிறகு என்ன தயக்கம் உனக்கு? உன் உள்மனக் கிடக்கையை உன் முகம் மறைக்கலாம், ஆனால் உடலின் சில ரசாயன மாற்றங்கள் காட்டிக் கொடுத்து விடுமே. குறிப்பாக உனது மாமை; உனது சோர்வு. நான் வேண்டுமானால் ஒன்று செய்யட்டுமா?"

"என்ன?" என்று பத்ரா புஷ்பவல்லியின் முகத்தை ஏறிட்டாள்.

"சங்ககாலத் தோழிகளைப் போல நான் காளனிடம் சென்று உன் நிலையைக் கூறுகிறேன். காமன் விழாவிற்கு முந்தைய நாளில் நீங்கள் இருவரும் கடற்கரையில் சந்தித்த நிகழ்வுகளை எடுத்துக் கூறுகிறேன். அவன் என்ன பதில் கூறுகிறான் என்று பார்ப்போம்" என்று கூறினாள்.

இதற்கிடையில் புஷ்பவல்லிக்கு அவன் அமுதவல்லியை ஆயிரம் கழஞ்சு பொன் கொடுத்து வாங்கிய சேதி தெரிந்ததும் குலப் பெண்ணான அவளுக்கு முதலில் சினமும் சீற்றமும் ஏற்பட்டது. இதுபோன்ற விஷயங்களை அவனே வலிய, விளக்கிக் கூறாவிட்டாலும் கோடியாவது காட்டி, கூறியிருக்க வேண்டும் என்று கருதினாள்.

“பத்ராவை நான் நேரில் சந்திக்க விழைகிறேன். அவளைப் பௌத்த சங்கத்திற்கு அழைத்து வர முடியுமா?” என்று கேட்டான்.

அவள் சம்மதம் தெரிவித்து பத்ராவிடம் சென்று அவனது எண்ணத்தை வெளிப்படுத்தினாள்.

சுரேந்திரருக்கும், பத்ராவும் காளனும் ஒன்று சேர்வதால் அவர்கள் மூலம் தனக்குப் பின்னால் அந்தச் சங்கத்தைச் சிறந்த முறையில் வழிநடத்திச் செல்வது எளிதாகப் போய்விடும் என்ற நம்பிக்கை பிறந்தது.

இதற்கு நடுவில் பத்ராவின் தந்தை மும்முடி நாய்கனும் காளன் குறித்து அரண்மனைக்காரர்களிடம் விசாரித்து வந்தார். ஒருவரும் அவனைக் குறித்து மிக மோசமான தகவல்கள் எதையும் தரவில்லை. மிக உயர்ந்த குணங்களைக் கொண்டவன் என்று பாராட்டும் தெரிவிக்கவில்லை. அமைச்சர் வித்தகனின் மைந்தனாக இருப்பினும் அவனை அரண்மனைக்குள் நுழைய அனுமதிப்பதில்லை என்ற சேதி அவரை வாட்டியது. அதனை நூலாகப் பிடித்துக்கொண்டு ஆராய்ந்து கொண்டு சென்றபோது அவனது சல்லாபக் கதைகளைக் கேள்விப்பட்டார். அன்று ஒருநாள் அவன் மகளைக் காப்பாற்றிக் கூட்டிக் கொண்டு வந்தபோதே பார்த்தார். சாமுத்திரிகா இலட்சணங்கள் அனைத்தும் அவனுக்குப் பொருந்தியிருந்தது. ஒவ்வொரு ஆடவனுக்கும் ஐந்து இடங்கள் நீண்டும், ஐந்து இடங்கள் மிருதுவாகவும், ஆறு இடங்கள் உயர்ந்தும், ஏழு இடங்கள் சிவந்தும், மூன்று இடங்கள் விலாசமாகவும், மூன்று இடம் குறுகியும், மூன்று இடம் அழுந்தியும் இருக்க வேண்டும் என்று சாமுத்திரிகா சாத்திர நூல் கூறுகிறது. முப்பத்திரண்டு பொருத்தமும் அவனுக்கு இருக்கும்போல.

இவற்றுக்கு எல்லாம் மேலாகப் பலரும் அறிய அவன் கணிகையர் வீதியைச் சார்ந்த அமுதவல்லி என்ற கணிகையை ஆயிரம் கழஞ்சு பொன் கொடுத்து வாங்கியிருப்பது தெரிய வந்தது. சாமுத்திரிகா இலட்சணம்

என்பது உடலுக்கு மட்டும்தானா? மனதுக்கு இல்லையா? என்று வருந்தினார்.

பௌத்தச் சங்கத்தில் பத்ராவைச் சந்தித்ததும் காளன் சுற்றி வளைக்காமல், “பத்ரா! இந்நேரம் உனக்கும் செய்தி வந்திருக்கும் என்று நினைக்கிறேன். காமன் விழாவில் நாட்டிய அரங்கேற்றம் நிகழ்ந்தவுடன் ஒரு தவிர்க்க முடியாத காரணத்தால் நான் அமுதவல்லியை ஆயிரம் பொன்கழஞ்சு கொடுத்து வாங்க வேண்டிய நிர்ப்பந்தம் ஏற்பட்டது. உனக்கு நேரம் வரும்பொழுது தெரிவிப்பேன். உன்னிடம் இதனை நானே சொல்லி விடுவது உனக்கும் எனக்கும் நடுவில் தேவையில்லாத சந்தேகங்களை எழுப்பாது என்று எண்ணுகிறேன். முடிவு எடுக்க வேண்டியது உனது கையில் உள்ளது.”

பத்ரா அவனது கரங்களைப் பற்றிக்கொண்டு அவன் தோள்மீது சாய்ந்தாள்.

அத்தியாயம் - 14

அமுதவல்லி ஓரிடத்திலிருந்து கிளம்பிச் செல்வதென்றால் பரிவாரங்களுடன் செல்வதுதான் வழக்கம். சுந்தராங்கியோ அல்லது சித்தி மோகனாங்கியோ பரிவாரங்களில் பிரதானம். இப்போது செல்வது அரண்மனைக் காரியம் என்பதால் அவளுக்கும் சுந்தராங்கிக்கும் மட்டுமே அனுமதி கிடைத்தது.

அவர்கள் அரண்மனைக்குள் எவ்வாறு நுழைய வேண்டும் என்பதை அரண்மனையிலிருந்து வந்திருந்த சேவகன் ஒருவன் விளக்கமாகக் கூறினான். கோட்டைக்குள் நுழைய முத்திரை மோதிரம் அளிக்கப்படும். ஒருமுறை நுழைந்த பின்னர் அரண்மனையைவிட்டு வெளியேறும்போது முத்திரை மோதிரம் திரும்பவும் பெற்றுக் கொள்ளப்படும். கோட்டை வாயிலுக்கு வெளியில் உள்ள தங்கும் விடுதியில் அவர்கள் சென்ற சிவிகை இறக்கி வைக்கப்பட்டு ஓய்வெடுக்க வேண்டும். அவர்கள் இருவரும் உள்ளே அனுமதிக்கப்பட்டதும் அவர்களை அரண்மனை வரையில் அழைத்துச் செல்ல வேறொரு சிவிகை அங்கே காத்திருக்கும். கோட்டையைவிட்டு வெளியேற முத்திரை மோதிரம் அவசியமில்லை. இத்தனை முன்னேற்பாடுகள் குறித்தும் முதல் நாள் அரண்மனையிலிருந்து வந்த சேவகன் கூறினான்.

“என்ன செய்வது?” என்று அமுதா காளனைக் கேட்டாள்.

“இது யுவராஜன் கொடுக்கும் கெடுபிடியாக இருக்கும் என்று ஏன் அஞ்சுகிறாய்? இப்படி யோசித்துப் பார்.

நீ கணிகையர் குலத்தைச் சேர்ந்தவள் என்பதால் உன்னை நேரில் அழைத்துப் பேச வேண்டும் என்பதெல்லாம் அரச நடைமுறையாக என்றுமே இருக்காது. நீ யுவராஜனுக்கு அச்சம் கொள்ளத் தேவையில்லை. துணிவுடன் செல்" என்று காளன் அவளைத் தேற்றினான்.

அரண்மனையின் உயர்ந்த மதிலும் அதன் தோரண வாயிலும் நீண்ட அகலமான கதவுகளும் அவளுக்கு அச்சத்திற்குப் பதில் ஒருவித ஆர்வத்தைத் தூண்டின. சொல்லி வைத்ததுபோல உள்ளே வந்து நின்ற சிவிகையில் ஏறி அரண்மனையை நோக்கிப் பயணித்தாள்.

அரண்மனை வளாகத்தின் உட்புறம், ஒரு சிறிய நகரம் போல விரிந்திருந்தது. நீண்ட நெடிய மைதானம் ஒன்றில் குதிரைப் பட்டிகளும் யானைகளைக் கட்டி வைக்கும் இடங்களும் காணப்பட்டன. அரங்கேற்றத்தின்போது பாடாய்ப் படுத்திய ஆதிமூலம் என்ற யானை சாந்தமாகக் கரும்புக் கட்டுகளை முறித்து வாயில் விழுங்கிய வண்ணம் இருந்தது. குதிரைமீது ஏறுவதற்கும் யானைமீது ஏறுவதற்கும் மேடைகள் அமைக்கப்பட்டிருந்தன. அதைத் தாண்டிச் சென்றதும் கழுமரங்கள் மிகுந்த மைதானமும் ஒரு தூக்கு மேடையும் காண்போரை அச்சுறுத்தும் வண்ணம் இருந்தன. அதுவுமன்றி வெட்டரிவாளால் தலையைத் துண்டிக்கும் கொலைக் கூடமும் இருந்தது.

சற்று உள்ளே சென்றதும் அடர்ந்த மரங்களும் பசுஞ்செடிகளும் பூங்கொடிகளும் பழ மரங்களும் நிறைந்த சோலை ஒன்று இருப்பதைக் கண்டாள். ஒரே மாதிரி நின்றிருந்த புது விதமான தென்னை மரங்கள் கொண்டு (அவை தென்னைதானா வேறு ஏதாவது மரமா என்று அவளுக்குத் தெரியவில்லை) வேலி போல அமைத்திருந்தனர். எங்கும் பறவைகளின் உற்சாகக் குரலோடு இளம் நங்கையர்களும் சிறுவர்களும் விளையாடிக் கொண்டிருந்தனர். அரண்மனைப் பெண்டிர்தான் எத்தனை அழகாக உள்ளனர்? அவர்களுக்கு வேண்டிய பொருட்கள் உடனுக்குடன் வாயிலில் வந்து தருவதற்கு பத்ராவின் தந்தையைப் போன்ற வணிகர்கள் இருக்கின்றனரே! சோழ மண்டலத்தில் வணிகர்களின் கை ஓங்கிக் கொண்டே வருவதை அரண்மனைப் பெண்டிரைப் பார்த்தால் தெரிந்துவிடும்.

சோலையை ஒட்டி ஒரு நீராழி மண்டபமும் நடு நடுவே நீரூற்றுகள் நிறைந்த ஒரு பொய்கையும் இருந்தன.

அரண்மனை ஆடவர்களும் பெண்டிரும் களிப்பதும் குளிப்பதுமாக இருந்தனர். உள்ளே ஈசனுக்கும் மாயவனுக்கும் இரண்டு கோட்டங்கள் இருந்தன. பட்டிமன்றம் நடைபெறும் மண்டபம் ஒன்றும் இசைக் கூடம் ஒன்றும் நாட்டியச் சாலை ஒன்றும் இருந்தன. பாதைகளில் ஓர் ஒழுங்கமைவு இருந்தது. புரவியில் செல்பவர்களுக்குத் தனிப் பாதை, சிவிகையில் செல்பவர்களுக்குத் தனிப் பாதை, நடந்து செல்பவர்களுக்குத் தனிப் பாதை என்று அமைக்கப்பட்டிருந்தன.

முதலில் அவர்கள் இருவரையும் ஓர் ஓய்வு விடுதியில் தங்குவதற்கு ஏற்பாடு செய்திருந்தார்கள். அவர்கள் இருவரும் சிரமப் பரிகாரம் செய்து கொண்டதும் (ஒவ்வொரு பொருளிலும், அது சின்ன கண்ணாடிக் குடுவையாக இருந்தாலும், அரண்மனையின் நேர்த்தி வெளிப்பட்டது) ஓய்வு மாளிகைகளில் பல்வேறு நாடுகளிலிருந்து வந்த மன்னர்கள், வணிகர்கள், சமய குருமார்கள், கலைஞர்கள், புலவர்கள் என்று பெரிய பட்டாளமே திரண்டிருந்தது. பெரிய பெரிய கூடங்களில் சமையல் அடுப்பு எரிந்த வண்ணம் இருந்தன. அடப்பக்காரர்கள் சமைத்த வண்ணம் இருந்தனர்.

அங்கிருந்து கிளம்பி அவர்களை அந்தப்புரத்தில் கொண்டு விட்டனர். அங்கு கூடிய பெண்களின் கூட்டத்தைக் கண்டதும் அமுதவல்லிக்கு மலைப்பாக இருந்தது. இன்று ஒருநாள் பொழுதும் அங்கேயே கழிந்துவிடும் போல இருந்தது. அந்தப்புரம் முழுவதற்கும் ஒரு சேவகன் தூபப் புகை போட்டுக் கொண்டே இருந்தான். அதனால் அங்கே எப்போதும் ஒருவிதச் சுகந்த மணம் இருந்து கொண்டே இருந்தது. பெண்களின் உற்சாகமும் அவர்கள் உடுத்தியிருந்த ஆடைகளின் அழகும், அணிந்திருந்த ஆபரணங்களின் அழகும், ஒப்பனைக் கைவினைஞர்களைக் கொண்டு செம்பஞ்சுக் குழம்பில் எழுதிக் கொண்டிருந்த அழகுச் சித்திரங்களும் அவர்களைத் தேவலோகப் பெண்களாக மாற்றியிருந்தன.

“முதலில் நீ அரண்மனையின் படாடோபத்தில் மயங்கக் கூடாது. வெள்ளிக் கூண்டாக இருக்கலாம்; தங்கக் கிண்ணத்தில் பால் வைக்கப்பட்டிருக்கலாம். கொஞ்சி மகிழ இணைக்கிளி உடன் இருந்தாலும் கூண்டுதான் அது என்பதை மறக்காதே” என்று காளன் அவளுக்குச் சொல்லி அனுப்பியிருந்தான். அதையும்மீறி அரண்மனை வாழ்க்கை என்பது அவளை மிரட்டுவதாக இருந்தது.

சில அரண்மனைப் பெண்டிர் அவளை நடனமாடச் சொல்லிக் கேட்டனர். அவள் மறுப்பு தெரிவிக்காமல் நடனம் ஆடிக் காட்டினாள். எத்தனை வருடத்து உழைப்பு. ஜதிக்கு ஏற்றவாறு அவளது கால்களும் கரங்களும் கண்களும் சுழன்று ஆடின. அரண்மனைப் பெண்கள் கைத்தட்டி ஆரவாரம் செய்தனர். உற்சாகம் அங்கே தனி உருவெடுத்து அமர்ந்திருந்தது.

“இங்கே அமுதவல்லி என்பவர் யார்? மன்னர் அவரது மாளிகையில் உங்களைச் சந்திக்க விரும்புகிறார்.”

“அச்சப்படாமல் சென்று வா! மன்னருடன் மூன்று மந்திரிகள் உள்ளனர்” என்று அந்தப்புரப் பெண்கள் ஆற்றுப்படுத்தினார்கள்.

சுந்தராங்கிக்குக்கூட அனுமதி மறுக்கப்பட்டது. மன்னரின் மாளிகைக்குள் நுழைவதற்கு முன்னர் அரண்மனை பெண் மெய்க்காவலர்கள் அவளை முழுமையாகப் பரிசோதனை செய்து கூர்மையான ஆயுதங்களை அவள் மறைத்து வைத்திருக்கவில்லை என்பதை உறுதி செய்த பின்னரே உள்ளே அனுப்பினார்கள். முதலில் ஒரு சிறிய அறை ஒன்றில் அரண்மனையைச் சேர்ந்த ஊழியர்கள் சிலர் மன்னரின் முன்னால் எவ்வாறு நடந்து கொள்ள வேண்டும் என்பதைச் சொல்லிக் கொடுத்தனர்.

இரண்டு சேவகர்கள் அமுதவல்லியை அழைத்துக் கொண்டு உள்ளே சென்றனர்.

சோழச் சக்கரவர்த்தி வேங்கை வளவன் சிங்காதனம் போன்ற ஆடம்பரமான இருக்கையில் அமர்ந்திருந்தார். அருகினில் தனஞ்செயனும் அமர்ந்திருந்தான். வேறு இரண்டு வயதானவர்களும் உடன் இருந்தனர். ஒருவேளை அவர்கள் முக்கிய மந்திரிகளாக இருக்கலாம்.

வேங்கை வளவன் தூய வெண்ணிறப் பருத்தியில் நெய்த ஆடையில் இடையில் கச்சமும் அதே போன்று மார்பில் ஒரு வெண்ணிற உத்தரியமும் அணிந்திருந்தார். தலையில் குறுநில மன்னர்களும் பாண்டிய சேர மன்னர்கள் வந்து வணங்கும் பொன்னால் ஆன கிரீடம்; அந்தக் கிரீடத்தில் ஆங்காங்கே முத்து வடங்கள் அழகாக ஊசலாடிக் கொண்டிருந்தன. செவிகளில் மகரக் குழைகள் கைகளில் முத்துக் காப்பு; மார்பில் முதல்தர மாணிக்கத்தினால் செய்த செம்பூண்; தோள்களில் மரகதப் பூண். பச்சை நிறத்தில்

மணிகள் கோர்க்கப்பட்ட உதர பந்தம் என்ற அணிகலனை இடுப்பில் ஆடை நழுவி விடாமலிருக்க இறுக்கிக் கட்டியிருந்தார். கழுத்தில் நவரத்தினங்கள் பதிக்கப்பட்ட நீண்ட பொன்னாரம் ஒன்றை அணிந்திருந்தார். நெற்றியில் வெண்ணிறத்

திருநீற்றுப் பட்டையைப் பூசியிருந்தார். அந்த வயதிலும் அவரது மேனி தளர்ந்து விடாமல் விரிந்த மார்பும் திரண்ட தோள்களுமாய் பகைவர்கள் அஞ்சும் வெம்புலியாக விளங்கினார்.

அமுதவல்லி தன்னிச்சையாகத் தனது உடலை வளைத்து கரங்களைச் சிரசின் மீது வைத்து “இவ்வுலகில் சூரியரும் சந்திரரும் உள்ளவரையில் மன்னாதி மன்னரின் புகழ் ஓங்குக. நின் குடை வாழ்க உன் கொற்றம் வாழ்க உன் ஆழிச் சக்கரம் வாழ்க” என்று போற்றி வணங்கினாள். “சிறுப்பெண் என்றாலும் மன்னரைக் கண்டதும் எவ்வாறு நடந்து கொள்ள வேண்டும் என்ற மரியாதை தெரிந்தவள்” என்று அருகில் இருந்த முதல் அமைச்சர் பாராட்டினார். உண்மை என்பது போல மன்னர் தலையசைத்தார்.

“காமன் விழாவின் முத்தாய்ப்பாக உனது நடன அரங்கேற்றம் அமைந்ததாக எல்லோரும் பாராட்டினார்கள் பெண்ணே. வேறு பணிகள் இருந்ததால் என்னால் தலைக்கோல் வழங்கும் விழாவிற்கு வர இயலவில்லை. இந்தா எனது வெகுமதி” என்று அருகில் இருந்த அதிகாரியைப் பார்த்தார். ஒரு சாதாரண நடனப்பெண்ணிடம் அதிலும் கணிகையர் வீதியில் வாழும் நடனப்பெண்ணிடம் நாட்டையாளும் மன்னர் தன்னால் விழாவிற்கு வர இயலாததற்கு வருத்தம் தெரிவித்ததும் அமுதவல்லிக்கு மன்னரின் மீதிருந்த மதிப்புப் பல மடங்காகக் கூடியது. அவர் அருகில் இருந்த பொன்னாபரணங்கள் நிறைந்த தட்டு ஒன்றை எடுத்து மன்னரிடம் கொடுக்க மன்னர் அதனைத் தனது கரங்களால் தொட்டுத் தர அந்தத் தட்டை அந்த அதிகாரி அமுதவல்லியிடம் கொடுத்தார். உடனே ஒரு சேவகன் அதனை அமுதவல்லியிடமிருந்து பெற்று ஓரமாக வைத்தான்.

“அமைச்சர் வித்தகனின் மைந்தன் காளன் உன்னை விலை கொடுத்து வாங்கி விட்டானாமே? என்று குறுக்கிட்ட தனது மைந்தன் தனஞ்செயனைத் தடுத்த மன்னர் “தனஞ்செயா! இப்போது அதனைக் குறித்துப் பேசுவதற்கு உகந்த காலமல்ல” என்று தடுத்தார்.

தனஞ்செயன் உள்ளூரப் பொருமியது கண்களில் கொப்பளித்தது.

“என் முன்னால் ஒருமுறை நடனம் ஒன்று ஆடிக் காட்ட முடியுமா?” என்று அரசர் கேட்டார்.

“உத்தரவிடுங்கள் மகராஜா” என்று அவள் சுற்றும் முற்றும் பார்த்தாள்.

“ஜதி சொல்வதற்கு நட்டுவாங்கர் இங்கே இல்லை. நான் ஜதி சொல்கிறேன்” என்று மன்னர் உற்சாகமாக ஜதி சொல்லத் தொடங்கினார். அமுதவல்லி அற்புதமான ஒரு நடனத்தை ஆடிக் காண்பித்தாள்.

“ஓ! இத்தனை சிறிய வயதில் உனது பாவங்களும், அடவுகளும் பிரமாதம். அரண்மனைப் பெண்டிர் உனது ஆட்டம் குறித்து ஆஹா ஓஹோ என்று புகழ்ந்தபோதுகூட நான் காதில் போட்டுக் கொள்ளவில்லை. ஆனால் இப்போதுதான் உனது திறமையை நேரடியாகப் பார்க்கிறேன். அற்புதமான நடனம். அரண்மனை நர்த்தகியாக இருப்பதில் உனக்கு விருப்பம் உள்ளது என்றால் சொல் நிரந்தரமாக நீ நமது அந்தப்புரம் வந்து நமது பெண்டிருக்கு நடனம் பயிற்றுவிக்கலாம்” என்று கூறினார்.

“மன்னரின் அழைப்பை நிராகரிப்பதற்கு ஆண்டவன் எனக்குச் சக்தியை அளிக்க வேண்டுகிறேன். அரண்மனையில் நிரந்தரமாகத் தங்கிய வண்ணம் நாட்டியம் சொல்லிக் கொடுப்பதற்குப் பதிலாக நீங்கள் அழைக்கும் பொழுதெல்லாம் வந்து நாட்டியம் சொல்லிக் கொடுப்பதை மகிழ்ச்சியுடன் ஏற்றுக் கொள்வேன்” என்று மிக இங்கிதமாகத் தனது மறுப்பை அவள் தெரிவித்ததும் மன்னர் வியந்து நின்றார். தனஞ்செயன் மிகவும் கோபம் கொண்டான்.

“நீ கவலைப்படவே வேண்டாம் உன்னைப் போன்ற சிறந்த கலைஞர்களுக்கு அரண்மனை வாயிற்கதவு திறந்தே இருக்கும். உனக்கு எதற்காக அலைச்சல் என்பதால் அரண்மனை அந்தப்புரத்தில் வந்து இருக்கக் கேட்கிறேன்.”

”இவ்வாறு கூறுவதற்கு மன்னிக்கவும். அந்தப்புரத்திற்கும் சிறைக் கோட்டத்திற்கும் அதிக வித்தியாசம் இருப்பதாக எனக்குத் தெரியவில்லை.”

“அது உன் சொந்த எண்ணங்களின் வெளிப்பாடாக இருக்கலாம். என் கோரிக்கை என்பதால் மறுக்கிறாய் என்று கருதுகிறேன். கட்டளை என்றால் என்ன செய்வாய்?”

“மறுத்திருக்க மாட்டேன். சலங்கை அணியும் கால்களில் சங்கிலியும் கட்டிக் கொள்வேன்.”

“அருமை அருமை. உன் போன்ற பெண்களின் சுதந்திர உணர்வு அளப்பரியது.”

“மரணத்துக்கு நிகரான வேறு எத்தனையோ கொடூரங்களைச் சந்தித்து விட்டதால்கூட இருக்கலாம் மன்னா.”

“நல்லது. உன்னைப் போன்ற துணிச்சல் மிக்க பெண்தான் அதுவும் ஒரு கலைஞராக எனக்குத் தேவை. இனி நமது அரசாங்க விஷயத்துக்கு வருவோம். சேவகர்களே உங்கள் செவிகளில் நாங்கள் பேசுவது விழாமல் இருக்கும் தூரத்திற்குச் செல்லுங்கள். இரண்டு மெய்க்காப்பாளர்கள் போதும் எமக்கு. மற்றவர்களை அனுப்பி விடுங்கள்” என்று உத்தரவிட்ட மன்னன் சற்று குரலைத் தாழ்த்திக் கொண்டு பேசத் தொடங்கினான்.

“உன்னிடம் மிகப் பெரிய பொறுப்பு ஒன்றை ஒப்படைக்கப் போகின்றோம். உனது நாட்டியம் தொடர்புடையது என்பதால் உன்னால் அதனை எவ்வித இடையூறும் தயக்கமும் இன்றி நிறைவேற்ற இயலும் என்பது திண்ணம். இது ராஜாங்க இரகசியம் என்பதால் இங்கு பேசப்படும் எதுவும் உன் நிழலின் செவிகளுக்குக்கூட விழக் கூடாது. விழுந்தால் பிறகு உன் நிழலுக்குக்கூட அசைவிருக்காது” என்று கூறிவிட்டு அமுதவல்லியின் முகத்தை ஏறிட்டார். அதில் அச்சமோ தயக்கமோ இல்லை.

“கர்கடக திங்களில் உறையூரில் அதாவது சோழ மண்டலத்தின் காவிரி வடகரையில் கல்லணைப் பகுதிகளில் ஆடிப்பெருக்கு உற்சவம் ஒரு நாட்டு விழாவாகவே கொண்டாடப்படும். புகார் மண்டலத்தில் எங்ஙனம் காமன் விழாவும் இந்திர விழாவும் அதிமுக்கிய விழாக்களாகக் கொண்டாடப் படுகின்றதோ அதைப்போல அங்கே ஆடிப்பெருக்கு விழா. பல்வேறு தேசங்களிலிருந்து கலைஞர்கள், புலவர்கள், தர்க்கவாதிகள், சமயப் பற்றாளர்கள் கூடுவார்கள். விச்சாதரர்கள்கூட கலந்து கொள்வதாகப் புலவர்கள் கற்பனைப் புனைவுகளில் கூறும் அளவிற்கு ஆடிப்பெருக்கு விழா பிராபல்யமானது. அதற்கு நாட்டிய தாரகையாக உன்னுடைய தலைமையில் ஒரு குழுவை அனுப்புவதாக முடிவு செய்துள்ளோம்.”

அமுதவல்லியின் முகம் சற்று தீவிரமானது. அவளது மனதில் பலவிதமான சிந்தனைகள் ஓடின.

“ராஜாங்க முறையாகச் செல்வதால் உனக்கு உரிய பாதுகாப்பு பரிவாரங்கள் அளிக்கப்படும். உன்னுடைய வேலை எல்லாம் இப்போதே ஒரு நாட்டியக் குழுவை ஆயத்தம் செய்து அவர்களுக்குத் தேவையான நடனங்களைப் பயிற்சி மூலம் சொல்லித் தரவேண்டும். அரண்மனை அந்தப்புர மகளிரில் நன்றாக ஆடக் கூடியவர்களைக்கூட நீ அழைத்துச் செல்லலாம். இதற்காக உனக்கு நிவந்தங்கள், மானியங்கள் வெகுமதிகள் எல்லாம் அளிக்கப்படும்.”

“நன்றி மகாராஜா.”

“உனது நாட்டிய நிகழ்ச்சிகளை எவ்வாறு வடிவமைக்கப் போகிறாய் என்பதை அவ்வப்போது உனது மாளிகைக்கு வந்து உன்னோடு கலந்து பேச எம் அதிகாரிகள் வருவார்கள். இதனைப் பெரிய அளவில் வெளி மனிதர்களிடம் பிரஸ்தாபிக்க வேண்டும் என்பதில்லை. தனியொரு கணிகையாக மன்னிக்கவும் நாட்டியத் தாரகையாக இருப்பதற்கும் அரசாங்கம் சார்ந்த திட்டங்களைச் செய்து முடிக்கும் நடனமணியாக இருப்பதற்கும் வித்தியாசம் உள்ளது. நீயே போகப் போக உணர்ந்து கொள்வாய்”

“சரி மகாராஜா.”

“நல்லது. உறையூரில் உன்னைத் தனியாகச் சிலர் சந்திப்பார்கள். புகார் மண்டலத்தின் நலவிரும்பிகள் அங்கே ஒற்று வேலைக்காக அனுப்பபட்டவர்கள். அவர்கள் கூறும் தகவல்களைக் கிரகித்துக் கொண்டு மன்னரிடம் வந்து கூற வேண்டியது உன் கடமை. அது செவி வழிச் செய்தியாக இருக்கலாம், எழுத்துபூர்வமான செய்தியாக இருக்கலாம். மிக மிக இரகசியமான முறையில் செய்திகளைச் சரியான முறையில் சேகரித்து இங்கே வந்து சேர்ப்பிக்க வேண்டும்”

“ஒற்று வேலை என்கிறீர்கள், என் உயிருக்கு ஆபத்து நேருமா?”

“கூடிய மட்டும் அவ்வாறு நேராது. அதற்கான ஏற்பாடுகளைச் செய்துள்ளேன். நன்றாக நினைவில் கொள். நீ ஒற்று வேலை பார்க்க வேண்டியதில்லை. உன் தலைமையில் நடைபெறும் ஒற்றுக்கு நீ உடந்தையாக இருந்தால் மட்டும் போதும். நாட்டியக் குழுவின் பிரதிநிதியாக மட்டுமே நீ உறையூருக்கு வந்திருப்பதாக அவர்களை நீ நம்ப வைக்க வேண்டும்.”

“அப்படியே மகாராஜா.”

“உனக்குத் தேவையான கட்டளைகள் அவ்வப்போது வந்து கொண்டிருக்கும். அரண்மனை முத்திரை மோதிரத்தை வாங்கிக் கொண்டு செல். இனி அடிக்கடி அரண்மனைக்கு வந்து போக வேண்டியிருக்கும். முத்திரை மோதிரம் என்பது உன்னிடம் மிகப் பாதுகாப்பாக இருக்க வேண்டும். மீறினால் தண்டனை உறுதி. அமைச்சர் மகனுடன் உன்னுடைய சல்லாபங்களுக்கு எவ்வித இடையூறும் இருக்காது” என்று மன்னர் இறுதியாகத் தனக்கு எல்லா விஷயங்களும் தெரியும் என்பது போலத் தனது உரையை முடித்தார்.

அரண்மனையைவிட்டு வெளியில் வந்ததும் உடனடியாக காளனைச் சந்திக்க விரைந்தாள் அமுதவல்லி.

அத்தியாயம் - 15

புஷ்பவல்லிக்கு காளன்மீது ஏற்பட்ட ஐயம் அத்தனை எளிதில் மாறக்கூடிய ஐயமாக இல்லை. பத்ராவைக் கல்விச்சாலைக்குச் செல்லும் காலங்களிலிருந்து அவள் அறிந்தவள். உயிர்த்தோழி. புஷ்பாவின் தந்தையும் பத்ராவின் தந்தையும் வாணிபம் செய்பவர்கள் என்பதால் தொழில்ரீதியாகக்கூட இரண்டு குடும்பங்களுக்கு நடுவில் தொடர்பு இருந்தது. பத்ராவைப்போல புஷ்பாவிற்கு பௌத்தம் மீது அத்தனை ஈர்ப்பு இல்லை. வைதீகர்களைப் பௌத்தம் மறுத்தது என்றாலும் நாளாவட்டத்தில் அதுவும் ஏனைய சமயங்களைப்போல மடங்கள் அமைப்பதிலும் மன்னர்களின் தயவை நாடி நிற்பதையும் கண்டபின்னர் அவளுக்கு அதன்மீது இருந்த பிடிப்பு தளர்ந்தது.

ஒரு விஷயத்தில் அவளுக்குப் பௌத்தம் மிகவும் பிடித்துப் போனதும் உண்டு. கல்வி என்பது ஒரு சாராரின் சொத்து என்பது போல இருந்த காலகட்டத்தில் கல்வியைப் பாடசாலைகள் மூலம் அனைவருக்கும் பொதுவான ஒன்றாக மாற்றிய பங்கு பௌத்தத்திற்கு அதிகம் உண்டு என்பதே அந்தப் பிடிப்பின் காரணம். மணிமேகலை காவியத்தைப் படிக்கும் தோறும், பௌத்த மதம் வைத்திய சாலைகள் அமைப்பது, கல்விச் சாலைகள் அமைப்பது என்று மக்களுக்குத் தேவையான தொண்டுகளைப் புரிந்தது தெரிந்தது. ஆபுத்திரனிடமிருந்து அமுதசுரபியைப் பெற்றுக்கொண்ட மணிமேகலை பெரிய அன்னசாலையை அல்லவா ஏற்படுத்தி மக்களின் பசிப்பிணியைப் போக்கினாள்? சிறைக் கோட்டத்தை அறக் கோட்டமாக மாற்றிய பெண் அல்லவா அவள்?

காளனுக்கும் பத்ராவுக்கும் பௌத்தத்தில் ஈடுபாடு இருப்பதன் காரணமாக அவர்கள் திருமணம் என்ற பந்தத்தின் மூலம் இணைவதில் என்ன தடை இருக்க முடியும்? காளன் உண்மையில் யார்? அவனால் பௌத்தச் சங்கத்துக்கு எவ்வாறு அடிக்கடி பெருந்தொகையைக் கொடையாக அளிக்க முடிகின்றது? எதற்காக அவனை அரண்மனை ஒதுக்கி வைத்துள்ளது? எதற்காக அவன் அமுதவல்லியை ஆயிரம் கழஞ்சு பொன் கொடுத்து வாங்க வேண்டும்? அவன் தனது பெற்றோருக்கு அடங்காமல் வளர்ந்த பிள்ளையா? அவன் பத்ராவுடன் பழகும் நோக்கம் என்ன?

தான் காளனைக் கண்டு பேசிவிட்டு வருவதாகக் கூறினாளே அன்றி எங்கு சென்று தேடுவது என்று விளங்கவில்லை. மன்றங்களுக்குச் சென்று தேடுவதா? அல்லது கோட்டங்களில் அமுதாவிற்குக் காத்திருந்து அவளிடம் சொல்லி அவனை ஏதாவது ஒரு சோலைக்கு வரச் சொல்லிப் பேசுவதா என்று தவித்தவளுக்கு எதேச்சையாக அவனை பௌத்தச் சங்கத்தில் பார்த்து விட்டாள்.

“புஷ்பவல்லி நலமா?”

“என் நலத்திற்கு என்ன குறை? மூன்று வேளையும் நெய் உணக்கலும் பால் அன்னமும் உண்டு கொழு கொழு என்று இருக்கிறேன். என் தோழிதான் பாவம் தான் ஆசைப்பட்டவன்மீது கொண்ட காதலால் காவலை மீறிய களவில் திளைத்து அந்தக் களவு திருமணத்தில் கொண்டுவிடாமல் எங்கே தனது நிலை ஊரார் வம்புப் பேச்சுக்கு இடமாகி விடுமோ என்று அஞ்சுகிறாள். எத்தனை நாட்கள்தான் அவளது பெற்றோரும் அவளைக் காவல் காக்க முடியும்?” புஷ்பவல்லி இனி சுற்றி வளைப்பதில் பயனில்லை என்று நேராக விஷயத்தைப் போட்டுடைத்தாள்.

“புஷ்பா! வா நாம் புகார் கடற்கரையோரமாகச் சற்று மனம்விட்டுப் பேசிவிட்டு வரலாம்.”

“கடற்கரைக்கு நெடுந்தொலைவு உள்ளதே? இந்தப் பகல் பொழுதில் நடந்து செல்வது கடினமாக இராதா?”

“நான் ஒரு சிவிகை ஏற்பாடு செய்கிறேன். அதில் அமர்ந்து வா”

எல்லைகளற்ற நீர் வெளியைக் கொண்ட கடல் கதிரவனின் கிரணங்களினால் நிறச் சேர்க்கை கொண்டு ஆகாயத்தின்

வண்ணத்தைப் பிரதிபலித்து ஒரே நீலமாக விளங்கியது. கரைகளின் ஓரங்களில் எல்லாம் வரிசையாகப் புன்னை மரங்கள் கிளை பரப்பிக் கிடந்தன. கடற்காற்றின் வேகம் தாங்காது புன்னை மரத்தின் அரும்புகள் தரையின்மீது தீட்டப்படாத வெண்முத்துக்களைப்போல சிதறிக் கிடந்தன. அதன் தாழ்ந்த கிளைகளில் அங்கு வலைச்சியர் உணக்க வைத்திருக்கும் மீன் இறைச்சியைக் கொத்திக் கொண்டு பறந்து வந்த நீர்ப் பறவைகள் அதன் கிளைகளை மேலும் உலுக்கிப் பூக்களை உதிர்த்தன.

“சொல் புஷ்பா! எப்படி இருக்கிறாள் என் பத்ரா?” என்று கேட்டான்.

“மும்முடி நாய்கன் உங்களைக் குறித்து அரண்மனையில் தீர விசாரித்துக் கொண்டு வரச் சொல்லியிருக்கிறார். பரத்தையர் சேதிகள் இல்லத்தினருக்குத் தெரிய வாய்ப்பில்லை என்றாலும், நீர் அமுதவல்லியை விலை கொடுத்து வாங்கியிருப்பது உம்மீது ஓர் இழுக்கான கண்ணோட்டத்தை ஏற்படுத்தி விட்டது. கோவலனாவது சில ஆண்டுகள் கண்ணகியுடன் கூடியிருந்த பின்னர்தான் மாதவியை நாடிச் சென்றான்.”

“அருமை புஷ்பா! பட்டவர்த்தனமாக ஒரு சமயத் தலைவன் தன் சமயம் சார்ந்து விவாதிப்பதைப் போல உன்னுடைய தோழிக்குப் பரிந்து பேச வந்த உனது துணிச்சலுக்கு வந்தனம். முதலில் பரத்தை என்ற இழிவான சொல்லால் அமுதவல்லியை அழைப்பதை நான் விரும்பவில்லை. அவளிடமும் நற்குணங்கள் பலவுள்ளன. பௌத்தம் சார்ந்த சிந்தனைகள் அவளிடம் மேலோங்கி இருப்பதை நான் நன்கு அறிவேன். நான் பத்ராமீது எந்த அளவிற்குப் பற்று வைத்திருக்கிறேனோ அந்த அளவிற்கு அமுதாவையும் நேசிக்கிறேன். எல்லாவற்றையும் உன்னைப் போல என்னால் பட்டவர்த்தனமாகத் தெரிவிக்க இயலாது” அவனது பேச்சில் சற்று இறுக்கம் கூடித் தெரிவதை புஷ்பா உணர்ந்தாள்.

தூரத்தில் பரதவர்களிடமிருந்து உற்சாகக் குரல் எழும்பியதும் புஷ்பவல்லி அவனிடமிருந்து கவனத்தைத் திசைதிருப்பி அவர்கள்மீது கவனம் செலுத்தினாள். ஒரு பெரிய சுறா மீன் ஒன்று கரையில் ஒதுங்கிக் கிடந்தது. பத்துப் பதினைந்து பரதவர்கள் அந்தச் சுறா மீனைக் கடலலைகளிலிருந்து மணல் பகுதிக்கு இழுத்து வந்தனர். வேறு ஒருவன் ஓர் ஓலைப்பாயை மணலில் விரித்து

அதன்மீது சுறாவை இழுத்துப் போட்டான். அவன் தனி ஒருவனாக இழுத்துப் போட முடியாததால் மற்றவர்களின் துணையை நாடினான். எங்கிருந்து ஆயுதங்கள் பாத்திரங்கள் வந்தனவோ தெரியவில்லை அவன் அந்தச் சுறா மீனை வேகமாக வெட்டிப் பிளக்கத் தொடங்கினான்.

“அதோ அங்கே பாருங்கள் அந்த பரதவர்களின் நல் ஊழை. தானே கரையில் ஒதுங்கிய ஒரு சுறா மீனை அறுத்து இறைச்சித் துண்டங்களாக்கிச் சுற்றி இருப்பவர்களிடம் பகிர்ந்து கொடுத்து அவர்கள் ஆடும் ஆட்டத்தைப் பாருங்கள். உழைப்பில்லாமல் தானே வந்த சுறா அல்லவா? உற்சாகம் அதிகம் இருக்கும்” என்றாள்.

கூறிவிட்டு அவனது முகத்தை ஏறிட்டாள். அதில் எவ்வித மாற்றத்தையும் காணவில்லை. அழுத்தமானவன்தான் என்று எண்ணிக் கொண்டாள்.

“அவளை இன்றோ நாளையோ பௌத்தச் சங்கத்தில் வந்து என்னைப் பார்க்கச் சொல். நான் அடுத்தவர்கள் பொருளை அண்டி வாழ்பவன் இல்லை என்பதை அவளுக்குப் புரிய வைத்தால் போதும்” என்று கூறிவிட்டு அங்கிருந்து கிளம்பிச் சென்றான்.

“ஊர் வம்பு பேசிவிடும் என்று அவளது மாளிகையில் அவளுக்குக் காவல் மிகுந்துள்ளது. இரண்டு செவிலித் தாய்மார்களும் கன்னிமாடம் காப்பவர்கள் போல காவல் இருக்கின்றனர்” என்று அவன் பின்னால் ஓடிச் சென்றபடி கூறினாள்.

“தூய காதலுக்குக் காவல் ஒரு தடையே இல்லை என்பது அவளுக்கும் தெரியும் உனக்கும் தெரியும்” என்று போய்க்கொண்டே அவன் கூறினான்.

புஷ்பவல்லி தனது மேகலையில் ஒட்டியிருந்த மணற்துகள்களைத் உதறிக் கொண்டு பத்ராவின் மாளிகைக்குக் கிளம்பினாள்.

பத்ரா அப்போது இருந்த நிலையில் தனது மாளிகையைவிட்டு வருவது இயலாத செயல் என்பதால் புஷ்பவல்லி அவளது பெற்றோரிடம் நேரடியாக விஷயத்தைக் கூறி அவளைத் தன்னுடன் பௌத்தச் சங்கத்துக்கு அனுப்புமாறு கேட்டுக் கொண்டாள்.

“வருவதென்றால் நானும் உடன் வருவேன்” என்று மும்முடி நாய்கன் சீறினார்.

“அதன் பின்பு காளன் தனது மனதில் இருப்பதைக் கூற மறுத்துவிட்டால் என்ன செய்வது?”

“காவலில் உள்ள இவளைத் தனியாக அனுப்பினால் அவனோடு அவள் சென்றுவிட மாட்டாள் என்பதற்கு என்ன உத்தரவாதம்?”

“உங்கள் அனுமதியின்றி அவனுடன் சென்று வாழும் எண்ணம் எதுவும் எனக்கில்லை” என்றாள் பத்ரா.

ஒருவழியாக புஷ்பவல்லியுடன் பத்ராவை அனுப்புவதற்கு அவளது பெற்றவர்கள் சம்மதம் தெரிவித்தனர்.

பத்ரா பௌத்த சங்கத்தை அடையும் வரையில் அவள் மனம் அவள் வசம் இருக்கவில்லை. காளனைச் சந்தித்ததிலிருந்து ஒவ்வொன்றாக எண்ணிப் பார்த்தாள். ‘களவு காதல் போன்ற சமாசாரங்கள் எல்லாப் பெண்களுக்கும் நிகழ்வது என்பது கிடையாது. ஐந்திணை ஒழுக்கத்திற்கு ஏற்ப வாழும் அவர்களது வாழ்க்கையில் காதலும் கடிமணமும் இயல்பான செயல்களே, பெண்களின் அடிமனதில் தோன்றும் ஆசையின் நீரூற்றை அறிந்தவர் யார்? காதல் என்பது மனித குலம் சார்ந்த ஒன்று. அது எப்படி தோன்றியது ஏன் தோன்றியது எதற்கு தோன்றியது என்று எவ்வாறு வரையறைக்குள் கொண்டு வர இயலும்?’ அவனைத் திருமணம் செய்து கொள்ள முடியாத ஒரு நிலையை அவளால் எண்ணிக்கூடப் பார்க்க இயலவில்லை. புஷ்பாவின் கண்ணோட்டத்தில் அவனது குணத்தின்மீது முழுமையான சந்தேக நிவர்த்தி அடைந்தவளாக அவள் இருக்கவில்லை. அவனிடம் நிறைய மூடுமந்திரங்கள் உள்ளதாகவும் அவற்றுக்குச் சரியான விடை கிடைக்காத வரையில் தான் அது போன்ற ஒருவனை உறவில் இணைத்துக் கொள்ள மாட்டேன் என்று கூறிக் கொண்டிருந்தாள்

பௌத்தச் சங்கத்தின் படிகளில் ஏறியவள் வழக்கம் போலப் புத்த பீடத்தின் முன்பு, கொண்டு வந்த தாமரை மலர்களைச் சமர்ப்பித்து விழுந்து வணங்கினாள். சுரேந்திரரிடம் ஆசி பெற்றாள். மனதில் இனம் புரியாத சபலம் ஒன்று தோன்றியது. அதாவது சுரேந்திரரிடம் காளன் குறித்துக் கேட்கலாமா கூடாதா என்ற சபலம். கேட்ட பின்னர் அவர் குறைவாக ஏதாவது சொல்லி விட்டால் மனம் வெதும்பும் என்பதால் ஒன்றும் கேட்கவில்லை. அவளது அச்சமயக் குழப்ப நிலையை நன்கு உணர்ந்து கொண்ட யாவரும் காளன் குறித்து எதுவும் கூறவில்லை. ஒருவரைக்

குறித்து எழும் அபிப்பிராயம் அவரவர் அனுபவத்தின் அடிப்படையில் எழுவது என்பதால் ஓர் அளவுக்கு மேல் ஒருவர் அபிப்பிராயத்தில் குறிக்கிடுவதன் கேடுகளை அவர் அறிவார். மேலும் காளன் குறித்து அவரிடம் மோசமான அபிப்பிராயம் இல்லை என்றாலும் அவனது காடவன் வேடம் கலையும்போது பத்ரா அதனை எவ்வாறு எதிர்கொள்வாள் என்பது தெரியவில்லை. இருப்பினும் காளன் அன்று அவரைச் சந்தித்தபோது இது குறித்து அவர் பேசினார். காளன் மறுத்துப் பேசவில்லை என்றாலும் மேலும் சிறிது காலம் சென்ற பிறகு தான் அவளிடம் இது குறித்துப் பேசப் போவதாகக் கூறி விட்டான்.

"தியான கூடத்தில்தான் காளன் இருக்கிறான். போய்ப் பார்" என்றார் சுரேந்திரர்.

காளன் அவளைப் பார்த்ததும் புன்முறுவல் பூத்தான்.

"புஷ்பவல்லி என்னை வந்து சந்தித்ததை உன்னிடம் கூறியிருப்பாள் என்று எண்ணுகிறேன்."

பத்ரா பதில் கூறவில்லை.

"நேரடியாகக் கேட்கிறேன். என்னைப் பற்றி உன்னுடைய அபிப்பிராயம் என்ன?" என்று கேட்டுவிட்டு அவளது முகத்தை ஏறிட்டான்.

அந்த அழகிய விசாலமான காந்தம் போல இழுக்கும் கண்களை அவளால் நேருக்கு நேர் பார்க்க இயலவில்லை. கண் பேசுமா? கண் சிரிக்குமா? கண் காதல் ஊட்டுமா? திருடன். இவனை ஒருமுறை பார்க்கும் பெண்கள் இவன்மீது பைத்தியமாக அலைவதற்கு இவனிடம் ஏதோ ஒரு வசியம் இருக்க வேண்டும். தடித்த உதடுகளில் தவழும் புன்னகையா? அடர்ந்த மீசையும் கிருதாவுமா? செய்து வைத்தது போல நீண்ட காதுகளா? அதில் அழகாகத் தொங்கும் குழைகளா? அகன்ற மார்பா? அதில் கருவண்டுகள் மொய்த்தது போலச் சுருண்டிருக்கும் மயிர்க் கற்றைகளா? பார்வையின் கூர்மையில் அவன் உள் நுழைந்து இதயத்தைத் தீண்டும் ஸ்பரிசமா?

"நீயோ நானோ இது குறித்து இப்போதைக்கு எதுவும் பேச வேண்டாம். நான் அமுதவல்லியை விலை கொடுத்து வாங்கியதற்குக் காரணம் உள்ளது. எந்நேரமும் யுவராஜன் தனஞ்செயன் அவளது பின்னால் சுற்றித் திரிகிறான். அழகிய பெண்கள் எல்லாம் தனது அந்தப்புரத்திற்கு

என்று அலைபவனிடமிருந்து அவளைக் காப்பாற்ற எனக்கு வேறு மார்க்கம் தோன்றவில்லை. அவளுக்கும் தனது நிலை தெரியும். பக்குவப்படாத வயது என்பதால் உண்மையை உள்வாங்கிக் கொள்ள அவளுக்குத் திறன் இல்லை. என்னுடைய நோக்கம் எல்லாம் நான் இப்போது ஆடிக் கொண்டிருக்கும் கண்ணாமூச்சி ஆட்டங்களை எல்லாம் ஒழித்துவிட்டு புத்த நெறியில் தீவிரமாக இறங்க வேண்டும் என்பதே. நாகையில் உள்ளது போலப் புகாரிலும் மிகப் பெரிய புத்த விகாரம் எழுப்பப்பட வேண்டும் என்பது எனது இலட்சியம். எல்லாச் சிக்கல்களும் அதனதன் போக்கில் அவிழ்ந்துவிடும் என்று கருதுகிறேன். அதுவரையில் உன்னால் எனக்காகக் காத்திருக்க முடியும் என்றால் காத்திரு. உன்னை நிர்ப்பந்திக்கவில்லை" என்று நீண்ட உரையாற்றிவிட்டு அவளது கரங்களைப் பற்றினான்.

அவன் எதிர்பார்த்தபடியே அவளது விழியோரம் ஒரு துளி கண்ணீர் திரண்டிருந்தது.

"நான் உங்களை நம்புகிறேன்" என்றாள்.

"நன்றி பெண்ணே."

"அதற்குக் கைமாறாகத் தினமும் என்னைச் சந்திக்க முடியுமா?"

"தினம் சற்று கடினம். வாரத்தில் ஒருநாள் ஞாயிறன்று உன்னைச் சந்திக்க இதோ இந்த புகார் கடற்கரைக்கு வருவேன். சம்மதமா?"

நாட்கள் அந்த ஒருநாள் ஞாயிற்றுக் கிழமைக்காகக் காத்திருந்து காத்திருந்து நாட்கள் வாரங்களாக வாரங்கள் மாதங்களாகப் பறந்தன. களவின் வரையறை அறிந்து அவர்கள் பழகினார்கள். ஆடி மாதம் நெருங்கிக் கொண்டிருந்தது.

அத்தியாயம் – 16

சோழன் இளஞ்சேட்சென்னி இறந்த நிகழ்வுடன் நாட்டிய நாடகம் துவங்கியது. மன்னருக்கு உற்றவர்களும், சோழ ராஜ்ஜியத்தின்மீது பற்றும் வைத்திருந்த நல்லவர்களும் கூடி சோழ அரசியார் இளஞ்சேட்சென்னியின் மனைவியைச் சமாதானம் செய்து கொண்டிருந்தனர். அவர்களில் தலையாயவர் அரசியின் உடன்பிறந்த இரும்பிடர்த் தலையார் என்பவர். இவர் மதுரைத் தமிழ்ச் சங்கத்தால் அங்கீகரிக்கப்பட்ட புலவர். வயிற்றில் வளரும் சிசு நல்லவிதமாக வளர்ந்து பிற்காலத்தில் அரசு கட்டிலில் ஏறும் வரையில் பாதுகாவலுடன் இருக்கவும் இரும்பிடர்த் தலையார் தனது காவலில் அரசியைக் கொண்டு சென்றார். ஆரூடக் கணிப்பின்படி பிறக்கும் சோழச் சிசு குறிப்பிட்ட நாழிகையில் பிறந்தால் சோழநாடு நிமிர்ந்து நிற்கும் என்பதால் சோழ அரசி தலைகீழாகத் தொங்க விடப்பட்ட சித்திரவதைகளை மகிழ்வுடன் ஏற்கிறாள்.

சோழர் குலக் கொழுந்து வந்து உதித்ததும் அதி அற்புதமாக ஏழெட்டு நடன மங்கையர் சேர்ந்து பாடுவதுபோல ஒரு நடனம் நிகழ்த்தப்பட்டது. அதன் நடன அமைப்பும் இசைக் கோர்வைகளும் அதனை மிக அற்புதமான நடனமாக மாற்றியது.

'வேங்கை ஒன்று பிறந்தது, எங்கள் வீரம் மீண்டும் தழைத்தது, சாய்ந்திடத் தோளொன்று கிடைத்தது, எங்கள் தர்மம் மீண்டும் நிலைத்தது' என்ற பல்லவியோடு கூடிய நடனத்தின் ஆட்டத்தைச் சொல்வதா அல்லது வீரம் மிக்க அந்த மிடற்றுப்

பாடலின் வரிகளைச் சொல்வதா? என்று அனைவரும் வியந்தனர்.

சோழப் பிஞ்சைத் தேடி புகார் மக்கள் ஒருபுறம் தவிக்க, பகை மன்னர்களான பாண்டியனும் சேரனும் வல்லூறுகள்போல சோழ வானில் வட்டமிட்டு சோழர் குல வாரிசைக் கவ்விச் செல்லத் துடித்தனர்.

சின்னஞ்சிறுவனாக இருந்த திருமாவளவனைப் பகைவர்கள் கடத்திச் சென்று ஒரு சிறிய இல்லத்தில் வைத்துக் கட்டிப் போட்டு கூரைக்கு நெருப்பு வைத்தனர். சிறுவன் திருமாவளவனாக நடித்த நாட்டிய மங்கை தனது முகபாவத்தால் அங்கிருந்தவரைக் கட்டிப் போட்டிருந்தாள். அவள் தப்பி ஓடி தாய்மாமன் இரும்பிடர்த் தலையார் கரங்களில் சென்றடையும் வரையில் பார்ப்பவர்களிடம் ஒரு பதைபதைப்பு இருந்ததை மறுப்பதற்கில்லை. திருமாவளவன் கரிகாலனாக மாறினான்.

நகைச்சுவைக்காகப் பட்டத்து வேழம் கரிகால் பெருவளத்தானைத் தேடி கருவூர் வரையில் செல்வதாக அமைக்கப்பட்டிருந்தக்காட்சியைப் பார்த்து அனைவரும் சிரித்தனர். யானையாக நாட்டியம் ஆடிய பெண்ணின் உடலும் சற்று பருமனாக இருந்ததால் நகைச்சுவை இரட்டிப்பானது.

நாட்டிய நாடகம் வளர்ந்து கொண்டே இருந்தது. பாண்டிய மன்னன், சேர மன்னன் சேரலாதன் மற்றும் பதினொரு வேளிர் மன்னர்களின் துணையுடன் இளங்கன்று கரிகாலன் அரசு கட்டிலில் அமர்ந்திருக்கும் சோழ சாம்ராஜ்ஜியத்தின்மீது படையெடுத்தான்.

கரிகாலனுக்கும் ஏனைய பகை மன்னர்களுக்கும் 'வெண்ணி' என்ற இடத்தில் நிகழ்ந்த போர் பிரமாதமாக நடனமாக்கப்பட்டிருந்தது. போர்க் காட்சிகளை வடிவமைத்ததில்தான் அமுதவல்லிக்கு எவ்வளவு கற்பனை! எவ்வளவு நுணுக்கம்!

காவிரி நதிக்குக் கரையெடுக்கும் அந்தச் சிறப்பு மிக்க வரலாற்று நிகழ்ச்சியைக் கோர்வையாக நடன அரங்கில் கொண்டு வந்த விதம் அவள் ஒரு திறன் மிக்க கலைஞர் என்பதை எடுத்துக் காட்டியது. மெல்லிய நீலச் சீலைகள் மூலம் நதியைக் கண்முன் கொண்டு வந்த அமுதவல்லியின் நாட்டியத் திறன் காண்பவரைப் பரவசப் படுத்தியது.

கரிகாலனின் ஆணைக்குக் கட்டுப்பட மறுத்த குறுநில மன்னன் உருத்திரனின் கதை மிக நேர்த்தியாகத் தனிச் சிறப்புடன் நடனமாக ஆடப்பட்டது. கரிகாலனின் கம்பீர நடை, உருத்திரன் மீது அவனுக்கு ஏற்பட்ட சினம் அவனது உருவப் படத்தை ஓவியமாக வரைந்து கொண்டு வரச் செய்தது, அதில், தான் ஒரு நெற்றிக்கண்ணைத் தீட்டி அதில் தனது வேல் கம்பினால் குத்திக் கிழித்து "போ! இதனை உனது மன்னனிடம் சென்று கொடு அவனுக்குப் புரியும்" என்று கரிகாலனாக நடித்த அமுதவல்லி கரிகாலனாகவே மாறியிருந்தாள்.

கல்லணை கட்டிச் சோழ வளநாட்டைச் சோறுடைய நாடாக மாற்றிய வரையிலும் அந்த நாட்டிய நாடகம் நடைபெற்றது. ஒரு முகூர்த்தக் கால அளவையும் தாண்டி மேலும் ஒரு நாழிகை அளவிற்கு நாட்டிய நாடகம் நடைபெற்றது.

சோழ மன்னன் வேங்கை வளவன் தனது சிங்காதனத்திலிருந்து எழுந்து வந்து அமுதவல்லியின் தோள்களைத் தட்டிக் கொடுத்து அவள் கழுத்தில் மிகப் பெரிய ரத்தின ஹாரம் ஒன்றைப் பூட்டினான்.

"திருவாய்க் கேள்வி இங்கு யார்?" என்று கேட்டதும் ஓர் அதிகாரி எழுந்து வந்து நின்றார்.

"புகார் நகரத்திற்கு மேலே வடதிசையில் உள்ள அரசாங்க நிலங்களில் பத்து மா நிலம் இவளுக்கு நிவந்தமாக அளிக்க உத்தரவிடுகிறேன். எந்தெந்த நிலங்கள் ஆற்றுப் படுகைக்கு அருகில் நன்செய் நிலங்களாக உள்ளதோ அந்த நிலங்களை இவளுக்குக் கொடையாக அளித்து திருமந்திர ஓலையில் எழுதி ஆவணப்படுத்தி எனது ஒப்பம் பெறுங்கள்" என்று திருவாய்க் கேள்வி என்ற ஆவணப் பதிவாளரிடம் கூறினார்.

தனது உடலை நன்றாக வளைத்து அமுதவல்லி அரசனை வணங்கினாள்.

"நல்லது மகளே! இத்தனை சிறிய வயதில் உன்னுடைய கற்பனைத் திறம் என்னை மிரட்டுகிறது."

"என் குருவிற்குத்தான் நான் நன்றி சொல்ல வேண்டும்."

"இது போதும் உறையூர் காரர்களுக்கு. மேற்படியான விஷயங்கள் உனக்கு மந்திரிகள் மூலம் தெரிவிக்கப்படும். ஆடிப்பெருக்குக்குப் பத்து நாட்கள் முன்பாக நீ கிளம்ப வேண்டியிருக்கும்."

“மன்னா! ஒரு விஞ்ஞாபனம்.”

“சொல் மகளே!”

“உறையூர் வரையில் செல்வதால் அரங்கனைத் தரிசித்து அவன் முன்னால் நடனம் ஆட முடியும். நான் மதுரையம்பதி அங்கையற்கண்ணி அம்மையின் முன்பும் நடனமாட ஆசைப்படுகிறேன்.”

“அமுதவல்லி! அங்கையற்கண்ணி யாவருக்கும் பொது என்றாலும் அவள் இருப்பது பாண்டிய மண்டலத்தில். இப்போது போர் மேகங்கள் சூழ்ந்திருக்கும் வேளையில் அங்கே செல்வது இராஜாங்கத்திற்கு ஏகப்பட்ட சங்கடங்களை ஏற்படுத்தும். சரி உன்னோடு வரும் அதிகாரிகளிடம் சொல்லி வைக்கிறேன். ஒரு நாட்டியக் குழுவாக நீங்கள் மட்டும் சென்று வர ஏற்பாடுகள் செய்ய முடியுமா என்று பார்க்கிறேன்” என்று கூறிவிட்டு மன்னர் அங்கிருந்து கிளம்பினார்.

ஒத்திகை நடனம் என்றாலும் முதன் முறையாக மேடையேறுவதைப்போல அதே பயபக்தியுடன் ஆடியதுதான் அந்த நாட்டியத்தை அதி சிறப்பாக்கியது. ஒத்திகை என்றாலும் அரண்மனைப் பெண்டிர், அதிகாரிகள், மந்திரிகள், அமுதவல்லியின் மாளிகையில் இருந்த பெண்கள் என்று நூறு பேர்களுக்கு மேல் சேர்ந்து விட்டனர்.

“அற்புதம் அமுதா உனது நாட்டிய நாடகம்” என்று பத்ரா அவளை நெஞ்சொடு சேர்த்து அணைத்துக் கொண்டாள்.

“இறைவன் கொடுத்த வரம் பத்ரா. எங்கே எனது நாட்டியத் திறமை மாளிகைக்கு வரும் செல்வச் சீமான்களின் மதுக்கிண்ணங்களில் கரைந்து விடுமோ என்று வெம்பியிருந்தேன். மன்னர் என்னை நல்ல முறையில் அடையாளம் கண்டு கொண்டார்.”

“நாடகத்திற்கு நீ தேர்ந்தெடுத்த மையக் கருத்து அத்தனை வீரியம் மிக்கது அமுதா.”

“மீண்டும் மீண்டும் எல்லோரும் புராணங்களிலிருந்து அல்லி அர்ஜுனன் கதை, பவழக்கொடி, வேலன் வள்ளி கதை, இந்திரன் ஊர்வசி கதை என்று நாட்டியமாக ஆடும்போது நமது சோழ மண்டலத்தின் இத்தகைய சோழ சாம்ராஜ்ஜியத்தை நமக்கு உருவாக்கித் தந்த அந்தக் கரிகால் பெருவளத்தானின் கதையை நாட்டிய நாடகமாக ஏன் ஆடக் கூடாது என்று தோன்றியது.”

“ஆமாம் எத்தகையதொரு சாம்ராஜ்ஜியம்” என்றாள் புஷ்பவல்லி.

“எப்போது உனது பயணம் தொடங்கும்?” என்றாள் பத்ரா.

“மன்னர் சொன்னது போல ஆடிப் பதினெட்டுக்குப் பத்து நாட்களுக்கு முன்னர்.”

“உன் பயணம் இறைவன் அருளால் நல்லவிதமாக நடக்கட்டும். அமுதா உன்னிடம் மேலும் ஒரு கேள்வி.”

அமுதவல்லி வாளாதிருந்தாள்.

“காளன் இன்னும் வந்து போய்க் கொண்டிருக்கிறாரா?” அவள் தயங்கித் தயங்கிக் கேட்டதிலிருந்து அவளது தர்ம சங்கடம் விளங்கியது.

“பத்ரா! நடன அரங்கேற்றத்துக்கு முதல்நாள் பௌத்த சங்கத்தில் அன்றைய மறுநாள் அதாவது எனது நாட்டிய அரங்கேற்றம் முடிந்த பின்னர் யுவராஜனின் தீராத மோகத்தினால் என்னுடைய நாட்டிய வாழ்க்கை முடிந்து அரண்மனை அந்தப்புரத்தில் நூற்றோடு ஒருத்தியாகவோ அல்லது இரவு நேரங்களில் எங்கள் வீதியில் ஒப்பனை செய்துகொண்டு அலைபவளாகவோ இருக்கப் போவதாக எண்ணினேன். ஆனால் பௌத்த மதத்தின் மீது காளனுக்கு உள்ள பிடிப்பின் காரணமாக அவர் பல்வேறு திட்டங்களைக் கொண்டுள்ளார். அதில் ஒன்றுதான் ஆயிரம் பொற்கழஞ்சு கொடுத்து என்னை வாங்கியது. அதற்காக அவரது கரம் என்மீது படவில்லை என்று கூற மாட்டேன். இதற்கு மேலும் என்னை எதுவும் கேட்காதே. இதோ ஓர் அரசாங்கத்தின் நாட்டியக் குழுவின் பிரதிநிதியாக என் வாழ்வு வேறு ஒரு நிலைக்குப் போனதற்கு காளன் ஒருவர்தான் காரணம். இனி அவரை முழுமையாக உன்னிடம் ஒப்படைக்கிறேன்.”

பத்ரா புஷ்பவல்லியைப் பார்த்தாள். புஷ்பவல்லி அவளது முகத்தில் ஆயிரம் கோடி தாமரை மலர்கள் ஒரே நேரத்தில் மலர்ந்ததைப்போல ஒரு பிரகாசம் மின்னியதைக் கண்டாள்.

அடுத்த மூன்று திங்களும் பத்ரா கன்னிமாடம் செல்வதும் கடற்கரையில் கூடாரம் அமைத்துத் தங்குவதும் காளன் அவளைப் பார்க்க வருவதும் காதல் சல்லாபங்கள் தொடர்வதும் வாடிக்கையானது.

அத்தியாயம் - 17

காவேரியின் வடகரை வழியாக அந்த நெடும்பயணம் தொடர்ந்தது. முன்னும் பின்னும் கள்வர்களிடமிருந்து காப்பதற்கு அடிமை வீரர்கள் கைகளில் ஈட்டி வேல்கம்பு ஏந்திய வண்ணம் ஓடிக்கொண்டே வந்தனர். ஒவ்வொரு நாட்டின் எல்லையிலும் வெவ்வேறு புதிய அடிமை வீரர்கள் பழைய வீரர்களை நீக்கிவிட்டு அவ்விடத்தில் தாங்கள் ஓடத் தொடங்கினர். இளவரசன் தனஞ்செயன் தனது பட்டாளத்துடன் குதிரை யானை என்று மாறி மாறி பயணம் செய்தான். அவன் பின்னால் உறையூர் ஆடிப் பெருக்கு விழாவில் கலந்து கொள்ள அமுதவல்லியின் தலைமையிலான குழு ஐந்துக்கும் மேற்பட்ட கூண்டு வண்டிகளில் பயணம் செய்தனர். அவர்களுக்குப் பின்னால் மீண்டும் அடிமைக் காவலர்கள் கைகளில் வேல்கம்பு ஈட்டிகளுடன் ஓடியபடி வந்தனர். நான்கைந்து யானைகளில் பிரயாணத்திற்குத் தேவையான குடிநீர், உணவுப் பொருட்கள் முதலியன அவர்களோடு பயணித்தன.

மகிஷ நன்னாட்டில் குடகு மலையில் உற்பத்தியாகும் காவேரி கொங்கு நாட்டின் வழியாகத் தமிழகம் நுழைந்து வழி நெடுகிலும் நீர் வீழ்ச்சிகளையும் ஏரி குளங்களையும் நிரப்பிவிட்டுத் திருவரங்கத்தை வலம் வந்து காவிரி கொள்ளிடம் என்று இரண்டாகப் பிரிந்து சீராப்பள்ளிக்கு எட்டுக் கல் தொலைவில் சற்று உயர்ந்து ஓடும் காவிரியின் வடகரைகளில் உடைப்பு ஏற்பட்டு காவிரி தாழ்ந்து ஓடும் கொள்ளிடத்தில் கலக்கும். மழைக்காலங்களில் காவிரிக் கரையை உடைத்துக் கொள்ளிடத்தில் பாய்வதும் உழவர்கள்

மழைக்காலம் நின்றதும் கரை எடுப்பதுமே தொழிலாகக் கொண்டிருந்தனர். கரிகால் பெருவளத்தான் வெறும் மணலில் கற்பாறைகளை இட்டு அப்படி ஒரு பிரமாண்ட அணையைக் கட்டியிராவிட்டால் கழனி எல்லாம் நெல்லாக விளைந்திருக்காது.

காவேரியோடு பயணிக்கும் பயணம் மிக ரம்மியமாக இருந்தது. வழி எங்கிலும் சோலைகளும் தோப்புகளும் நீர் நிலைகளுமாகப் பயணத்தின் அலுப்புத் தெரியாமல் சென்றது.

கழனி எங்கும் நெல் தூவப்பட்டு கர்நாடக நாட்டின் பருவமழைக் காலத்திற்காக வயல்கள் காத்திருந்தன. ஆடிப்பட்டம் தேடி விதைக்க நாள் பார்த்துக் கொண்டிருந்தார்கள். ஒருசில ஆண்டுகளில் மகிஷ நாட்டில் கார்காலம் மிக முன்னாலே வந்து குடகிலிருந்து பொங்கி வரும் காவிரி சோழ மண்டலத்தில் பெரு வெள்ளத்தைக் கொண்டு வரும். சில வருடங்கள் ஆடிப்பெருக்கு வரையிலும்கூட போக்கு காட்டும் காவிரி, ஆவணி புரட்டாசித் திங்களின் போதுதான் பாய ஆரம்பிக்கும். அவர்கள் பயணம் செய்த அந்தக் காலத்தில் நுங்கும் நுரையுமாகக் காவிரி ஓடாமல் நிதானமான ஓட்டத்துடன் புகார் நோக்கிச் சென்று கொண்டிருந்தது.

வயல்களில் நீர்நாய்கள் வாளை மீன்களுக்குப் பாய்வதும் வாளை மீன்கள் நீர் நாய்களுக்குப் போக்குக் காட்டிவிட்டுத் துள்ளுவதும் பார்க்கப் பார்க்க பரவசம் அளித்தது. வழியில் உள்ள சுனைகளில் நீர் முகர்ந்து குடிப்பதும் பொய்கைகளில் புடைசூழக் குளிப்பதும் மகிழ்ச்சியூட்டும் விதமாக இருந்தது. பேச்சு பாட்டு என்று உற்சாகமாக அமைந்த பயணத்தில் யுவராஜன் தனஞ்செயனின் குறுக்கீடு அதிகம் இல்லை என்றாலும் ஒவ்வொரு முறை இரவில் மாளிகைகளில் ஊர்க்கிழார்களின் இல்லங்களில் தங்கும் வேளைகளில் அவளது தேவைகளில் அக்கறை எடுத்துக் கொள்பவனைப்போல வந்து வந்து பார்ப்பான். இளவரசன் என்பதால் அவளாலும் அதிகம் அவனிடம் பகை உணர்வைக் காட்ட முடியாது என்பதால் பேசாமல் இருந்து விடுவாள்.

பயணத்தின் வழி எங்கிலும் ஐவகை நிலங்களில் நெய்தலைத் தவிர மற்ற நான்கு நிலங்களான முல்லை, குறிஞ்சி, மருதம், பாலை நிலங்களைக் கடந்து சென்றனர். கல்லணையை

நெருங்க நெருங்க எங்கும் கழனிகளும் மக்கள் உற்சாகமாக விதை விதைப்பதிலும் நாற்று நடுவதிலும் கவனமாக இருந்தனர்.

"உறையூர் குறித்து பழங்கதை ஒன்று உள்ளது" என்றாள் உடன் வந்த தோழி நிறைமதி அமுதாவிடம்.

"என்ன கதை?" என்று ஆர்வமாகக் கேட்டாள் அமுதவல்லி. நாள் செல்லச் செல்ல பிரயாணத்தின் அலுப்பு உடலை அசத்திக் கொண்டிருக்கவே தோழி இவ்வாறு கூறியதும் மண்டபம் ஒன்றில் கூடியிருந்த பெண்கள் எல்லோரும் தோழியைச் சுற்றி அமர்ந்து கொண்டனர்.

"ஒருமுறை கரிகால் வளவன் கல்லணையைக் கட்டி முடித்துவிட்டு கல்லணை அருகில் இருந்தபடி அதனை நிர்வகிக்க ஓர் ஊரை எழுப்புவதற்கு சீராபள்ளி நோக்கி யானையின் மீதேறிச் சென்றபோது வழியில் ஓர் அதிசயம் நிகழ்ந்தது. எங்கிருந்தோ பறந்து வந்த செங்கொண்டையும் கூரிய நகமும் கரும்பச்சை நிறத்தில் இறகுகளும் கொண்ட ஆண் கோழி ஒன்று படபடவென்று தனது சிறகினை விரித்து, அரசன் அமர்ந்து வந்த அம்பாரி யானையை உள்ளே நுழைய விடாமல் அதன் நான்கு கால்களையும் சுற்றிச்சுற்றி வந்து கொத்தியது. யாருக்கும் ஒன்றும் புரியவில்லை. கட்டுக்காவல் அதிகம் இருக்கும்போது சினம் கொண்ட சேவல் ஒன்று யானையை விரட்டுவதா என்று கரிகால் மன்னர் வியந்து நின்றார்."

"வாரணத்தை விரட்டிய வாரணம்" என்றாள் அமுதவல்லி.

"என்னே உனது தமிழ்ப் புலமை" என்று தோழி நிறைமதி கிண்டலடித்தாள்.

"மேலே சொல்லடி."

"மன்னர் அக்கம்பக்கத்தில் விசாரிக்கவே அந்த ஊர் வீரம் மிக்க ஊர் என்று தெரிந்தது. வாரணம் எதிர்த்த வாரணம் என்பதால் அந்த ஊர் இனிமேல் சோழ மன்னர் உறையும் ஊர் என்று தனது அதிகாரிகளிடம் கூறி ஒரு நகரை நிர்மாணிக்க ஆணையிட்டாராம்."

"ஓ! அதனால்தான் இது உறையூரா?" என்று அமுதவல்லி வியந்தாள்.

கழார் என்ற ஊரில் இரவுத் தங்கல் ஏற்பாடாகியிருந்தது.

வானில் முழு நிலவு. ஊரைத் தொட்டுக் காவிரி ஓடிக் கொண்டிருந்தது. நிலாக் காலங்களில் தானும் காளனும் கடற்கரை ஓரங்களில் உலா வந்தது, யாழ் கொண்டு அவன் பாடியது, அந்தப் பாடல்களுக்கு அவள் அபிநயம் பிடித்தது போன்றவற்றை எண்ணிப் பார்த்தாள். அந்த முழுநிலவு இரவில், புனல் அதிகம் இல்லாமல் ஓடும் மெலிந்த காவிரியின் கரையில் தன்னோடு காளன் இருந்தால் எவ்வளவு இன்பமாக இருக்கும் என்று எண்ணினாள். சிறிது அச்சம் ஏற்பட்டது.

“ஏன் உனது முகம் வாடியுள்ளது அமுதா?” என்றாள் நிறைமதி.

“ஏதோ ஒன்று நான் காளனை மீண்டும் சந்திக்கப் போவதில்லை என்று கூறுகிறது.”

“இது எல்லோருக்கும் நிகழும் பிரிவாற்றாமை துயர் அமுதா. புகார் நகரத்தைவிட்டு நெடுந்தொலைவு வந்துவிட்டதால் உன் மனதில் உள்ள பிரிவாற்றாமை உன்னை இப்படிப் பேச வைக்கிறது. இப்படித்தான் ஆதிமந்தி என்பவள் தனது காதலன் ஆட்டனத்தியைத் தேடி அலைந்த கதை ஒன்று உள்ளது” என்றாள்,

“அவலச் சுவை நிறைந்ததா?” என்றாள் அமுதா.

“ஆமாம். இரண்டு பெண்களைப் பற்றியது.”

“அப்படி என்றால் சொல்”

“ஆதிமந்தி என்பவள் சோழன் கரிகாலனின் மகள் என்பார் சிலர். இது நிகழ்ந்து சில சதாப்தங்கள் ஆகி விட்டதால் நாமும் பலரும் கூறுவதை நம்ப வேண்டியுள்ளது. அதே உறையூரில் ஆட்டனத்தி அதாவது ஆட்டன் அத்தி என்பவனும் வாழ்ந்து வந்தான். ஆடற்கலையில் வல்லவன்.”

“அட என்னுடைய கதை” என்றாள் அமுதா.

“அவனுடைய நடனக் கலையில் தன் மனதைப் பறிகொடுத்த ஆதி மெல்ல மெல்லத் தன்னையும் பறிகொடுத்தாள். இருவரும் திருமணம் புரிந்து கொண்டனர். ஆட்டனின் கலைஞானம் விரிவடைந்து ஆற்று நீரின்மீது கூட புதுவகை நடனம் ஒன்றை ஆடுவதற்குக் கற்று வைத்திருந்தான். மன்னரின் முன்னிலையில் ஆடிப்பெருக்கு விழாவின்போது அந்த நாட்டிய நிகழ்ச்சி நடைபெற்றது. யாருடைய துரதிர்ஷ்டம் என்று தெரியவில்லை. ஆட்டன் காவிரியின்மீது

ஆடிக் கொண்டிருக்கும்போது காவிரியில் புதுவெள்ளம் வந்து அவனை அடித்துச் சென்றது. ஆட்டனைத் தேடி ஆதி, காவிரி கரை எங்கும் தேடி ஓடிப் பித்துப் பிடித்தவள் போலானாள். உண்பதில்லை ஒழுங்காய் உடுப்பதில்லை. உறக்கத்தையும் நிம்மதியையும் பறிகொடுத்து பிச்சியானாள். அடித்துச் சென்ற காவிரி, ஆட்டனை மருதி என்ற நங்கையிடம் கொண்டு சேர்த்தது. ஆட்டன் அத்தியிடம் மனதைப் பறிகொடுத்த மருதி அவனோடு சேர்ந்து வாழத் தொடங்கினாள். மன்னரின் கட்டளையின்படி ஆட்டன் அத்தியைத் தேடும் பணி துவங்கியது. முடிவாக அவன் வெகு தூரம் காவிரியால் அடித்துச் செல்லப்பட்டு மருதி என்பவளோடு வாழ்வது தெரிந்தது. மருதி ஆதிமந்தியின் பித்து நிலைக்கு மனம் இரங்கி அவளிடம் ஆட்டன் அத்தியை கொடுத்துவிட்டு புகார் கடலில் விழுந்து உயிரை மாய்த்துக் கொண்டாள்."

ஆட்டனத்தியின் கதையைக் கேட்டு அமுதவல்லி சிறிது நேரம் கண்கலங்கி தன்னை மருதியாகவும் பத்ராவை ஆதிமந்தியாகவும் ஒரு கணம் கற்பனை செய்து பார்த்தாள். கணிகையர் வீதியில் வளர்ந்தவள் என்பதால் அங்குள்ள அழகிய இளம் பெண்களின் வாழ்க்கை எவ்வாறு முடியும் என்றிருந்த வேளையில் எங்கிருந்தோ தேவனைப் போல காளன் தோன்றினான். ஆடவர்களில் அவனைப் போன்றவர்களும் உள்ளனர் என்பதை அறிந்தபோது அவள் மகிழ்ச்சி அடைந்தாள். ஆயினும் அது நிரந்தரம் இல்லை என்று தெரிய வந்தபோது அவள் எவ்வித மறுப்புமின்றி காளனை பத்ரா வசம் ஒப்படைப்பதுதானே முறை?

"என்ன அமுதா ஆழ்ந்த யோசனைக்குள் சென்று விட்டாய்?" என்று நிறைமதி கேட்டாள்.

"ஆஹா! ஆதிமந்தி ஆட்டனத்தி இருவரின் கதையும் நான் முன்னமே அறிந்திருந்தால் இந்தக் கதையையே அழகிய நாட்டிய நாடகமாக மாற்றி இருப்பேனே" என்று கூறினாள்.

பயணம் மீண்டும் துவங்கியது. ஒருவழியாக நான்கு நாட்கள் சென்ற பிறகு அவர்கள் உறையூர் சென்றடைந்தனர். உறையூர் கீர்த்தி வளவனுக்கும் புகார் மன்னன் வேங்கை வளவனுக்கும் பெரும்பகை நிலவினாலும் புகார் நகரில் நடைபெறும் இந்திர விழாவிற்கும் உறையூரில் நிகழும் ஆடிப்பெருக்கு விழாவிற்கும் இரண்டு மன்னர்களின் பிரதிநிதிகள் கலந்து கொள்ளும் வழக்கம் காரணமாகப்

புகாரிலிருந்து கிளம்பி வந்துள்ள நாட்டியக் குழுவை உரிய முறையில் வரவேற்று அவர்களுக்கு வேண்டிய வசதிகளைச் செய்து கொடுத்தனர்.

குடகு மலைத் தொடர்களில் பெய்து வந்த கடும் மழையின் காரணமாகக் காவிரியில் வெள்ளப்பெருக்கு ஏற்பட்டது. மக்கள் அனைவரும் உற்சாகமாக ஆடிப்பெருக்கு விழாவை முளைப்பாரி எடுப்பது, தீபங்கள் ஏற்றுவது, மங்கலப் பாடல்கள் பாடி ஆரத்தி எடுப்பது, நெல்லும் பொரியும் தூவி வாழ்த்துவது என்று கொண்டாடினார்கள். ஊர் முழுவதும் உற்சாகமாக விழாவைக் குடும்பம் குடும்பமாகக் கொண்டாடியது. கன்னிப் பெண்கள் பூரண அலங்காரத்துடன் ஒயிலாக கைகளில் தாமரை, இருவாசி, வாகைப் பூ, காந்தள், முல்லைச் சாரம் ஆகியவற்றை எடுத்துக் கொண்டு திரிந்தனர். போக்குக் காட்டும் கட்டிளங்காளைகள் கைகளில் கரும்பை எடுத்து அலட்சியமாகப் பற்களால் கடித்து கரும்புப் பால் கடைவாயில் ஒழுக அந்தக் கன்னிப் பெண்கள் பின்னால் அலைந்தனர். குறி சொல்பவர்கள் கையில் சிறிய குறி சொல்லும் கோலுடன் திரிந்து கொண்டிருந்தனர். பலவிதமான அங்காடிகள் பல்வேறு பொருள்களுடன் பெரியவர் சிறியவர் என்ற பாரபட்சம் இல்லாமல் அனைவரையும் ஈர்த்துக் கொண்டிருந்தன. சிற்றுண்டி உணவுச் சாலைகளிலும் மக்கள் கூட்டமாகக் கூடியிருந்தனர்.

மன்றங்கள் தோறும் இசை நிகழ்ச்சிகளும், பட்டி மன்றங்களும், சமய சொற்பொழிவுகளும் நிகழ்ந்து கொண்டிருந்தன. அவற்றின் உச்சமாக அமுதவல்லியின் நாட்டிய நிகழ்ச்சி ஆடிப்பெருக்கு அன்று அரண்மனை வளாகத்தில் உறையூர் மன்னன் கீர்த்தி வளவன் முன்னிலையில் கொற்றவையின் கோட்டம் ஒன்றின் அருகில் இருந்த மன்றத்தில் நடைபெற்றது. கரிகால் பெருவளத்தான் காவிரியை முறைப்படுத்தியது மட்டுமின்றி பரந்து விரிந்திருந்த சோழ சாம்ராஜ்ஜியத்தை இரண்டு பெரும்பகுதிகளாக மாற்றி உறையூரிலிருந்து ஒரு சோழனும், புகாரிலிருந்து ஒரு சோழனும் ஆட்சி செய்வதற்கு வழி வகுத்தவன் என்பதால் அந்த நாட்டிய நாடகம் அனைவராலும் பெரிதும் ரசிக்கப்பட்டது.

திருவரங்கத்தில் அரங்கனின் மண்டபத்திலும் அவளது நாட்டிய நிகழ்ச்சி இருந்தது. அவளது நாட்டியத்தினால் பெரிதும் கவரப்பட்ட மன்னன் அவளைத் தனது இராஜாங்கத்தில் இருக்குமாறு கோரிக்கை வைத்தான்.

அமுதவல்லி புன்முறுவலோடு மறுத்துவிட்டு எப்போது வேண்டுமானாலும் தான் உறையூருக்கு வந்து தங்கியிருந்து நாட்டிய நிகழ்ச்சிகளைச் செய்து தருவதாகக் கூறினாள்.

வெகுவாக விருதுகளையும் பரிசில்களையும் அள்ளி வழங்கிய கீர்த்தி வளவன் "வேறு ஏதாவது விருப்பம் உள்ளதா?" என்று சம்பிரதாயமாகக் கேட்டான்.

"அண்ணனின் சன்னதியில் ஆடிய எனக்குத் தங்கையின் சன்னதியிலும் ஆட வேண்டும்" என்று கூறினாள்.

"புரியவில்லை."

"அரங்கனின் சன்னதியில் ஆடிய நான் ஆலவாய் நகர அங்கையற்கண்ணி சன்னதி முன்னும் ஆட ஆசைப்படுகிறேன். நெடுந்தூரம் பயணித்து இங்கே வந்துள்ளேன். மதுரையம்பதிக்கும் சென்று அங்கையற்கண்ணி சன்னதியில் நடனம் ஆட விழைகிறேன்."

"மற்ற நாட்கள் என்றால் நான் உடனே சமயக் குழுவோடு உன்னையும் சேர்த்து மதுரையம்பதிக்கு அனுப்பி இருப்பேன். இப்போது போர் மேகங்கள் உலவும் காலம். எனவே இப்போது மதுரை செல்வது உசிதமல்ல" என்று மன்னர் அவளது கோரிக்கையை நிராகரித்தார்.

"ஆடிப்பெருக்கு உற்சவத்தின் இறுதியாக அரங்கனுக்குச் சார்த்துவதற்கு அங்கையற்கண்ணியின் மாலை ஒன்று மதுரையிலிருந்து ஒவ்வொரு வருடமும் வரும். இம்முறை வரும்போது அம்மையின் பிரசாதம், மாலைகளை உனக்கு அளிக்கச் சொல்கிறேன். சரியா?" என்றான்.

அமுதவல்லி முகம் வாடி நின்றாள்.

அத்தியாயம் - 18

யுவராஜன் தனஞ்செயனுக்கு அமுதவல்லியின் மீதிருந்த மையல் கொஞ்சம் கொஞ்சமாக மறைந்து அவள் மீது ஐயத்தின் நிழல் படியத் தொடங்கியிருந்தது. ஆடிப் பெருவிழாவிற்குப் புகாரைச் சார்ந்த குழுவைத் தலைமைதாங்கி வந்தவன் என்றாலும் அவன்மீதும் உறையூரின் துப்பறியும் கண்கள் படராமல் இல்லை. அவன் எங்கே செல்கிறான் யார் யாருடன் பேசுகிறான் என்று கழுகுப் பார்வைகள் அவன்மீது அலைவதை அறிந்தான். அதன் காரணமாகவே மன்னர் வேங்கை வளவன் அமுதவல்லியின் தலைமையில் குழு ஒன்றை அமைத்து ஒருபுறம் அமுதவல்லி நாட்டிய விஷயங்களைக் கவனித்துக்கொண்டும் உறையூரில் உள்ள புகார் மண்டல ஒற்றர்கள்மூலம் மிக இரகசியமான உளவுச் செய்திகள் வருகின்றனவா என்பதிலும் அவளைக் கவனமாக இருக்கச் சொல்லி அனுப்பியிருந்தார். ஆனால் அமுதவல்லியின் செய்கையில் வேறு ஒரு மறைமுக உளவு வேலை மறைந்திருப்பதாக யுவராஜன் ஐயுற்றான்.

ஆடிப்பெருக்கு உற்சவத்தின்போதும் உறையூர் மன்னர் ஏற்பாடு செய்திருந்த சிவிகையில் ஏறி ஆனைக்கா, திருவரங்கம், ஆகிய இரண்டு தலங்களுக்குச் சென்று வழிபட்டு இறைவனுக்குக் காணிக்கையாக அந்தந்தக் கோவில்களில் நாட்டியம் ஆடிவிட்டு வந்தாள். ஆனால் இரகசியத் தகவல்கள் அளிப்பவர் யாரும் அவளை அணுகவில்லை.

ஒவ்வொருநாள் பகல் பொழுது முடிந்ததும் யுவராஜன் அவளை இரவில் சந்தித்து "ஏதாவது தகவல் உண்டா?"

என்று கேட்பான். அவனால் தனிப்பட்ட முறையில் யாரையும் சந்தித்துப் பேச முடியாத நிலையில் இருந்ததால் தன்னுடன் வந்த குழுவை நலம் விசாரிப்பது போல இரவில் சென்று சந்தித்து விசாரிப்பான். அவர்கள் தங்கியிருந்த ஏழு நாட்களிலும் அவள் “இதுவரையில் யாரும் என்னை வந்து அணுகவில்லை” என்பதாகவே பதில் கூறி வந்தாள்.

யுவராஜனுக்குச் சினம் மிகுந்தது. அவள்மீது சீறினான்.

“நாளை ஒருநாள்தான் பாக்கி உள்ளது அமுதவல்லி. உன்னை யாரும் வந்து பார்க்கவில்லை என்றால் ஒன்று உறையூரில் உள்ள நமது உளவாளிகள் மிகவும் பலவீனமாகப் போயிருக்க வேண்டும். அல்லது கீர்த்தி வளவனின் கை மேலோங்கியிருக்க வேண்டும். நம் கண்களில் மண்ணைத் தூவிவிட்டுப் படைகளைத் திரட்டி அவன் புகாரை நோக்கி வரும்போது என்ன செய்யப் போகிறோம்? நமது மன்னரின் முன்பு தலை கவிழ்ந்து நிற்கப் போகிறோமா?” என்று கேட்டான்.

அதற்கு என்னால் என்ன செய்ய இயலும் என்ற கேள்வியை அவள் கேளாமல் நின்றாள்.

“நாளை கண்ணனூர் கொற்றவைக் கோவிலில் ஒரு பிரார்த்தனையும் வேண்டுதலும் ஒரு நாட்டியமும் ஆடிய பின்னர் நாம் கிளம்புகிறோம். தோல்வியுடன் திரும்பும் நம்மை மன்னர் எவ்வாறு எதிர் கொள்வார் என்பதை நினைத்துக்கூடப் பார்க்க முடியவில்லை” என்று பொருமிவிட்டுச் சென்றான்.

மாலை ஊர்ந்து கொண்டே இருந்தது. அமுதவல்லி தனது மாளிகையில் அமர்ந்து மறுநாள் கொற்றவை முன்னால் ஆடும் கூத்தைப் பற்றிய சிந்தனையுடன் இருந்தாள்.

“கொற்றவைப் பெருமன்றக் கிழார் பழையோன் நம்பி என்பவர் தங்களைக் காண்பதற்கு வந்துள்ளார்” என்று வாயிற்காப்பவன் கூறினான்.

“வரச் சொல்” என்று அமுதவல்லி கூறினாள்.

வந்தவருக்கு அகவை ஐம்பதை நெருங்கும் போலத் தோன்றியது. கச்சை கட்டிய ஆடை ஒன்று இடுப்பிலும் மெல்லிய மேல் உத்தரியமும் அணிந்து கட்டுக் குடுமியுடன் இருந்தார். உடல் எங்கும் வெண்ணீறு பூசியிருந்தார். நீண்ட மூக்கு. தீர்க்கமான கண்கள். மயிர் வெளுத்து நெற்றி எங்கும் பரவியிருந்தது.

“நாளைக் கொற்றவை கோட்டத்தில் உன்னுடைய நாட்டியம் ஒன்று நிகழப் போவதாக உறையூர் மன்னர் கூறியிருந்தார். அதற்கான ஏற்பாடுகளைச் செய்து விட்டேன். நாட்டிய நிகழ்ச்சியில் எத்தனை பேர் என்ற கணக்கை அளித்து விட்டால் அதற்கான ஏற்பாடுகளை நான் செய்வேன்.”

“ஓ! நடனம் ஆடும் அரங்கம் மட்டும் சீராக இருந்தால் போதும். அதே போல முகத்தில் உள்ள பாவங்களைக் காட்டுவதற்குத் தீவர்த்தி பிடிப்பவர்கள் சற்று பிரகாசமான தீவர்த்திகளைப் பிடிக்கச் சொல்லுங்கள். இந்த ஏழுநாளும் குறையின்றி ஒவ்வொரு நாட்டிய நிகழ்ச்சியும் நடந்து முடிந்த பின்னர் இது மட்டும் சிறப்பாக அமையாமல் போகுமா என்ன?”

“ஆனால் யுவராஜன் முகத்தில் எப்போதும் ஒரு கடுகடுப்பு நிலவுகிறதே.”

“இளவரசர் அல்லவா? தனது நாட்டின் பெருமை எங்கும் பங்கப்பட்டுப் போகக் கூடாது என்பதில் இருக்கும் கவனத்தினால் இருக்கும்.”

“புகாரை விட்டுக்கொடுக்க மாட்டாய் போல.”

அவள் சிரித்தாள்.

“நாளை நிறைவு நாள் நிகழ்ச்சியில் ஊர்க்கிழார் என்ற முறையில் நான்தான் உங்களுக்குச் சிறப்புச் செய்ய வருவேன். கொற்றவையின் பிரசாதம் போல இலையில் சுற்றி மடிக்கப்பட்ட பொட்டலம் ஒன்று மேலே புஷ்பங்களுடன் உன்னிடம் வழங்கப்படும். நீ அவற்றைப் பக்தியுடன் பெற்றுக் கொள். அந்தப் பொட்டலத்தில்தான் இங்கு என்ன நடவடிக்கைகள் மேற்கொள்ளப்பட்டு வருகின்றன போன்ற தகவல்கள் கொடுக்கப்பட்டுள்ளன. நாளை உறையூரைவிட்டுப் புகார் நோக்கிப் போகும் வழியில் எப்படியாவது அதனை உங்கள் இளவரசரிடம் கொடுக்கவும்” என்று அடிக்குரலில் ரகசியமாகக் கூறிவிட்டு,

“அரங்கத்தின் அமைப்பு போன்ற பல்வேறு ஏற்பாடுகளை இந்தச் சீலையில் எழுதி வைத்திருக்கிறேன் போதுமா என்று பார். இல்லை என்றால் வேறு ஏற்பாடுகள் செய்வேன்” என்று உரத்த குரலில் கூறிவிட்டுக் கிளம்பினார்.

அமுதவல்லி இது போன்ற ஒரு கணத்தை ஏற்கெனவே எதிர்பார்த்து இருந்தாலும் அது செயல்படுத்தப்படும்போது அதில் உள்ள எதிர்வினைகள், அந்தச் செயலின் தீவிரம்

எல்லாமாகச் சேர்ந்து அவள் உடலில் சிறிய நடுக்கத்தை ஏற்படுத்தியது. அதே நேரத்தில் ஒருவித இன்பப் பரபரப்பையும் உணர்ந்தாள்.

“நாளை வைகறை முடிந்த உடனே கொற்றவை சன்னதியில் நிறைவு நாட்டியம் நிகழும். நீங்களும் வந்திருந்து சிறப்பிக்க வேண்டும்” என்று அவரை வழியனுப்பி வைத்தாள்.

மிக உக்கிரமாக இருந்தது அமுதவல்லியின் கொற்றவை நாட்டியம். தலைவிரி கோலமாக அவள் நின்ற கோலம். கோரப் பற்கள் அணிந்திருந்தாள். கருப்பு நிறத்தில் கச்சை கட்டிய சீலை அணிந்திருந்தாள். கையில் சூலம் ஒன்று தாங்கி தண்டை அணிந்த கால்களுடன் சுழன்று சுழன்று ஆடினாள். வளைந்த இரண்டு கொம்புகளை அணிந்து மகிஷன் அவள் முன்னால் பாய்ந்து வந்தான். மகிஷனின் கண்களில் தனக்கு நிகர் யாருமில்லை என்ற அகங்காரம் பொங்கி வழிந்தது. காலால் தூற்றவே வையம் மூடியது. எக்காளமிட்டான். புஜங்களைத் தட்டி கர்வத்துடன் நடமாடினான். மகிஷனுக்கும் கொற்றவைக்கும் போட்டி நடனம் உக்கிரமாக இருந்தது. இறுதியில் கொற்றவை தனது சூலத்தால் மகிஷனின் தலையைத் துண்டித்து தனது காலடியில் போட்டு வெறி அடங்கினாள்.

அமுதவல்லியும், நிறைமதியும் ஆகிய இரண்டே இரண்டு பேர் மட்டுமே நாட்டியமாடினார்கள். சுற்றி இருந்தவர்கள் கொற்றவையே நேரில் வந்தது போலப் பரவசமாகித் தரையில் வீழ்ந்து வணங்கினர்.

உறையூர் மன்னன் உத்தரவை ஏற்றுக்கொண்டு புகார் நகரிலிருந்து கிளம்பி வந்து அங்கே நாட்டிய நிகழ்ச்சி நடத்திய அமுதவல்லியைக் கௌரவிக்கும் விதமாக அவளுக்கு உறையூர் மன்னன் கீர்த்தி வளவன் விருதுகள், பட்டயங்கள், பொற் குவியல் போன்றவற்றை வழங்க உத்தரவிட்டான். அந்த வெகுமதிகளை வழங்குவதற்கு அந்த ஊர்க் கிழாரான பழையோன் நம்பி என்பவரைக் கேட்டுக் கொண்டான்.

முந்தைய நாள் அவளைப் பார்ப்பதற்கு வந்திருந்த அதே பெரியவர். அமுதவல்லி முகத்தில் எவ்விதப் பரிச்சய அடையாளங்களையும் காட்டிக் கொள்ளவில்லை. அவளது நடன முதலில் அரசரின் வெகுமதிகளை முதலில் அளித்தார்.

பிறகு ஒரு மூங்கில் தட்டில் தேங்காய், வெற்றிலை, புஷ்பம், குங்குமம், பழங்கள் போன்றவற்றை அடுக்கிக்

கூடவே நூலால் சுற்றப்பட்ட சிறிய தாழை மடல் பொட்டணத்தையும் வைத்து அவளிடம் கொடுத்தார்.

"அம்மனின் பிரசாதம்" என்று கூறியவர் சட்டென்று கீழ்க் குரலில்,

"சட்டென்று வாங்கிக் கொள். மன்னரிடம் உறையூர் மன்னன் கீர்த்தி வளவன் இரண்டு திங்கள் சென்று புரட்டாசி இறுதியில் மழை நின்ற காலத்தில் பெரும்படை ஒன்றைத் திரட்டிக் .கொண்டு புகாரைக் கைப்பற்ற வருவதாக உள்ளான் என்று சொல். படைகளின் விவரங்கள் உள்ளே குறிப்பிடப்பட்டுள்ளது. எக்காரணம் கொண்டும் இந்த விவரங்கள் அடங்கிய இலை பிரசாதத்தை உறையூரைத் தாண்டும் வரையில் வெளியில் எடுக்காதே. உன்னிடம் இருக்கட்டும்" என்று கூறினார்.

அமுதவல்லி அந்தத் தட்டை கண்களில் ஒற்றிக் கொண்டு முதல்நாள் இரவு நிறைமதியிடம் அந்தத் தட்டை ஒப்படைத்துத் தான் பயணிக்கப் போகும் கூண்டு வண்டியில் வைக்குமாறு கூறினாள். முதல்நாள் பேசி முடிவெடுத்தது போலவே நிறைமதி அந்தத் தட்டைத் தானே எடுத்துச் சென்று கூண்டு வண்டிக்குள் பாதுகாப்பாக வைத்துவிட்டு வந்தாள்.

"அமுதவல்லி! மன்னரின் மாளிகையில் விருந்துண்டுவிட்டு நாம் புகார் நகரம் நோக்கிப் புறப்பட வேண்டியதுதான்" என்றான் யுவராஜன் சலிப்புடன்.

அமுதவல்லி பதில் கூறவில்லை.

"மன்னரின் விருந்து இனிப்புடன் முடிந்தால் நன்றாயிருக்கும் அல்லவா?' என்றான் அவன் முகத்தில் பாவமில்லாமல். அவனது தவிப்பு அமுதவல்லிக்குப் புரியாமல் இல்லை.

"இந்தப் பயணமே இனிப்பாய் முடியும்போது விருந்தில் இனிப்பு இல்லாமல் போகுமா?" என்று அவளும் முகத்தில் பாவமில்லாமல் கூறினாள்.

அதுவரையில் கலங்கிப் போயிருந்த அவனது முகம் தெளிந்து பிரகாசித்தது.

அனைவரும் விருந்துண்ணக் கிளம்பிக் கொண்டிருந்தனர். அமுதவல்லி உடை மாற்றிக் கொண்டு வருவதாகக் கூறிவிட்டு தனது மாளிகையின் வாயிலைப் பார்த்த வண்ணம் இருந்தாள். மற்ற அனைவரும் விருந்தில் கலந்து கொள்ளச் சென்று விட்டனர்.

“அமுதா நீ வரவில்லையா?” என்று நிறைமதி கேட்டாள்.

“சற்று பொறு” என்று அவள் வாயிலில் வைத்த கண்ணை அகற்றாமல் கூறினாள்.

“அங்கையற்கண்ணி கோவிலிலிருந்து பிரசாதம் ஒன்று பாக்கி இருக்கிறது.”

“எத்தனை கோவில்களில் நாட்டியம் ஆடி விட்டோம். இன்னும் ஆலவாய் கோவிலிலிருந்தும் பிரசாதம் வர வேண்டுமா?” என்று நிறைமதி சிரித்தாள்.

அப்போது வாயிலில் அவசர அவசரமாகக் குதிரை ஒன்றின்மீது பட்டர் ஒருவர் வந்து இறங்கினார். அவரது கைகளில் ஒரு பிரம்புக் கூடையும் அதற்குள் வில்வ இலைகள் புஷ்பங்கள் அங்கையற்கண்ணியின் தாழம்பூ மணக்கும் குங்குமப் பிரசாதம் அனைத்தும் இருந்தது.

“அமுதவல்லி என்பது யார்?”

அமுதவல்லி அவரை உள்ளே அழைத்துச் சென்றாள்.

“அமருங்கள்.”

“அமர்வதற்கு நேரமில்லை. காடவன் மாறனிடம் இங்குள்ள தென்னவன் ஆபத்துதவிகள் சொல்லி அனுப்பியுள்ள சேதி உள்ளது. எந்தநாளில் திட்டத்தைச் செயல்படுத்துவது என்பது குறித்து உடனே தகவல் வந்தால் நலம். உறையூருக்கும் புகாருக்கும் மோதல் ஏற்படும்போது பாண்டிய நாட்டின் படைகள் உள்ளே நுழைவதற்கு இலகுவாக இருக்கும் என்பதால் இருவரும் மோதப்போகும் நாள் குறித்து தகவல் கிடைத்தால் நல்லது. பாண்டிய நாட்டின் எல்லைக்கும் சோழ நாட்டின் எல்லைக்கும் இடையில் கெடுபிடி அதிகமாகியுள்ளது. நானே மதுரையம்பதி ஆலவாய் அழகன் கோவில் பட்டரை வழியில் மடக்கி ஓர் இடத்தில் காவலில் வைத்துவிட்டு வந்துள்ளேன். இந்தச் சுருள் பிரசாதத் தட்டில் உள்ளது. காடவன் மாறன் திரட்டிக் கொண்டும் வரும் படைகளை எந்தெந்த கூற்றங்கள் வழியே கொண்டு வர வேண்டும் என்ற வரைபடங்கள் எல்லாம் சுருளில் உள்ளது. மிகச் சன்னமான திரைச் சீலையில் எழுதப்பட்டது. எனவே பத்திரமாகக் காடவன் மாறனிடம் கொண்டு சேர்த்து விடுங்கள்” என்று படபடவென்று கூறினார்.

அமுதவல்லி அந்தப் பிரசாதக் கூடையைப் பெற்றுக் கொண்டாள்.

அத்தியாயம் - 19

இதுவரையில் எந்தத் திசையில் கதையின் போக்கு போய்க் கொண்டிருக்கிறது என்று புரியாமல் தவிக்கும் வாசகர்கள் சென்ற அத்தியாயத்தின் இறுதியில் ஒருவாறு கதை எதை நோக்கிப் போகிறது என்பது தெரிந்திருக்கும்.

பாண்டியருக்கும் சோழருக்கும் எப்போதும் நீடித்து வந்த எல்லைத் தகராறு காரணமாகத் தமிழகத்தில் எப்போதும் உள்நாட்டுப் போர்கள் நிகழ்ந்த வண்ணம் இருந்தன. பாண்டியர்கள் சேரர்களோடு சேர்ந்து கொண்டு சோழர்களை எதிர்ப்பதும், சோழர்கள் சேரர்கள் உதவியோடு பாண்டியர்களை எதிர்ப்பதும் நிகழ்ந்தவண்ணம் இருந்த கால கட்டத்தில் சங்ககாலத்திற்குப் பின்னர் பாண்டி நாட்டில் களப்பிரர் என்ற ஒரு கூட்டத்தார் வட இந்தியாவிலிருந்து புறப்பட்டு வந்து கங்க நாடு கொங்கு நாடுகளின் வழியாகப் பாண்டி நாட்டிற்குள் நுழைந்து ஆக்கிரமிக்கத் தொடங்கினார்கள்.

களப்பிரர் யார் என்பது குறித்து இதுவரையில் தெளிவான சான்றுகள் எதுவுமில்லை. பொ.யு.275ல் இருந்து பொ.யு.575 வரையில் சற்றேறக்குறைய மூன்று தசாப்தம் தமிழில் திராவிட மரபிலோ அல்லது ஆரிய மரபிலோ எந்தவிதமான நூல்களும் கிடைக்கப் பெறவில்லை என்பதோடு சமண புத்த நூல்களின் எழுச்சி காலமாக விளங்கியது என்பதைக் கூர்ந்து நோக்க வேண்டியுள்ளது. பல நூறு ஆண்டுகளாகப் பல்வேறு புலவர்களுக்குத் தாய்மடியாக விளங்கிய தமிழ்ச் சங்கம் முற்றிலும் அழிந்து போனது.

பின்னர் பாண்டிய குல மரபில் உதித்த கடுங்கோ பாண்டியன் என்பவன் களப்பிரர்களை எதிர்த்துப் போரிட்டு அவர்களைத் தமிழகத்திலிருந்து துரத்திய பின்னர் தனது ஆட்சியை நிலை நாட்டினான். இதற்கு ஆதாரமாக வேள்விக்குடியில் கிடைத்த செப்பேடுகள் மிகச்சிறந்த ஆவணமாகத் திகழ்கின்றன.

சில நூற்றாண்டுகள் சென்ற பின்னர் எட்டாம் நூற்றாண்டில் நெடுஞ்சடையன் பராந்தகன் என்ற பாண்டிய மன்னனின் ஆட்சிக் காலத்தில் (இந்த மன்னரின் ஆட்சி காலத்தில்தான் பெரியாழ்வார் வாழ்ந்தார் என்பது குறிப்பிடத் தக்கது), பாண்டியனுக்கு ஒரு சேனைத் தலைவர் இருந்தார். தமிழில் புலமை மிக்கவர். பண்டிதர்.

பாகனூர்க் கூற்றம் என்பது பாண்டி நாட்டின் ஒரு பகுதி. பிற்காலத்தில் சோழர்களின் ஆக்கிரமிப்பிற்கு ஆளாகி சோழவேந்தன் என்ற பெயருடன் விளங்குகிறது. இந்தப் பாகனூர்க் கூற்றத்தில் வேள்விக்குடி என்று ஒரு சிற்றூர் இருந்தது. அவ்வூரில் காமக்காணி நற்சிங்கன் என்ற வைதீகர் ஒருவர் இருந்தார். இந்தக் குடியினருக்குக் கொற்கை கிழார் என்ற மரபுக்குடிப் பெயரும் வழங்கப்பட்டு வந்தது. அக்காலத்தில் பாண்டிய மன்னர்கள் வேதியர்களுக்கு 'காமக்காணி கொற்கை கிழார் என்று சிறப்புப் பெயர் வழங்கி ஊர்களை நிவந்தமாக அளிப்பது உண்டு என்பதனைத் தனது வீட்டுப் பரணியில் கிடந்த ஓலைச் சுவடிகள் மூலம் அறிந்து கொண்டவர் நற்சிங்கன். அந்த வேள்விக்குடி என்ற ஊரே மன்னர்கள் தங்கள் மூதாதையாருக்கு எழுதிக் கொடுத்தது என்பதனை அறிந்து அதன் மூலத்தை நோக்கிச் செல்லும்போது அந்த ஊர் பாண்டியர்களுக்குப் பின்னர் வந்த களப்பிரர்கள் என்ற கொடுங்கோல் மன்னர்களால் பிடுங்கிக் கொள்ளப்பட்டது தெரிந்து பாண்டியன் நெடுஞ்சடையனிடம் முறையிட்டான்.

"பாண்டியரின் மூதாதையர்களில் பல்யாகசாலை முதுகுடுமி பெருவழுதி என்றொரு பாண்டிய மன்னன் ஆண்டு வந்தான். போர்கள் மூலம் மறம் விளைத்தவன். வேள்விகள் மூலம் அறம் விளைத்தவன். அவன் பாகனூர் கூற்றத்தில் மிகப் பெரிய வேள்வி ஒன்றை நடத்தி யாகத்தில் தானமாக அந்த ஊரையே வேதியர்களுக்கு நிவந்தமாக அளித்தவன்.

எங்கள் மூதாதையர் பெற்ற வேள்விக்குடி என்ற ஊர் எங்கள் வசமே இருந்து வந்தது. பின்னர் கொடுங்கோலர்களான

களைப்பிரர் என்ற மன்னர்கள் பாண்டிய நாட்டைக் கைப்பற்றி பாண்டிய மன்னர்களைக் காட்டிலும் மேட்டிலும் அலைய வைத்தனர். மக்களுக்குப் பெரிய இன்னல்களை உண்டாக்கினர். ஊர்களைத் தீக்கிரையாக்கினர். கோவில்களை நிர்மூலமாக்கினர். மறவர்கள் மாண்டனர். புலவர்கள் புலம்பினர். எங்களது நிலத்தையும் பிடுங்கிக் கொண்டனர். பின்னர் வந்த பாண்டியன் கடுங்கோ என்பவனின் தீரத்தால் மீண்டும் பாண்டிய நாடு பாண்டியர் வசம் வந்தது. அந்த வேதியர் வழியில் வந்தவர்கள் நாங்கள். இந்த வேள்விக்குடி எங்களுக்குரியது" என்று முறையிட்டார்.

இது வேள்விக்குடி செப்பேட்டில் குறிக்கப்பட்டுள்ள வரலாறு. இது ஒன்றுதான் களப்பிரர்கள் நம்மை மூன்று நூற்றாண்டுகள் ஆண்டதற்குச் சாட்சி கூறும் ஆவணம். புறச்சான்றுகள் இல்லை என்றாலும் அந்தக் குறிப்பிட்ட காலத்தில் தமிழில் சைவ வைணவ நூல்கள் எதுவும் தோன்றாததும் ஏராளமான சமண புத்த நூல்கள் தோன்றி இருப்பதாலும் களப்பிரர்கள் பௌத்த மதத்தையோ அல்லது சமண மதத்தையோ சார்ந்தவர்கள் என்ற அபிப்பிராயத்திற்கு வர முடிகிறது. இந்தக் கால கட்டத்தில் பௌத்தப் பள்ளிகளுக்கும் சமணப் பள்ளிகளுக்கும் பல்வேறு விதமான தானங்கள் வழங்கப் பட்டுள்ளதற்குக் கல்வெட்டுச் சான்றுகள் உள்ளன. மௌரியர்களின் ஆட்சி மூலம் வட இந்தியாவில் வேகமாகப் பரவிய பௌத்தம் பின்னர் விந்திய பர்வதத்தைத் தாண்டி கர்நாடகத்தில் வேகமாகப் பரவியது. சமண மதமும் அவ்வாறே விந்திய மலையைக் கடந்தது.

பாண்டியர்களுக்கும் சோழர்களுக்கு ஏனைய குறுநில மன்னர்களுக்கும் இடையில் தேவையோ தேவையில்லையோ எப்போதும் நிகழ்ந்து கொண்டிருந்த போர்களின் காரணமாகத் தமிழகத்தைத் தாண்டி ஆட்சி செய்யும் மன்னர்களின் கவனத்தைத் தமிழகம் பெற்றது. சோழ, பாண்டியர்கள் பலம் இழக்கவே பௌத்த சமணர்களின் தூண்டுதலின் பேரில் கர்நாடகாவைச் சார்ந்த சமண, பௌத்த மதங்களைச் சார்ந்த களப்பிரர்கள் உள்ளே நுழைந்து ஆட்சியைக் கைப்பற்றியிருக்க அதிக வாய்ப்புள்ளது. இந்த அனுமானத்தின் பெயரில் கதையைக் கொண்டு செல்ல உள்ளேன்.

பௌத்தம் வேதியர்களின் அடிப்படைத் தத்துவங்களைத் தகர்த்தெறிந்து பல வைதீகர்களிடம் பெரும் மாற்றங்களை ஏற்படுத்தியதைப் போலவே காளன் போன்ற இளைஞர்கள்

நடுவிலும் பெரும் மாற்றங்களைக் கொண்டு வந்தது. சைவக் குரவர்களான திருநாவுக்கரச சுவாமிகள், திருஞானசம்பந்தர் ஆகியோரது பெரு முயற்சியால் சமணம் தமிழகத்தைவிட்டு மறைந்து சைவம் தழைத்தோங்கத் தொடங்கியது. பௌத்தம், இராஜராஜ சோழனின் காலம் வரையில் தமிழகத்தில் நிலைத்திருந்தது.

கர்நாடகம் வழியாகப் பரவிய பௌத்தர்கள் பாண்டிய மன்னர்களைக் கைக்குள் போட்டுக்கொண்டு பெரும்பாலும் மலைப் பகுதிகளில் தங்கள் பள்ளிகளை அமைத்து சமயம் பரப்பி வந்தனர். அவர்களது கல்விச் சாலைகளும், ஆரோக்கியச் சாலைகளும் அனைவருக்கும் பொதுவானது என்ற காரணத்தினால் எளிய மக்களைச் சென்றடைந்தது. இலங்கை தேசத்திற்கும் பாண்டியர்களுக்கும் இருந்த தொடர்பின் காரணமாகவும், மன்னர்களுக்கு இடையில் இருந்த பகைமையைப் பௌத்தர்களால் விசிறிவிட்டு அரசியல் மாற்றங்களை நிகழ்த்தி முடிந்திருக்க வேண்டும் என்ற அனுமானத்தில் இனி இந்தக் கதை தொடர்கிறது.

இது எதுவுமே தெரியாமல் பத்ரா காடவன் மாறன் என்ற காளன் மீது தனது காதலை வளர்த்து வந்தாள். பௌத்தத்தின் தூய தத்துவம் ஒன்றே தன்னைக் கரை சேர்க்கும் என்று நம்பிய அவளால் அதன் பின்னணியில் உள்ள அரசியல் அறியாமல் போதி சத்துவரைப் போற்றி வந்தாள். அவளைப்போலப் பௌத்தத்தை முழுமையாக நம்பும் தூய இதயங்களும் தேவை என்பதால் சுரேந்திரர் போன்ற தேரர்கள் அவர்களையும் வளர்த்து வந்தனர்.

தன்னிடம் அந்தப் பிரசாதத்தை அளித்த பட்டர் போர்வையில் வந்த சோழ நாட்டில் உலாவிய ஆபத்துதவி அங்கிருந்து அகன்றதும் வில்வ இலைகளின் கீழே ஒரு மெல்லிய குழலில் சுருட்டி வைக்கப்பட்டிருந்த அக்கடிதத்தை எடுத்தாள். அதைப் பிரித்துப் படிக்காமல் அதனை யுவராஜன் தனஞ்செயன் கண்களில் படாமல் இருப்பதற்கு இடம் தேடினாள்.

சுரேந்திரர் அவளது நாட்டிய அரங்கேற்றத்திற்கு முன்பு அளித்த புத்த விக்கிரகம் நினைவுக்கு வந்தது. பௌத்தரின் சாந்த சொரூபம் அந்த விக்கிரகத்தில் இருந்ததால் மனம் சஞ்சலப்படும் நேரங்களில் எல்லாம் அதன்முன் அமர்ந்து தியானத்தில் ஆழ்ந்திருப்பது வழக்கம். காளன் அந்தப் புத்த விக்கிரகத்தின் பின்னால் இருக்கும் இரகசிய அறையைக் காட்டிக்கொடுத்தது நினைவுக்கு வந்தது.

அந்த விக்கிரகத்தை ஒரு சிறிய பேழையிலிருந்து எடுத்தாள். சீனப் பட்டுத் துணியினால் சுற்றி வைக்கப்பட்டிருந்த விக்கிரகத்தை மடியில் வைத்துக் கொண்டு அதன் முதுகைத் தடவிப்பார்த்தாள். இதுபோன்ற பொன் விக்கிரகங்கள் முன்பகுதியை மட்டும் நுணுக்கமாக அமைத்துவிட்டு பின்பகுதியை வெறுதேவிட்டு விடுவார்கள். ஆனால் இந்த விக்கிரகத்தின் அழகே அவரது ஆடையின் மேல்பகுதியின் மடிப்புகள் முதுகின்மீதும் விழுவது போல நுணுக்கமாகச் செதுக்கி இருந்ததுதான் சிறப்பு. அவள் அந்த நுணுக்கமான சிற்ப வேலைப்பாட்டில் மயங்கி மெல்ல அதன்மீது விரல்களைப் பரவவிட்டு நீவிக் கொடுத்தாள். டப் என்ற மிகச் சிறிய ஒலியுடன் முதுகுப் பகுதியில் விரற்கடையளவிற்கு ஒரு தடுப்பு விலகி உள்ளே தெரிந்தது. சற்று சிரமப்பட்டால் அதற்குள் தேவையானவற்றைப் போட்டு மீண்டும் மூடிவிட முடியும். மெதுவாக அந்தக் கடுதாசிச் சுருளை அந்தத் துவாரத்திற்குள் நுழைத்தாள். உள்ளே இருந்த அமைப்பின் மூலம் அந்தச் சுருள் எங்கும் அசைய முடியாமல் உள்ளேயே இருந்தது. மீண்டும் அந்தக் கதவு போன்ற அமைப்பை மூடினாள். உள்ளே சுருள் ஆடாமல் அசையாமல் இருந்ததால் அந்த விக்கிரகத்தைக் காதின் அருகில் சென்று ஆட்டிப் பார்த்தாள். உள்ளே எவ்வித அசைவும் இல்லாததால் ஒலி எதுவும் எழவில்லை. அவளுக்குப் பெரிய ஆறுதல். மீண்டும் பேழையைத் திறந்து புத்த விக்கிரகத்தை வைத்து மூடினாள். உடன் இருந்த அமுதவல்லியின் தோழி நிறைமதி பார்த்துக் கொண்டிருந்தாள்.

பயணம் ஒருநாள் அளவைக் கடந்து கிட்டத்தட்ட சோழ நாட்டு எல்லையைத் தொட்டதும் நண்பகல் நேரத்தில் இளைப்பாறவும், உணவருந்தவும் ஊர் ஒன்றின் மனமகிழ் மன்றத்தில் நின்றபோது கொற்றவைப் பெருமன்றக் கிழார் பழையோன் நம்பி என்பவர் யுவராஜனிடம் கொடுக்கச் சொன்ன மடலை அதே பிரசாதத் தட்டில் எடுத்துக் கொண்டு சென்றாள்.

"ஏதோ இன்று நல்ல சேதி வரும் என்றாயே?"

"இதோ பிரசாதம்" என்று மூங்கில் தட்டை நீட்டினாள். யுவராஜன் முகத்தில் கோபக்கனல் சிவந்து கனிந்து கொண்டிருந்தது.

"உனக்கு விளையாடுவதற்கு நேரம் காலம் கிடையாதா?" என்று கேட்டான்.

"நான் எல்லோரிடமும் விளையாடுபவள் அல்ல" என்றாள் அவளும் இடக்காக.

தனஞ்செயன் அந்தப் பிரசாதத் தட்டை வாங்கிக் கொண்டான். இலைகளில் அடியில் ஒரு மடல் இருந்தது.

எடுத்துப் பிரித்து வாசித்தான். அவனது முகம் பிரகாசம் அடைந்தது.

"யார் உன்னிடம் இதனைக் கொடுத்தது?"

"கொற்றவைப் பெருமன்றக் கிழார் பழையோன் நம்பி."

"ஓ! அந்தப் பெரியவரா? இது குறித்து ஏன் அவர் என்னிடம் எதுவும் கூறவில்லை?"

"இது என்ன அபத்தமான கேள்வி?" என்று அமுதா அவனைப் பார்த்தாள்.

"நீங்கள் யுவராஜன். நான் வெறும் நாட்டியப் பெண்மணி. உறையூர் உளவுத் துறையின் சந்தேகத்தின் நிழலில் நீங்கள் இருக்கக் கூடாது என்பதால் இருக்கும். என் மீது உறையூரின் சந்தேக நிழல் படியாது."

"புத்திசாலி" என்றான் யுவராஜன்.

"யார்?" என்று திருப்பிக் கேட்டாள்.

"பழையோன் நம்பி."

"இல்லை சோழ வேந்தர் ஸ்ரீஸ்ரீ வேங்கை வளவன்."

"எது எப்படியோ நல்ல செய்தியோடு செல்கிறோம்."

அப்போது அமுதவல்லியின் தோழி நிறைமதி குறுக்கிட்டு. "அமுதா! அங்கையற்கண்ணி அம்மையின் பிரசாதம் வந்ததே" என்று கூறினாள். ஒரு கணம் அமுதவல்லியின் முகம் இருண்டது. அவள் சிறந்த நாட்டியக்காரி அல்லவா? உடனே முகபாவத்தை மாற்றிக் கொண்டு வண்டிக்குள் இருந்த பிரசாதக் கூடையை எடுத்து அவனிடம் நீட்டினாள்.

"இது என்ன பிரசாதம்?"

"மதுரையம்பதியின் அரசி அங்கையற்கண்ணி அம்மையின் குங்குமப் பிரசாதம்" என்று ஒரு தாழை மடல் பொட்டலத்தைப் பிரித்து நீட்டினாள்.

"இது யார் கொடுத்தது?"

"கோவில் பட்டர்."

"எங்கு எப்போது கொடுத்தார்?"

கண்ணனூர் நெருங்கியிருக்க மாட்டோம். அப்போது குதிரையில் வந்து கொடுத்தார். நான் ஏற்கெனவே உறையூர் மன்னன் கீர்த்தி வளவனிடம் கேட்டிருந்த வண்ணம் அரங்கனுக்கு அம்மையின் திருமாலையைச் சார்த்த வந்த பட்டர் கொண்டுவந்து கொடுத்தார்."

"ம்ம்" என்று யுவராஜன் முனகியபடி அமுதவல்லியின் முகத்தில் அச்ச ரேகைகள் ஓடுகின்றனவா என்று கவனித்தான்.

"உன் கூட்டு வண்டியைப் பரிசோதிக்கலாமா?" என்று விரைப்பாகக் கேட்டான்.

பின்பு அங்கிருந்து கிளம்பி தனது கூட்டாளிகள் இருக்கும் இடத்திற்குச் சென்றான்.

"ஓ! நானோ சோழ மண்டலத்தின் பிரஜை. என்னிடம் சோதனை போடுவதற்குப் புகார் மண்டல இளவரசர் நினைத்தால் நான் மறுக்க முடியுமா?" என்றாள்.

யுவராஜன் அவளது வண்டியில் இருந்த கூண்டில் ஏறி அவளது உடைமைகளைப் பரிசோதித்தான்.

"இது என்ன?" என்று கையில் அந்தப் புத்தரின் சிலையுடன் வெளியில் வந்தான்.

"புத்தரின் விக்கிரகம்" என்றாள்.

"அது தெரிகிறது. அங்கையற்கண்ணி அம்மையின் பிரசாதம் வேண்டும் என்று பிடிவாதம் பிடித்த உன்னிடம் புத்தரின் சிலை இருப்பது சற்று வித்தியாசமாக உள்ளதே?"

"ஏன் இதில் என்ன பேதம்? புத்தரை அவரது நற்சிந்தனைகளுக்காக வணங்கும் நான் அம்மை மீனாட்சியை வணங்கலாகாதா?"

"மீனாட்சி வேள்வித் தீயிலிருந்து தோன்றியவள். புத்தர் வேள்வியைக் கேள்வி கேட்பவர்."

"எனக்கு அந்த அளவிற்கு மன்னர்களைப் போலவோ யுவராஜர்களைப் போலவோ அறிவில்லை."

"அதற்குச் சொல்லவில்லை பெண்ணே! ஒரு சமயநெறி என்பது தோன்றிய சில தசாப்தங்களில் இத்தனை வேகமாகப் பரவி வருகிறது என்றால் அதை அப்படியே

ஏற்றுக் கொள்ள இயலுமா? அதன் பின்னணி என்ன. ஏன் இத்தனை வேகமாகப் பரவுகிறது என்று பார்க்க வேண்டாமா? அதன் கோட்பாடு என்ன? நோக்கம் என்ன? என்று பார்க்க வேண்டாமா?" என்றான்.

பேச்சின் திசை மாறிப் போகவே அமுதவல்லியின் மனதில் ஒரு நிம்மதிப் பெருமூச்சு எழுந்தது.

"உத்தரவு இளவரசரே" என்று மட்டும் கூறினாள்.

அதன் பின்னர் அந்தப் புத்தர் சிலையை அதிகம் ஆராயாமல் யுவராஜன் அவளிடமே திருப்பி அளித்தான்.

"யார் உன்னிடம் கொடுத்தது?" என்று மட்டும் கேட்டான்.

"தேரர் சுரேந்திரர்."

"பௌத்தச் சங்கத்தில் இருப்பாரே அவரா?"

"ஆம்" என்று தலையாட்டினாள்.

"சரி நீ உன் வண்டிக்குள் ஏறிக்கொள். பயணம் தொடங்கட்டும்."

பயணம் தொடர்ந்தது.

அத்தியாயம் - 20

புகார் நகரத்தில் உள்ள கணிகையர் வீதி மிகப் பிரபலமானது. பல்வேறு நாட்டிலிருந்தும் வியாபார நிமித்தமாக வரும் ஆடவர்கள் பல திங்கள்கள் வீட்டைவிட்டுப் பிரிந்து இருப்பதன் காரணமாக இது போன்று பரத்தையர் இல்லங்களைத் தேடிச் செல்வதும் நாளடைவில் அதுவே ஒரு வீதியாக நீள்வதும் உலக வழக்கம். புகார் போன்ற பெருவணிக நகரத்திற்கு உள்ள செழுமையையும் அங்கு வரும் ஆடவர்களின் எண்ணிக்கையையும் சிலப்பதிகாரம் மணிமேகலை போன்ற நூல்கள் விரிவாகக் கூறியுள்ளன. விலைமகளிர் தனித்து ஒதுக்கப்படாமல் மன்னரின் ஆதரவோடு தனிக் கணிகையர்களாகவே இருந்து வந்துள்ளனர். பல்வகை நடனங்களில் தேர்ச்சி பெற்றவர்கள் அந்தக் கணிகையர். அது மட்டுமின்றி கூத்து வகைகள், அபிநயப் பாடல்கள், பண்ணுப் பாடல்கள் பாடும் வல்லமை பெற்றவர்கள். காற்று இசைக் கருவிகள், தோற் கருவிகள், யாழ் முதலிய நரம்புக் கருவிகள் முதலியவற்றில் கை தேர்ந்தவர்கள். மொத்தத்தில் அந்த வீதியைக் கலைகளின் இருப்பிடம் என்றே கூறலாம். பாணர்கள் விறலியர், செம்பண் மிடற்று பாடகர்கள் இசைக் கருவி தயாரிப்பவர்கள் ஒப்பனைக் கலைஞர்கள் இவர்களுக்கென்று தனி வீதிகள் இருந்தன.

அந்த மாளிகையின் வாயிலில் இருந்த ஒரு பேரிளம்பெண் அவனைப் பார்த்து முறுவலித்தாள்.

“உனது எஜமானி அமுதவல்லி வந்து விட்டாளா வசந்தா?” என்று கேட்டான்.

“இரண்டு நாட்களுக்கு முன்பே வந்து விட்டாள். உள்ளே யாழை மீட்டிக் கொண்டிருக்கிறாள் “என்று கூறினாள்.

காளன் விரைவாக இரண்டிரண்டு படிகளாகத் தாவி முதல் மாடத்திற்குச் சென்றான். அங்கே விரித்துக் கிடந்த பஞ்சணையில் அமர்ந்தபடி கையில் ஒரு மகர யாழை மீட்டியபடி அமுதவல்லி பாடிக் கொண்டிருந்தாள். அவனைக் கண்டதும் எழுந்து யாழைத் தூக்கி எடுத்து அவன் கரங்களில் கொடுத்தாள்.

அவளை நிமிர்ந்து பார்த்தான்.

மெலிதாக ரோமம் படர்ந்த முன் கைகள் இரண்டும் செந்தளிர்களைப் போல மென்மையாக இருந்தன. செங்குழம்பினால் சித்திரங்கள் தீட்டியிருந்த விரல்களில் மின்னல் கீற்றுக்களாக ஒளிக் கற்றைகளை வாரி வீசும் வைர மோதிரம், நீல வண்ணக் கற்கள் மின்னும் மீன் மோதிரம், மஞ்சள் நிறத்தை வாரியிறைக்கும் புஷ்பராகக் கற்கள் கொண்ட நட்சத்திர மோதிரம் ஆகியவற்றைப் பூட்டிக் கொண்டிருந்தாள். தலையில் சீதேவி நெற்றிச்சுட்டி, சந்திர பிரபை, சூரிய பிரபை போன்ற ஆபரணங்களை அணிந்திருந்தாள். ஒப்பனை முகம். மை தீட்டிய கண்கள் காண்பவரை விழுங்கும் நீண்ட விழிகள். கழுத்தில் வாரிச் சொரிந்து கொண்டிருந்த முத்து மாலை, பொன் சங்கிலிகளில் ஒரு விண்ணுலகப் பாவையைப் போலத் தோன்றினாள். மயிலிறகால் சித்திரம் தீட்டப்பட்டிருந்த இரண்டு மார்பகமும் அவனை வா என்று அழைப்பது போலிருந்தன.

காளன் யாழைத் தனது கரங்களில் வாங்கி கீழே வைத்தான்.

பின்னர் அவளை வாரி அணைத்துக் கொண்டான். பல்வேறு தேசங்களில் இருந்து பூசிக் கொண்டிருந்த வாசனைத் திரவியங்கள் அவளை ஒரு பூஞ்சோலையாக மணக்கச் செய்தது.

“உப்பரிகையில் எதற்கு? வாருங்கள் உள்ளே செல்லலாம்” என்றாள் அமுதவல்லி கிசுகிசுப்புடன்.

பாவை விளக்கின் சுடர் ஒளியில் இரவு நீண்டு கொண்டே சென்றது. விடிகாலையில் கண்விழித்த காளன் அருகில் பார்த்தான். உப்பரிகையில் நின்று வீதியைப் பார்த்தான். மூன்றாம் யாமம். வானத்தில் விண்மீன்கள் ஒன்றிரண்டு மின்னியபடி இருக்கச் சதுர்த்தசி என்பதால் நிலவின்றி

வானம் கரு நீலமாக இருண்டு கிடந்தது. வீதியில் உள்ள மாடங்கள் அனைத்துமே உறங்கிக் கிடந்தன. நேற்று இரவில் புரவியில் வந்து இறங்கும்போது பாட்டும் கூத்துமாகக் கலகலவென்று இருந்த வீதி, புயல் அடித்து ஓய்ந்த கடற்கரையைப் போல வெறிச்சோடிக் கிடந்தது. காமப்புயல் கரை கடந்த வீதி.

மீண்டும் பெண்வாசனை எழவே காளன் திரும்பிப் பார்த்தான். தலை முழூகி ஒரு கோடாலி முடிச்சுப் போட்டுக் கொண்டு தூய பருத்தி நூலாடை ஒன்றைச் சுற்றிக் கொண்டு நின்றாள் அமுதவல்லி.

“நேற்று நான் வந்த விஷயமே வேறு” என்று அவன் அமுதவல்லியைப் பார்த்து முறுவலித்தான்.

“இருக்கட்டுமே” என்றாள் அமுதா தானும் சிரித்தபடி.

“சேதி கொண்டு வந்துள்ளாயா அமுதா?” என்று வினவினான்.

“ஆம்” என்று கூறிவிட்டு அவள் உள்ளே சென்றாள். திரும்பி வரும்போது அவளது கரங்களில் அந்தப் பொன் புத்தர இருந்தார்.

காளன் அந்தப் புத்தர் சிலையை எடுத்து அதன் முதுகுப் பகுதியைத் தடவினான். ஒருவித அழுத்தம் கொடுத்து கட்டை விரலால் நீவி விட்டதும் பின்னால் இருந்த பகுதியின் சிறிய கதவு போன்ற பகுதி திறந்து கொண்டது.

காளன் அதனைத் திறந்து உள்ளிருந்த மெல்லிய சுருளைப் பிரித்தான். சற்று நீண்ட குறிப்புகள் கொண்ட திரைச் சீலை.

“பாலி மொழியில் எழுதப்பட்டுள்ளது” என்றான். “ஆம்” என்று அமுதவல்லி தலையாட்டினாள்.

“உனக்குப் பாலி மொழி படிக்கத் தெரியுமா?” என்று கேட்டான்.

“பௌத்தர்களைப் போல விரைவாகப் படிக்க முடியாவிடினும் தடுமாறித் தடுமாறி படித்து விஷயத்தைக் கிரகித்துக் கொண்டு விடுவேன்.”

அவன் அதில் இருந்தவற்றைப் படிக்கத் தொடங்கினான்.

“தமிழக மண்ணில் மூவேந்தர்களுக்கு இடையில் எப்போதும் ஒருவித அமைதியின்மை நிலவி வருகிறது. அதே நேரத்தில் குறுநில மன்னர்கள் அவ்வப்பொழுது இடம் மாறியபடி

ஒரு சமயம் பாண்டியர்களையும் வேறொரு சமயம் சோழர்களையும் ஆதரிக்கின்றனர். வேளிர் கடம்பர், கங்கர், வில்லவர் போன்ற குறுநில மன்னர்களை முழுமையாக நம்ப முடியாது. போர் புரிவதும் போரில் மார்பில் விழுப்புண் தாங்குவதையும் வீரமாக மூவேந்தர்களும் கருதுகின்றனர். கப்பம் வசூலிப்பதையும் பகை மன்னர்களின் நாட்டைச் சூறையாடுவதையும் வீரமாகக் கருதுகின்றனர். இதற்குப் போற்றிப் பாட புலவர்கள் ஆயிரம். போரற்ற ஒரு சமுதாயம் மலர வேண்டும் என்பதே நமது நோக்கம். ஆனால் அத்தனையும் ஒரு போரால்தான் பெற முடியும் என்ற நிலையில் உள்ளோம். இது உகந்த நேரமாக நாங்கள் கருதுகின்றோம். பாண்டிய தேசத்திற்கும் இலங்கை தேசத்திற்கும் முன்பிருந்த பகை மாறி நட்புணர்வு மலர்ந்துள்ள நேரம். இதனை உரிய முறையில் பயன்படுத்திக் கொள்ள வேண்டும்."

மடலின் இன்னொரு பகுதியில் மேலும் சில தகவல்கள் எழுதப்பட்டிருந்தன.

"படையெடுப்பிற்கான நாளைக் குறித்து விட்டால் பின்னர் அடுத்தது என்ன செய்வது என்பது குறித்து ஆலோசிக்கலாம். நீர்வளம் மிக்க நீண்ட சமவெளியைக் குறித்து வைத்துக் கொண்டால் போருக்கான ஆயத்தங்களை மேற்கொள்ள முடியும். எந்தத் திங்களில் எந்த நாளில் போன்ற தகவல்களை அனுப்பித் தரவும்."

மடலை மீண்டும் சுருட்டி புத்தரின் விக்கிரகத்திற்குள் வைத்தான்.

அப்போது வாயிலில் அரவம் கேட்டது. அமுதவல்லி சாளரத்தின் திரைச் சீலையை விலக்கி எட்டிப் பார்த்தாள். அவள் முகம் இருண்டது.

"அமுதா! யார் வந்திருப்பது?" என்று கேட்டான்.

"யுவராஜன்."

"பதற்றப்படாதே! இளவரசன் உள்ளே வரட்டும். பிறகு என்ன நடக்கிறது என்று பார்க்கலாம்."

யுவராஜன் தனது குதிரையைக் கம்பத்தில் கட்டிவிட்டு மாடத்திற்குப் படி ஏறி வரும் ஒலி கேட்டது. யுவராஜன் அவர்கள் இருந்த அறைக்குள் நுழையும் வரையில் அமுதவல்லிக்கு திக் திக் என்று அடித்துக் கொண்டது.

உள்ளே வந்த யுவராஜன், “நகரக் காவல் சென்று கொண்டிருந்தேன். வைகறைப் பொழுதில் மன்மதனும் இந்த வீதி மக்களும் உறங்கப் போகும் நேரம் ஆயிற்றே என்று எண்ணிக் கொண்டே புரவியை மெதுவாகச் செலுத்தியபடி வந்து கொண்டிருந்தேன். இரவில் கன்னமிட்டுக் களவாடும் காடவன் என்ற கொள்ளையனைப் பிடிப்பதற்குச் சோழ மன்னர் கெடு விதித்திருப்பதால் நகர்வலம் வருவது எனக்கு வாடிக்கை. அமுதவல்லியின் மாடத்தில் மட்டும் விளக்குகள் பளிச்சென்று எரிந்து கொண்டிருந்தது.. உள்ளே பேச்சுக் குரல் கேட்கவே ஓர் ஆர்வத்தில் வந்தேன்” என்று உள்ளே வந்து விட்டான்.

யுவராஜன் என்பதால் வேண்டா வெறுப்பாக காளன் எழுந்து நின்று மரியாதை கொடுத்தான்.

“ஓ! அமுதாவின் தூக்கத்தைக் கெடுப்பது நீதானா?” என்று காளனைப் பார்த்து எகத்தாளமாகச் சிரித்தான்.

காளன் தனது உள்ளக் குமுறலை வெளியில் காட்டாமல் மௌனமாக நின்றான்.

“உங்கள் இன்ப இரவில் குறுக்கே வந்தமைக்கு என்னை மன்னியுங்கள்” என்று கூறிவிட்டுக் கிளம்ப எத்தனித்தவன் முக்காலி ஒன்றின் மீது பொன் புத்தரின் விக்கிரகத்தைக் கண்டதும் நின்று விட்டான்.

“அமுதா! உறையூரிலிருந்து திரும்பும் வேளையில் புத்தரைப் பூஜை அறையில் வைத்து வணங்குவதாகக் கூறினாயே! இந்த நாட்டியக் கூடம்தான் உனக்குப் பூஜை அறையா? கணிகையர் இல்லங்களில் நாட்டியக் கூடம்தானே பூஜை அறை?”

“இளவரசரே! வார்த்தை விளையாட்டு என்ற பெயரில் மற்றவர் மனதைப் புண்படுத்த வேண்டாம்” என்றான் காளன் சினத்தை அடக்கிய குரலில்.

யுவராஜன் மீண்டும் ஒருமுறை அந்தச் சிறிய சிலையை கைகளில் எடுத்து அதன் அழகை ரசித்தான். தடவிப் பார்த்தான். “புத்தர் சிகை மட்டும் மழுங்கச் சிரைக்கப்படாமல் அரைகுறையாக உள்ளதே?” என்று கேட்டான்.

“யுவராஜா! இதன் பின்னணியில் ஒரு கதை உள்ளது.”

“எங்கே அந்தக் கதையைச் சொல் கேட்போம்” என்று யுவராஜன் அருகில் இருந்த ஓர் ஆசனத்தை இழுத்துப்போட்டு அமர்ந்து கொண்டான்.

“சித்தார்த்தன் தனது அரண்மனையிலிருந்து துறவு மேற்கொள்ள இரவோடு இரவாகக் குதிரை ஒன்றின் மீதேறி நகரத்தைத் தாண்டிப் பல கல் தொலைவு பயணம் செய்தார். அவருடன் அவரது சாரதி சந்தகன் என்பவனும் உடன் பயணித்தான். அனோமா நதிக் கரையில் பிருகுவின் புதல்வரான பார்கவ முனிவரின் குடிலின் முன்பு வந்து நின்றார். நகைகளைத் துறந்தார்; ஆபரணங்களைத் துறந்தார்; நல்ல உடைகளைத் துறந்தார்; மணிமுடியைத் துறந்தார். புதரில் பாம்பு உறைவது போல உறையில் கிடந்த உடைவாளைத் துறந்தார்; தலைப்பாகையைத் துறந்தார். இந்திர நீலம் போலப் பொலிவுடன் மின்னிய சிகையை வாளால் அறுத்து மேலே வீசி எறிந்தார். அவர் வீசியெறிந்த மயிர்க்கற்றைகள் பூமிக்குத் திரும்புவதற்கு முன்னரே வானத்துத் தேவர்கள் அதனைத் தாங்கள் எடுத்துக்கொண்டு பூஜித்து வந்தனர். அடர்ந்த அவரது சிகை முற்றிலும் மழுங்கச் சிரைக்கப்படவில்லை என்றாலும் அவரது சிரசில் பாதி வெட்டப்பட்ட நிலையிலேயே சிகை மேலும் வளராமல் அப்படியே நீட்டிக் கொண்டு அவரது ஆயுள் முடியும் வரையில் இருந்தது. அதனால்தான் புத்தர் சிலைகளின் தலைப் பகுதி இவ்வாறு அமைக்கப்படுகின்றன” என்றாள்.

“ஓ! நல்லது. சரி, விழிப்புடன் இரு. எந்நேரம் வேண்டுமானால் காடவன் இந்த மாளிக்கைக்குள் நுழையலாம்” என்று கூறிவிட்டு யுவராஜன் தனஞ்செயன் அங்கிருந்து அகன்றான்.

யுவராஜன் மாடம் இறங்கி கீழே சென்று அவனது புரவியின் மீதேறிக் கிளம்பிச் செல்லும் வரையில் அமுதவல்லி வாய் திறக்காமல் நின்றாள்.

“அப்பாடா! அந்தப் புத்தர் பிரான்தான் காப்பாற்றினார்” என்று நெடு மூச்சு ஒன்றை உயிர்த்தாள்.

“அமுதா! இனிமேல் நாம் வெகு விழிப்புடன் செயல்படும் வேளை நெருங்கி விட்டது. என் மனதில் ஒரு திட்டம் உள்ளது. என் மீது தீராத காதல் கொண்டுள்ள அந்தப் பைத்தியக்காரி பத்ரா மூலம் அந்தத் திட்டத்தைச் செயல்படுத்த உள்ளேன். எனக்கு மீண்டும் அரண்மனைக்குள் நுழைந்து வேவு பார்க்கும் வேலை உள்ளது. அரண்மனைப்

பெண்களின் ஆர்வக் கோளாற்றின் காரணமாகத் தடைப்பட்டுப் போயிருந்த அந்தச் செயல் பத்ராவின் மூலம் நிறைவேறும் என்று எண்ணுகிறேன். இந்தப் புத்தர் சிலை இன்று எப்படியோ யுவராஜன் பார்வையிலிருந்து தப்பித்து விட்டது. நாளை நான் காடவன் வேடத்தில் இங்கே வந்து கொள்ளையடிக்க வருவேன். அதன் பின்னர் நடப்பவற்றை நீ கவனி" என்று கூறினான்.

"காளனாக என்னை முழுவதும் கொள்ளையடித்தாயிற்றே? காடவனாகக் கொள்ளையடிக்க என்னிடம் என்ன உள்ளது?" என்று அவன் மார்பில் சாய்ந்தாள்.

அத்தியாயம் - 21

ஏனாதி மும்முடி நாய்கன் தன்னால் இயன்ற வரையில் காளனைப் பற்றி தகவல்களைத் திரட்டினார். பெண் ஆசைப்படுவது ஒருபுறம் இருந்தாலும் தனது புத்ரியின் கரம் பற்றுபவன் அவளை இறுதி வரையில் கண்கலங்காமல் காப்பாற்றும் வல்லமை கொண்டவனா என்பதை அறிந்து கொள்ள விழையும் ஒரு சாதாரணத் தகப்பனுக்குரிய அக்கறையுடன் தகவல்களைச் சேகரித்தார். காளனின் தந்தை வித்தகன் அமைச்சரவையில் மந்திரியாக இருந்ததால் எப்போதும் அரண்மனைக்குள் சென்று வருவதற்குச் செல்வாக்கு பெற்று இருந்த மும்முடி நாய்கனுக்கு அவருடன் பேசுவதில் சிரமம் இல்லை. மற்ற எல்லா வீணான பிள்ளையைப் பெற்ற தந்தைமார்களைப் போலவே அவரும் தனது மகனைப் பற்றிப் புலம்பினார்.

ஆனால் காளன் நெறி தவறாமல் நேர்வழியில் செல்வான் என்றால் அவன் உயர் பதவிகளை அடைவதற்கு அவனிடம் ஏராளமான திறமைகள் மறைந்து கிடப்பதை அவர் அறிந்து கொண்டபோது சற்று சமாதானம் கொண்டார். காளன் மீது பத்ரா கொண்ட காதல் உறுதியாக இருக்கும் பட்சத்தில் பெண்ணின் பிடிவாதத்திற்கு இணங்குவதைத்தவிர அவருக்கு வேறு வழி தெரியவில்லை. அதற்காக ஒருமுறை பௌத்தத் தேரர் சுரேந்திரரை நேரில் சந்தித்துப் பேசியும் பார்த்தார். அவரும் எத்தனையோ முரடர்களும் திருடர்களும் பத்தினி பெண்ணின் நல்ல குணத்தால் மனம் மாறி இருக்கும் கதைகளைக் கூறி சமாதானம் செய்தார்.

“பத்ரா !”

“சொல்லுங்கள் அப்பா.”

“நீ இப்போது ஒழுங்காக உண்பதில்லை, ஒழுங்காக உன்னுடைய காரியங்களைப் பார்த்துக் கொள்வதில்லை என்று சுமதி வருத்தப்பட்டுக் கொண்டிருக்கிறாள். இளம் வயதுப் பெண் நன்றாக ஒப்பனை புனைந்து ஆடை ஆபரணங்களை அணிந்து கொண்டு தோழிமார்களுடன் சந்தோஷமாகக் கழிக்க வேண்டிய பருவம் அல்லவா? எதற்காக ஒரு துறவியைப் போல உனது புறத் தோற்றத்தில் இத்தனை அசிரத்தை?” என்று கேட்டார்.

“காரணம் உங்களுக்குத் தெரியும் அப்பா.”

“நான் பிடிவாதமாக காளன் மீது உனக்கிருக்கும் காதலை மறுத்தால் என்ன செய்வதாக உத்தேசம்?”

“தேரர் சுரேந்திரர் நடத்தும் பௌத்தச் சங்கத்தில் ஆரம்பத்தில் வித்யார்த்தியாகச் சேர்ந்து முடிவில் புத்தப் பிக்குணியாக மாறி ஊர் ஊராகப் பௌத்த நெறிகளைப் பரப்புவதில் என்னை ஈடுபடுத்திக் கொள்வேன்.”

“மகளே! மறந்தும் அவ்வாறு கூறாதே. ஆகாயத்தில் பறக்கும் வல்லமை பெற்ற சாரணர்கள் செவிகளில் இது விழுந்தால் அவ்வாறே ஆகட்டும் என்று வாழ்த்துவார்களாம்” என்று தாய் சுமதி பதறினாள்.

“அவள்தான் சிறுபிள்ளை என்றாள் நீங்களும் அவளை இவ்வாறு சீண்டிவிட்டு வேடிக்கை பார்ப்பது முறையா? பத்ரா! உன் தந்தை நீ காளனை மணந்து கொள்வதற்குச் சம்மதித்து விட்டார்.”

பத்ராவின் முகம் ஆயிரம் தாமரைப் பூக்கள் ஒருங்கே மலர்ந்த தாமரைக் குளம் போல விளங்கியது. பெற்றோரின் கால்களில் விழுந்து வணங்கினாள்.

அதன்பிறகு அவள் விரைந்து செயல்பட்டாள். பெற்றோரின் சம்மதம் கிடைத்த சந்தோஷமான செய்தியை புஷ்பவல்லியிடம் கூறினாள்.

“உன் தந்தை காளனைக் குறித்துத் தீர விசாரித்து விட்டதாகத்தானே கூறினார்? எனக்கு அவன்மீது உள்ள சந்தேகங்கள் இன்னும் மாறாமலே உள்ளன. உனக்குக் காதல் கண்ணை மறைக்கிறது. உன் பெற்றோருக்குப் பிள்ளைப் பாசம் கண்ணை மறைக்கிறது. இதனைக் காளன் தனக்குச் சாதகமாக்கிக் கொள்வதாகவே எனக்குத் தோன்றுகிறது.”

“அவர் எப்படிப் பட்டவராக இருந்தாலும் எனக்குக் கவலையில்லை. என்னுடைய தூய அன்பினால் அவரை ஓர் உத்தம புருஷனாக மாற்றிக் காட்டுவேன்” என்று கூறிவிட்டு அவர்கள் இருவரும் வழக்கம் போலச் சந்திக்கும் கன்னி மாடத்தின் எதிரில் உள்ள கூடாரத்திற்கு வருமாறு சேதி அனுப்பினாள்.

காளனைப் பார்த்ததும் ஆவலுடன் அவன் முகத்தை ஏறிட்டு “காளன்! நான் வானத்தில் மிதப்பதைப்போல உணர்கிறேன். என் பெற்றோர் நமது கடிமணத்திற்குச் சம்மதம் அளித்துவிட்டனர்.”

“தெரியும் அவர்கள் சம்மதிப்பதைத் தவிர வேறு வழியில்லை. உன் காதலின் திண்மை அத்தனை அழுத்தமானது” என்று அவளை அவன் உச்சி முகர்ந்தான்.

காளன் மனதில் மறுநாள் நடக்கவிருந்த திட்டத்தின் அடுத்தடுத்த பகுதிகள் நிழலாடிக் கொண்டிருந்தன. முதலில் காடவனாக வேடமிட்டு கணிகையர் வீதிக்கு மூன்றாம் யாமத்தில் செல்ல வேண்டும். புத்தர் சிலையைத் திருடி தன்னுடன் வரும் வேறொரு கள்வனிடம் கொடுத்துவிட வேண்டும். பின்னர் எக்காரணம் கொண்டும் தான் காடவன் வேடம் புனையாமல் இருந்தால் பத்ராவின் கரம் பிடித்து அதன் பின்னர் இரண்டு திங்கள் மிகவும் உத்தமனாக இருந்து அரண்மனைக்குள் புகுந்து சிறிது சிறிதாகப் புகார் மண்டலத்தின் படை வலிமை, எந்தெந்த பகுதிகளில் படை திரட்டுவது போன்றவற்றை அறிந்து செயலாற்ற வேண்டும். கொடிய ஆயுதங்களோடு ஆபத்துதவிகள் ஆயிரம் பேர்களை ஒன்று திரட்டி புகார் இராஜாங்கத்தின் கவனம் உறையூர்மீது நடத்தும் தாக்குதலில் மும்முரமாக இருக்கும்போது ஆபத்துதவிகளின் துணை கொண்டு அரண்மனையைக் கைப்பற்றிவிட்டால் பின்னர் வடக்கே கர்நாடகத்திலிருந்து பௌத்த ஆதரவுப் படைகள் உள்ளே நுழைந்து மற்றவற்றைக் கவனித்துக் கொள்வார்கள். அவர்களது ஆதரவால் இதே புகார் மண்டலத்தின் அரசனாவது எளிது. எண்ணற்ற புத்த விகாரங்களை எழுப்பலாம். வைதீகச் சமயத்தை விரட்டி அடித்து விடலாம்.

“நாளை நண்பகலில் உன் வீட்டு மாடத்திலிருந்து பார்த்துக் கொண்டிரு. நான் படை சூழ உன் இல்லம் தேடி வருவேன்” என்று கூறினான்.

அதன்பின்னர் காளன் தனது கள்வர் கூட்டத்திலிருக்கும் ஓரிருவரை அழைத்து அவர்கள் எப்போதும் சந்திக்கும்

ஊருக்கு ஒதுக்குப்புறமான இடத்தில் சந்தித்து இரவில் மன்னர் காவலையும் மீறி அன்றிரவு கணிகையர் வீதியில் அமுதவல்லியின் இல்லத்தில் களவாடப் போகும் சேதியைக் கூறினான். காடவன் வந்து நகைகளைக் கொள்ளையடித்துச் சென்றபோது அந்தப் பொன் புத்தர் சிலையையும் கொண்டு போய்விட்டான் என்று மக்கள் நம்புவதற்குத் தோதாகச் செயலில் இறங்கத் திட்டமிட்டான்.

அதே இரவில் யுவராஜன் தனது மாளிகையில் தூக்கம் வராமல் புரண்டு கொண்டிருந்தான். ஏதோ ஓர் உள்ளுணர்வு காடவன் என்ற கள்வன் தனக்கு நெருக்கமானவர்களில் ஒருவனாக, தான் அன்றாடம் சந்திக்கும் பேர்களில் ஒருவனாக இருப்பது போலத் தோன்றியது. மன்னர் கொடுத்திருந்த கால வரையறை இன்னும் இரண்டு நாட்களில் முடிய இருந்தது. அதன் பின்னர் காடவனைப் பிடிக்க முடியாமல் போய்விட்டால் தனது கட்டுப்பாட்டின்கீழ் வரும் ஊர்க்காவல் என்னாவது?

வாசலில் தட தடவென்று யாரோ ஓடிக் கொண்டிருந்தனர். அரண்மனை வளாகத்தில் இது என்ன இப்படி ஒரு கலவரம். யுவராஜன் மாடத்திலிருந்து இறங்கி வெளி வாயிலுக்கு வந்தான். அமைச்சர் வித்தகன் ஓடிக் கொண்டிருந்தார். அவரை நிறுத்தி யுவராஜன் தனஞ்செயன் காரணம் கேட்டான். அரண்மனை வளாகத்திற்குள் காடவன் புகுந்து விட்டதாகவும் ஆனால் எந்த மாளிகை என்பது தெரியவில்லை என்று கூறிவிட்டு அவரும் ஓடிக் கொண்டிருந்தார்.

யுவராஜன் தனது புரவியின்மீது தாவி ஏறிப் பறந்தான். அவனது வேகத்தைக் கண்டு அஞ்சிய காடவன் காற்றைப் போன்ற வேகத்துடன் தனது இரு கால்களால் மட்டுமே தரையில் விரைவாக ஓடிக் கொண்டிருந்தான். இல்லை காற்றில் மிதப்பது போலப் பறந்து கொண்டிருந்தான். கோட்டை வாயிற்காப்போர் எவராலும் அவனைத் தடுக்க முடியவில்லை. ஆனால் யுவராஜன் விடாமல் அவனைக் குதிரையில் பின் தொடர்ந்தான். நதிப் படுகைகள், காடு மலை என்று ஓடியவன் இறுதியாக ஒரு மலையின் விளிம்பில் வந்து நின்றான்.

யுவராஜன் அவனை எட்டிப் பிடிக்க முயன்றபோது அவன் அந்த மலையிலிருந்து விழ ஆரம்பித்தான். சட்டென்று அவன் வானில் பிரகாசமாகத் தோன்றினான். அவன்

முகம் இப்போது கௌதம புத்தரின் முகத்தைப் போலத் தோன்றியது.

புத்தரின் மேனி முழுவதும் பொன் போல மஞ்சள் நிறத்தில் மின்னியது. அவரது மேனியை மெல்லிய சீவர ஆடை மூடியிருந்தது. தலையில் முடிகள் குத்திட்டு நின்று கொண்டிருந்தன. புத்தர் வாய்விட்டுச் சிரித்தார்.

"யுவராஜனே! எங்கும் புத்த மயமாக மாறும்போது காடவன் உன் கைகளுக்குச் சிக்காமல் போவான்" என்று கூறிவிட்டு மறைந்தார்.

யுவராஜன் திடுக்கிட்டு விழித்தான். என்ன கோரமான கனவு! கனவின் அதிர்ச்சியிலிருந்து அவன் மெய்யுலகத்திற்கு வருவதற்குச் சற்று நேரம் எடுத்தது. மணிக்கடிகையில் பொழுது இரண்டாம் யாமம் முடிந்து விட்டதை அறிவித்தது.

எழுந்தான். கவசத்தை அணிந்து கொண்டான். தலைப்பாகையை மாட்டிக் கொண்டான். முகத்தில் முகத்திரை ஒன்றை அணிந்து கொண்டு நகர்வலம் புறப்பட்டான்.

யுவராஜன் தனஞ்செயன் கிளம்பிச் சென்ற அதே நேரத்தில் காடவனின் தோற்றத்தில் இருந்த கள்ளன் தனது கூட்டாளியுடன் கணிகையர் வீதியில் நுழைந்தான். குதிரையிலிருந்து தாவி இறங்கி முதல்நாள் அடையாளக்குறி வைத்திருந்த அமுதவல்லியின் மாளிகையின் முன்பு குதிரையை நிறுத்தாமல் நான்கைந்து மாளிகைகள் தள்ளி நிறுத்தினான். மாளிகையின் பின்புறத்திற்குச் சென்று இடையில் கட்டியிருந்த நூலேணியை வீசியெறிந்து சரசரவென்று மதில்மீது ஏறி உள்ளே குதித்தான். கணிகையர் இல்லங்களில் பெரும்பாலும் காவல் நாய்கள் வளர்ப்பதில்லை என்பதால் பூனையைப்போலக் குதித்தவன் பதுங்கிப் பதுங்கி முன்னேறினான். அவனைப் பின்பற்றி அவனது கூட்டாளியும் பின் தொடர்ந்தான்.

மாளிகையின் சுவர் அருகே வந்ததும் கூட்டாளி தான் கொண்டு வந்திருந்த கருவியின் உதவியோடு சிறிய சதுரம் ஒன்றைக் கரியினால் கோடு போட்டுக் கொண்டு உளி முதலிய கருவியால் கன்னம் வைக்க ஆரம்பித்தான். கள்ளன் சுற்றும் முற்றும் கண்காணித்த வண்ணம் இருந்தான். மூன்றாம் யாமம் என்பதால் கணிகையர் வீதி பொலிவிழந்து ஆழ்ந்த உறக்கத்தில் மூழ்கிக் கிடந்தது. கடக் என்ற ஒலியுடன்

கூட்டாளி கன்னமிட்ட இடத்திலிருந்து காறையையும் செங்கற்களையும் அகற்றினான். ஓராள் நுழைவதற்கான வழி கிடைத்தது. இருவரும் மாளிகைக்குள் புகுந்தனர்.

மாளிகை முழுவதும் மதுவின் மணமும் பூக்களின் வாசனையும் விரவியிருந்தது. ஆங்காங்கே மேகலைகளும் ஆபரணங்களும் கழற்றி வீசப்பட்டிருந்தன. பணிப்பெண்கள் கூடங்களில் உள்ள விரிப்புகளில் சரிந்து உறங்கிக் கொண்டிருந்தனர். இரண்டு யாமம் வரையில் கணிகையரின் கூத்துப் பாட்டுக் களியாட்டங்களில் ஓய்ந்து போயிருந்ததால் பள்ளியறைகளில் சீமான்களும் செல்வந்தர்களும் தத்தம் காதலிகளைத் தழுவியபடி உறங்கிக் கிடந்தனர் காடவன் ஒரு குறிப்பிட்ட அறையின் வாயிலில் நுழைந்தான். உள்ளே ஓர் இரும்புப் பெட்டி இருந்தது. வீட்டின் அமைப்பு சாத்திரத்தின்படி குபேர மூலை எங்கிருக்கும் என்பது அவனைப் போன்ற கள்வர்களுக்கு அத்துப்படி என்பதால் அவன் எண்ணியது சரி. உள்ளே பெரிய இரும்புப் பெட்டி ஒன்று இருந்தது. சிற்றுளி ஒன்றினால் இலேசாக ஒரு தட்டு தட்டினான். அதன் பூட்டு வாய் பிளந்து கொண்டது. பெட்டியில் இருந்த தங்க நகைகளை விலை உயர்ந்த அணிகலன்களை அள்ளி எடுத்து கையோடு கொண்டு வந்திருந்த துணியை விரித்துப் போட்டு அதில் கொட்டினான். அமுதவல்லியின் பொன் புத்தரின் விக்கிரகத்தையும் அதற்குள் போட்டான். அங்கிருந்த ஆபரணங்கள் எல்லாமே ஊரில் உள்ள ஒவ்வொரு பணம் கொழுத்த செல்வந்தனின் நகைகள் என்று எண்ணிச் சிரித்தான். பின்னர் அவற்றை மூட்டைக்கட்டி கூட்டாளியிடம் ஒப்படைத்தான்.

அங்கிருந்து பதுங்கியபடி மேல் மாடத்திற்குப் படிக்கட்டுகள் வழியாக ஏறிச் சென்றான். கீழே இருந்தது போலவே மாடத்திலிருந்த நடனக் கூடத்திலும் ஆங்காங்கே இசைக்கருவிகளும் மதுக்கிண்ணங்களும் விரவிக்கிடந்தன. மேலாடை விலகியது தெரியாமல் நர்த்தகிகள் சுருண்டு படுத்த வண்ணம் உறங்கிக் கிடந்தனர். மெதுவாக நடந்து அமுதவல்லியின் அறைக்குள் நுழைந்தான்.

“யாரது?” என்று அமுதவல்லி மஞ்சத்திலிருந்து எழுந்தாள்.

அதே நேரத்தில் இரவுக் காவலில் இருந்த யுவராஜன் மனதில் ஏதோ ஒரு சிறு சந்தேகப் பொறி தட்டவே அமுதவல்லியின் மாளிகையை நோக்கிக் குதிரையைச் செலுத்தினான். அங்கிருந்த காவலர்களை எழுப்பி மாளிகையை முழுவதும்

சோதனை போடச் சொன்னான். ஒரு காவலன் வெளிச் சுவரின் பின்புறத்தில் கள்வர்கள் கன்னம் இட்டிருப்பதை அறிந்து அலறியபடி ஓடி வந்தான்.

யுவராஜன் விரைந்து செயல்பட்டான். மாளிகைக் காவலர்களைத் தட்டி எழுப்பி மாடத்திற்குள் நுழைந்தான். அமுதவல்லியின் அறையில் தீவர்த்தி எரிந்து கொண்டிருக்கவே சரேல் என்று உள்ளே நுழைந்தவன் அமுதவல்லி காடவனுடன் பேசிக் கொண்டிருப்பதைக் கண்டு திடுக்கிட்டான். சுதாரித்துக் கொண்ட காடவன் சட்டென்று யுவராஜன்மீது பாய்ந்து தாக்கினான். இதனை எதிர்பார்த்த யுவராஜன் தானும் பதிலுக்குத் தாக்கினான். யுவராஜனுடன் காடவன் அதி பயங்கரத் துவந்த யுத்தத்தில் ஈடுபட்டான்.

தனது கூட்டாளியைப் பார்த்து "சோமா! மூட்டையைத் தூக்கிக் கொண்டு ஓடு" என்று கத்தினான்.

அதற்குள் அங்கு வந்த காவலர்கள் காடவனின் கூட்டாளியைப் பிடித்தனர். மூட்டையைக் கீழே போட்டுவிட்டு காடவனின் கூட்டாளி செய்வதறியாது திகைத்து நிற்கவே அவனைக் காவலாளிகள் ஒரு கயிற்றால் கட்டிப் போட்டனர். அதே வேளையில் அந்த இடங்களில் இரவு நகர்வலம் வந்து கொண்டிருந்த காளனின் தந்தை அமைச்சர் வித்தகன் அமுதவல்லியின் மாளிகையில் இருந்து வந்த கூச்சல் குழப்பங்களைக் கேள்விப்பட்டு மாளிகைக்குள் விரைந்தார்.

துவந்த யுத்தத்தின் நடுவில் தன்னைச் சுதாரித்துக் கொண்ட யுவராஜன் காடவனை ஓங்கி உதைத்தான். காடவன் தூரச் சென்று தரையில் உருண்டான். மின்னல் வேகத்தில் தனது இடையில் செருகியிருந்த குறுவாளை எடுத்து ஓங்கியபடி காடவனை நோக்கிப் பாய்ந்தான். இதை எதிர்பார்த்துக் கொண்டிருந்த அமுதவல்லி சரேல் என்று பாய்ந்து நடுவில் புகுந்தாள். கூர்மையான அந்தக் குறுவாள் அவளது கழுத்திற்கும் கீழாக அவளது இதயத்தில் பாய்ந்தது.

இதனை எதிர்பாராத யுவராஜன் தடுமாறிய அந்த ஒரு கணத்தைத் தனக்குச் சாதகமாக்கிக் கொள்ள காடவன் முயன்றபோது அமைச்சர் வித்தகன் உள்ளே நுழைந்து விட்டார். அவருடன் வந்த மாளிகைக் காவலர்கள் இருவரையும் சூழ்ந்து கொள்ள யுவராஜன் தன்னை அடையாளப்படுத்திக் கொண்டான்.

நெடிய உருவம். கூரான நாசி. கண்கள் வரையில் முகத்திரை போட்டுக் கொண்டிருந்ததால் அகன்ற விழிகள் மேலும் அகலமாகத் தோன்றின. வலுவான மேனி. உரமேறிப் போயிருந்த கரங்கள். நெற்றியில் பரந்திருந்த சிகை.

வித்தகன் நெஞ்சில் எழுந்த அந்தச் சந்தேகம் உறுதியாகி விடக்கூடாது என்ற அச்சத்துடன் காடவனின் முகத்திரையை அகற்றினார்.

தனது சந்தேகம் ஊர்ஜிதமானதற்காக மிகவும் வருந்தினார்.

அத்தியாயம் - 22

புகார் நகரம் முழுவதும் காடவன் பிடிபட்டான் என்ற சேதியைவிட காடவன் வேறு யாருமில்லை அவன் அமைச்சர் வித்தகனின் மைந்தன் காளன்தான் என்பதுதான் பேச்சாக இருந்தது. அமைச்சராக இருந்துகொண்டு சொந்த வீட்டில் கள்வன் இருப்பது கூடத் தெரியாமல் ஓர் அமைச்சர் இருப்பதை அனைவரும் பரிகசித்துப் புறம் பேசினார்கள்.

காடவன் பிடிபட்டதில் மன்னருக்குப் பெருத்த நிம்மதி ஏற்பட்டது. உறையூரிலிருந்து பங்காளிகளின் படை திரண்டு வந்து தாக்கப் போகும் சேதியைக் கேட்டதிலிருந்து காடவனின் விஷயம் முடிவுறாமல் சுற்றிக்கொண்டே இருப்பது தன்னை முழுமையாகப் போர் முனைப்பில் ஈடுபடுத்தாமல் போய்விடுமோ என்று கலங்கி இருந்தவருக்கு அவன் பிடிபட்டான் என்ற சேதி மகிழ்ச்சியை அளித்தாலும் வேறொருபுறம் காடவன் வேறு யாருமில்லை அமைச்சர் வித்தகனின் மைந்தன் என்பதைக் கேள்விப்பட்டதும் இதன் பின்னணியில் சதி வேலைகள் ஏதாவது இருக்குமோ என்ற அச்சமும் சூழ்ந்தது. இந்தப் பிரச்சினையை இழுத்துக் கொண்டு செல்லாமல் இரண்டொரு நாட்களில் ஒரு முடிவுக்குக் கொண்டு வர வேண்டிய கட்டாயத்தில் இருந்தார்.

அமைச்சர் வித்தகன் எதையும் வாய்விட்டுப் பேசும் நிலையில் இல்லை. அவருடைய உள்ளத்தில் கோடி எரிமலைகள் பற்றி எரிந்தன. இதுவரையில் தான் காப்பாற்றி வந்த நல்ல பெயருக்கு காளன் களங்கம் ஏற்படுத்திவிட்ட ஆத்திரம் ஒருபுறம், ஏதோ சிறு சிறு தவறுகள் மட்டும் செய்து வந்த

மைந்தன் காலப்போக்கில் அடிபட்டுத் திருந்துவான் என்ற தனது நம்பிக்கை வீண் போனதே என்ற ஆற்றாமை ஒருபுறம் இரண்டும் சேர்ந்து கொண்டு மன்னர் தன்னை அனுமதித்தால் தன் கையினால் காளனை வெட்டிப் போடவும் ஆயத்தமாக இருந்தார்.

நீதி விசாரணை எதுவுமின்றி ஒருவனைக் குற்றவாளியாக்கித் தண்டிக்கும் மாண்பு சோழ குல சரித்திரத்தில் இல்லை என்பதால் அன்றிரவு காளனைக் கைது செய்த கையோடு அருகில் இருந்த காவலர் மாளிகை ஒன்றில் சிறைப்படுத்தி வைத்தனர்.

இது எதுவுமே அறிந்திராத பத்ரா மறுநாள் தனது கனவு நினைவாகப் போகும் மகிழ்ச்சியில் முதல்நாள் நிம்மதியாகப் படுத்துறங்கி மறுநாள் தன்னை மிக அழகாக அலங்காரம் செய்து கொண்டாள். நாகப்பட்டினம் வரையில் சென்றிருந்த பத்ராவின் தந்தை மும்முடிநாய்கன் அன்றிரவுதான் திரும்பியதால் இரவில் நடந்த எதுவுமே அவருக்குத் தெரியாமல் போனது.

மறுநாள் மாளிகையின் அருகில் இருந்த பத்ரா தனது பணிப்பெண்ணிடம் வாயிலில் பூ விற்றுக் கொண்டு செல்லும் கிழவி சென்றால் அவளிடம் முல்லைச் சரம் ஒரு பந்து வாங்கி வரச் சொன்னாள். அவர்கள் வீதியில் எப்போதும் நரைத்த தலையைப் பின்னி முடிந்த ஒரு கிழவி நறுவாசனை பொருட்களுடன் மலர்ச் சரங்களைப் பந்து போலச் சுருட்டி விற்றுக் கொண்டு செல்வது வழக்கம்.

பத்ரா அருகில் இருந்த பொய்கையில் எந்திரத்தால் இயங்கும் நீரூற்றுகளைத் திருகி பூச்சிதறல்களாக வீழும் நீரில் குளிரக் குளிர நீராடிக் கொண்டு வந்த பலவித நறுமணக் குழம்புகளை மேனியில் பூசிக் கொண்டு, நீண்ட கூந்தலில் சிகைக்காயுடன் பல்வேறு துவர் கலந்த வாசனைப் பொடியினால் அலசி கூந்தலைப் பட்டு போல மிளிர விட்டாள். குளித்து முடித்து ஒற்றை ஆடை ஒன்றை உடுத்திக் கொண்டு பொய்கைக்கு அருகில் இருந்த அறையில் படுக்கைபோல அமைக்கப்பட்டிருந்த திண்ணையின் உயரமான திண்டின்மீது தலைசாய்த்து படுத்துக் கிடக்கப் பணிப்பெண்கள் மெல்லிய பருத்தி துணியினால் அவளது கூந்தலை ஈரம் உலரும் வரையில் துடைத்தனர். வேறு ஒருத்தி அகில் மணக்கும் புகையைக் கூந்தல் மயிர்க்கால்களின் ஊடே செலுத்தி கூந்தலை வாசனையுடன் உலர விட்டாள்.

அங்கிருந்து அகன்று சென்ற பத்ரா ஒப்பனை அறைக்குள் நுழைந்தாள். பெரும் வணிகரின் ஒரே மகள் என்பதால் பத்ராவின் ஒப்பனை அறை எப்போதும் பெரியதாகவும் உலகத்தில் உள்ள அனைத்து விதமான வாசனைப் பொருட்கள் நிறைந்ததாக இருக்கும். "உன் ஒப்பனை அறையைவிட்டு வெளியில் வந்தால் என்னவோ நானே ஒப்பனை செய்து கொண்டது போல என்மீது வாசனை அடிக்கும்" என்று புஷ்பவல்லி எப்போதும் கேலி பேசுவாள். அன்றைய நாளின் நண்பகல் நேரத்தில் காளன் வருவதாகப் புஷ்பவல்லியிடம் கூறியிருந்தும் அவளிடமிருந்து எவ்விதத் தகவலும் இல்லை என்பதில் பத்ராவுக்குச் சற்று மன வருத்தம் உண்டாயிற்று.

யவன தேசத்திலிருந்து கொண்டு வரப்பட்டிருந்த மிகப் பெரிய கண்ணாடியின் முன்பு அமர்ந்தாள். தேக்கு மரச் சட்டங்களுடன் திருகு குமிழி ஒன்றினால் அதனை உருவத்தின் அமைப்பிற்கு ஏற்ப முன்னாலும் பின்னாலும் அசைத்துக் கொள்ளக் கூடிய கண்ணாடி. மயிலின் தோகை போன்ற நீண்ட நெடிய கூந்தலைத் தனது மார்பின் மீது படர விட்டாள்.

"அகவன் மகளிர் முதுமகள் சாலினியை இங்கே வரச் சொல்லடி" என்று பணிப்பெண்ணை ஏவினாள்.

சாலினி ஒரு முதுமகள். கடவுள் மீது துதிப் பாடல்களைக் கோட்டங்களில் சென்று பாடி அரசர் கொடுக்கும் நிவந்தங்களை நம்பி வாழ்பவள். இது போன்ற செல்வந்தர்கள் இல்லங்களில் அழைத்துப் பாடச் சொல்வது அந்தக் காலத்தின் வழக்கம். மும்முடிநாய்கன் பெருவணிகன் என்பதால் அவனது மாளிகையில் உள்ள சிறிய கோட்டத்தில் உள்ள தெய்வங்களைப் பாடுவதற்கு இடமும் உணவும் அளித்து சாலினி என்ற அகவன் மகளை வைத்துக் கொண்டிருந்தார்.

"சாலினி! இன்று என் மனம் சஞ்சலப்பட்டுக் கொண்டே உள்ளது. கௌசிகப் பண்ணில் ஒரு பாடல் பாடுவாயா?" என்று கேட்டாள்,

சாலினி தனது முதிர்ந்த பன்முறை பாடிப் பழகிய இனிய குரலால் நிதானமாகப் பாட ஆரம்பித்தாள்.

ஒரு பணிப்பெண் அவளது கூந்தலில் உள்ள மயிர்க்கால்களில் ஒரு மரச் சீப்பின் கால்களால்

மெதுவாக நீவிவிட்டு சிடுக்கெடுத்து ஏலக்காய் முதலிய எட்டுவகை நறுமணப்பொருட்களைப் பொடி செய்து கலந்து வைத்திருந்த நறுநெய் கலந்த தைலத்தைப் பூசி விட்டாள். பின்னர் தனித் தனியாக ஐந்து வகையான பின்னல்களைப் போட்டு அவற்றைச் சுருட்டி பாதியைக் கொண்டையாகவும் மீதியைப் பின்னல்களாகவும் தொங்க விட்டாள். கொண்டையில் ஆங்காங்கே முத்துக்களையும், பவளங்களையும் பதித்து கூந்தலை மேலும் எழில் உள்ளதாக மாற்றினாள்.

பின்னர் அவளது மார்பிலும், முதுகிலும், தோள்களிலும் சந்தனம் கலந்த செம்பஞ்சுக் குழம்பில் மயிலிறகைத் தோய்த்து வேறொருத்தி தொய்யில் எனப்படும் சித்திரங்களை எழுதினாள். ஒரு மெல்லிய பருத்தியாடையை உள்ளாடையாக உடுத்திக் கொண்டு அதற்கு மேல் முத்துக்கள் நவரத்தினங்கள் பதித்த சீலை ஒன்றை உடுத்துக் கொண்டாள். அதன் முந்தி தங்கச் சரிகைகளாலும் வெள்ளிச் சரிகைகளாலும் முத்துக்களாலும் அலங்கரிக்கப்பட்டு கண்களைக் கவர்ந்தன. தந்தை தான் சென்ற பல்வேறு தேசங்களிலிருந்து கொணர்ந்த விசித்திரமான ஆபரணங்களை மேனியின் அங்கங்களில் எங்கெல்லாம் அணிந்து கொள்ள முடியுமோ அங்கெல்லாம் அணிந்து கொண்டு தன்னைக் கண்ணாடியில் அழகு பார்த்துக் கொண்டாள்.

செவிலி கொண்டு வந்த பாலை மட்டும் பருகிவிட்டு செவிலியிடம் தான் காளன் வந்த பின்பே உண்பதாகக் கூறி விட்டாள். தோழி பெண்கள் புடைசூழத் தனது காதலன் வரவை எண்ணி மேல் மாடத்து உப்பரிகையில் நின்றபடி காத்திருந்தாள்.

நண்பகல் பொழுது போய்க்கொண்டே இருந்தது. செவிலி இருமுறையும் தாய் சுமதி ஒருமுறையும் அவளை உள்ளே வந்து உணவு உண்ண அழைத்தனர். மறுத்தாள்.

அப்போது வாயிலில் ராஜாங்க அணிவகுப்பு போகும்போது ஒலிக்கப்படும் இசைக்கருவிகளின் முழக்கமும் வீதியில் மக்கள் திரளும் பேரரவமும் கேட்டன. துந்துபி, சின்னங்கள் எனப்படும் நீண்ட ஊது குழல்கள் போன்ற இசைக்கருவிகள் ஒலித்தன. செவியைக் கிழிக்கும் அளவிற்கும் பெரும் முழவின் ஓசை அதிரக் கேட்டது.

புஷ்பவல்லி அலறியடித்துக் கொண்டு ஓடி வந்தாள்.

"மோசம் போய் விட்டாய் பத்ரா! நீ மோசம் போய்விட்டாய்" என்று அரற்றியபடி ஓடி வந்தாள்.

"யார் உன்னைத் திருமணம் புரிவதற்கு உன் இல்லம் தேடி உன்னைப் பெண் கேட்டு வருவான் என்று நம்பியிருந்தாயோ, யாருடைய வரவிற்கு நீ இத்தனை நேரம் காத்திருந்தாயோ அவன், உன் காதலன் காளன் உன் இல்லத்திற்குள் நுழையாமல் அரசாங்க விருந்தினனாகச் செல்லும் கோரக் காட்சியைப் பார்" என்று கதறினாள்.

பத்ரா உப்பரிகையிலிருந்து கீழே வீதியைப் பார்த்தாள்.

காவலர்களின் அணிவகுப்பு ஒன்று கீழே சென்று கொண்டிருந்தது. காடவனைக் கைது செய்து அவன் எந்தெந்த வீதிகளில் உள்ள மாளிகைகளில் இதுவரையில் களவாடியிருந்தானோ அந்தந்த மாளிகைகள் இருந்த வீதிகளின் வழியாக இழுத்துச் சென்று கொண்டிருந்தனர். உடல் எங்கும் இரும்புச் சங்கிலிகள் பிணைக்கப்பட்டு, கைகளுக்கு விலங்கு பூட்டப்பட்டு மும்முடி நாய்கன் மாளிகையின் முன்பு கொண்டு நிறுத்தினர்.

மும்முடி நாய்கனும் அவரது இல்லத்தரசி சுமதியும் மாளிகை வாயிலுக்கு வந்து நின்றனர்.

"சூரிய குல திலகம், புகார் சோழமண்டல சக்கரவர்த்தியின் வெண்கொற்ற குடையும், அறவழியும், நீதிநெறி தவறாத தண்டமும் பல்லாண்டு பல்லாண்டு வாழி. இதுகாறும் புகார் நகரத்தை அச்சத்தில் ஆழ்த்திக் கொண்டிருந்த காடவன் என்ற பெயரில் பல்வேறு மாளிகைகளில் புகுந்து கொள்ளையடித்து வந்த பலே கள்வன் இப்போது பிடிபட்டு உங்கள் முன்னால் நிற்கிறான். இவன் வேறு யாருமல்லன். நமது சோழ ராஜாங்கத்து மந்திரி வித்தகனின் ஜேஷ்ட குமாரன் ஆவான்" என்று பறையறிவித்து முழங்கினான் வள்ளுவன்.

இதனைக் கேட்டு பத்ராவின் தாயார் சுமதி அந்த இடத்திலேயே மூர்ச்சையடைந்து வீழ்ந்தாள். மும்முடிநாய்கன் மடார் மடார் என்று தலையில் அடித்துக் கொண்டு "ஐயோ மோசம் போனேனே" என்று கதறினார்.

தான் நின்று கொண்டிருந்த உப்பரிகை உடைந்து பூமி இரண்டாகப் பிளந்து புகார் நகரம் முழுவதும் பூமிக்குக் கீழே சென்று விடக்கூடாதா என்று தோன்றியது, நீர் பரந்து உலகின் முதல் ஊழி தோன்றிய காழியம்பதி போல புகார்

நகரிலும் ஓர் ஊழி தோன்றி கடல் அத்தனை பேரையும் வாரிச் சுருட்டி தனது வயிற்றுக்குள் போட்டுக் கொள்ளக் கூடாதோ? என்று விழிகள் இருந்தும் பார்வையிழந்தவளாக மேல் மாடத்திலிருந்து காளனை வெறிக்கப் பார்த்தபடி நின்றாள். காளன் அவளைப் பரிதாபமாகப் பார்த்துக் கொண்டிருந்தான்.

அத்தியாயம் - 23

அரண்மனை வளாகத்திற்குள் இருந்த தர்மசபையில்தான் காளனின் குற்றத்திற்குத் தண்டனை வழங்க இருப்பதாக அரசவையில் முடிவு எடுக்கப்பட்டிருந்தது. ஏற்கெனவே மன்னர் உறையூரில் இருந்து போர்ச் செய்திகள் எதுவும் வந்து விடக்கூடாது என்ற நிலைமையில் இருந்தார். ஆவின் கன்றுக்குக்கூட நீதி வழங்கிய ஒரு பரம்பரை, இது போன்று தீர விசாரிக்காமல் தீர்ப்பு வழங்குவது முறையல்ல என்று அறிஞர்கள், தண்ட நீதி சாத்திர வல்லுநர்கள், முக்கிய மந்திரிகள் இவர்கள் தலைமையின் கீழ் ஒரு குழு அமைத்து வழக்கை விசாரிப்பது என்று முடிவானது.

ஆரம்பத்தில் தான் மிகவும் நேசித்தவன் ஒரு கள்வன் என்பதை ஏற்றுக் கொள்ள முடியாமல் பத்ரா வருத்தமும் ஆத்திரமும் சினமும் கொண்டாள். இரண்டே இரண்டு நாட்கள்தான். அவன்மீது இருந்த காதல் மீண்டும் தலை தூக்கியதும் அவள் பெரிதாக வெளியில் கூறிக்கொள்ளாமல் சில காரியங்களைச் செய்யத் தொடங்கினாள்.

முதலில் காடவன் இல்லையில்லை காளன் பிடிபட்ட கணிகையர் வீதிக்குக் கிளம்பிச் சென்றாள். அமுதவல்லி குறுவாளால் வெட்டுண்டு கிடந்ததை அறிந்து வேதனைப்பட்டாள்.

“குலப்பெண்கள் வருவதற்கே அச்சப்படும் வீதிக்கு நீ ஏனம்மா வர வேண்டும்? தான் உண்டு தனது பரத்தைமை உண்டு என்று என் மகள் இருந்திருப்பாள். ஆனால் காளன் அவளைத் தூண்டிவிட்டு ஆசை வார்த்தைகள் காட்டி யுவராஜனைப் பகைத்துக்

கொண்டு யுவராஜன் குறுவாளால்..." என்று ஆரம்பித்த சுந்தராங்கி சட்டென்று சுதாரித்துக் கொண்டு "காளனின் குறுவாளால் வெட்டுண்டு கிடக்கிறாள்" என்றாள்.

"யுவராஜனா? யுவராஜன் அங்கே வரவில்லை என்பது போல அல்லவா வழக்கு ஜோடிக்கப்பட்டுள்ளது? நீங்கள் யுவராஜன் வாளால் என்று கூறினால்? என்ன நடந்தது என்பதைக் கொஞ்சம் தெளிவாகக் கூறுங்கள். எனது காதலன் காளனின் உயிர் நீங்கள் சொல்லும் ஒரு வார்த்தையில் உள்ளது."

"ஏதோ வாய் தவறி உளறியதைப் பிடித்துக் கொண்டு நில்லாதே பெண்ணே! இது அரசாங்கக் காரியம். அரண்மனை தயை இன்றி எங்களால் ஒரு கணம்கூட ஜீவித்து இருக்க இயலாது. ஒன்று செய். என்னுடைய ஒரே மகள் என் கண்களைப் போல வளர்த்து இந்தக் கணிகையர் மாளிகையின் தலைவியாகக் கொண்டு வர எண்ணியிருந்த என் செல்வ மகள் உள்ளே சாகக் கிடக்கிறாள். அவளைப் பார்த்துவிட்டு வா. வேறு ஒரு உதவியும் உனக்குச் செய்யும் நிலையில் நான் இல்லை" என்று சுந்தராங்கி அரற்றினாள்.

பத்ரா மாளிகையின் உட்புறத்தில் அமுதா சிகிச்சை எடுத்துக் கொண்டிருக்கும் அறைக்குள் நுழைந்தாள். அமுதவல்லி ஒரு கட்டிலில் இருந்த பஞ்சணையில் படுத்துக் கிடந்தாள். கண்கள் மூடிய நிலையிலேயே இருந்தன. குறுவாள் பாயந்திருந்த விலாப்பகுதியில் பச்சிலையும், மூலிகைச் சாறும் பிழிந்து பஞ்சு வைத்துக் கட்டுப்போட்டிருந்தனர்.

அமுதவல்லியின் தோழி நிறைமதி கட்டிலின் அருகில் அமர்ந்திருந்தாள். செவிலி ஒருத்தி அமுதாவின் வாயில் பால் கஞ்சியை ஊற்ற அது பலனின்றி வழிந்து கொண்டிருந்தது. அறையில் மருந்து, மூத்திரம் இவற்றோடு சேர்ந்த முடை நாற்றம் மிகுந்து வீசியது. சர்வ அலங்கார பூஷிதையாக அவள் மன்றத்தில் நாட்டியம் ஆடிய காட்சி பத்ராவின் மனத்திரையில் வந்து போனது. மணிமேகலை காப்பியத்தில் யாக்கை நிலையாமை குறித்து சாத்தனார் எழுதிய செய்யுள் நினைவுக்கு வந்தது.

"அமுதா."

"இல்லை பத்ரா! அவளை இனி அழைத்துப் பயனில்லை. அமுதவல்லி கொஞ்சம் கொஞ்சமாக நினைவை இழந்து வருகிறாள்" என்று கூறினாள் நிறைமதி.

"களவு நடந்த இரவில் நீயும் உடன் இருந்தாயா?"

"இல்லை. அரவம் கேட்டு அடுத்த மாளிகையில் இருந்து நான் வந்து பார்ப்பதற்குள் எல்லாமே முடிந்து விட்டது. நகர்வலம் வரும்போது அமுதாவின் மாளிகையில் காடவன் கொள்ளையில் ஈடுபடும்போது அமுதா தடுக்க முனைந்தாள் என்றும் காடவன் அவளைத் தனது குறுவாளால் வெட்டிக் கொன்றதாகக் கூறிக் காவலர்கள் கைது செய்வதை மட்டுமே பார்த்தேன்."

"அவருடன் இளவரசர் அங்கு இருந்தாரா?"

நிறைமதி சுற்றும் முற்றும் பார்த்தாள்.

"ஆம் இருந்தார்" என்று முகம் வெளிறியபடி கூறினாள்.

"அப்போது காடவனின் உடைமைப் பொருட்களைக் கைப்பற்றினார்களா?"

"ஆமாம். அவர் கொள்ளையடித்த மூட்டை, ஆயுதங்கள் அனைத்தையும் கைப்பற்றினர்."

"இது போதும் நிறைமதி" என்று கூறிவிட்டு பத்ரா அமுதவல்லியின் தலையை ஆதரவாகத் தடவிக் கொடுத்தாள்.

அதிசயமாக பத்ரா கை பட்டதும் அமுதா பலகீனமாகக் கண் விழித்துப் பார்த்தாள். எதுவும் பேசாது பத்ரா அவளது தலையைத் தடவி மட்டும் கொடுத்தாள். நோயின் தீவிரம் அவளது முகத்தில் பிரதிபலித்தது. இறைவனிடம் வேண்டிக் கொள்வதைத் தவிர அப்போதைக்கு பத்ராவால் வேறு எதுவும் செய்ய முடியவில்லை.

பத்ரா கிளம்ப எத்தனித்தபோது அமுதவல்லி மிகுந்த சிரமப்பட்டுக் கொண்டு "புத்தர் புத்தர்" என்று கூறினாள். அமுதவல்லியின் பலகீனமான சிந்தனையில் காளனும் காடவனும் ஒன்று என்ற விஷயம் தனக்குத் தெரிந்தது போல பத்ராவுக்கும் தெரிந்திருக்கும் என்றும் அதன் காரணமாகக் காவலர்கள் கைப்பற்றிச் சென்ற புத்தர் விக்கிரகத்தில் உள்ள இரகசியத்தைப் பற்றிக் கூறுவதற்காக அவள் ஈனஸ்வரத்தில் "புத்தர் புத்தர்" என்று முனகினாள். தனது தோழி நோயின் தீவிரத்தால் தனது பெயரை "பத்ரா பத்ரா" என்று முனகுவதாக எண்ணிக் கொண்டு அவளுக்காகப் பரிதாபப்பட்டு அங்கிருந்து அகன்றாள்.

அங்கிருந்து கிளம்பிச் சென்றவள் பௌத்தச் சங்கத்தில் தேரர் சுரேந்திரரைச் சந்தித்தாள். தேரர், காடவன் குறித்து பத்ரா எவ்வாறேனும் கேட்பதற்கு வருவாள் என்று எண்ணியிருந்ததால் அவளிடம் பேசுவதற்குக் காத்திருந்தார்.

" 'நான்' என்பது ஒரு பிழை, ஒரு மயக்கம், ஒருவித கனவுநிலை. மூடிய கண்களைத் திறந்து கொள்ளுங்கள். கனவிலிருந்து வெளியில் வாருங்கள். விஷயங்களை உள்ளபடியே பாருங்கள். நீங்கள் விரும்பும் அமைதி கிடைக்கும். 'நான்' என்ற வஸ்து இல்லை என்பதை அறிந்து கொண்ட ஒருவன் சுயநலம், ஆசைகள், உணர்ச்சிகள் ஆகியவற்றை எளிதில் கடந்து விடுவான். பொருள்களின்மீது ஏற்படும் பற்று, பேராசை, புலன் வழி இழிதல் போன்றவை சென்ற பிறவியின் தொடர்ச்சி. சுயநலத்தால் பொருட்களின்மீது கொள்ளும் ஆசையைத் துறந்து விடுங்கள். அதுவே உங்களுடைய அமைதிக்கு வழி வகுக்கும். அதனால் சாந்தியும் நலனும் ஞானமும் கைவரப் பெறுவீர்கள். இதுவே அமைதி இதுவே சாந்தம் இதுவே நிர்வாணம்" என்று கூறி தனது வகுப்பை முடித்துக் கொண்ட தேரர் சுரேந்திரர் பத்ராவை அழைத்துக் கொண்டு தனியாக ஓர் அறைக்குள் சென்றார்.

"காளனை இல்லையில்லை காடவனை அதுவுமில்லை காளன் என்ற காடவனைக் காவலர்கள் கைது செய்து கொண்டு போன விஷயம் உங்கள் செவிகளுக்கு எட்டியது அல்லவா?"

"எட்டியது."

"காடவன்தான் காளன் என்பது உங்களுக்கு முன்னமே தெரியும் அல்லவா?"

சுரேந்திரர் மௌனம் சாதித்தார்.

"ஏன் என்னிடம் இதைக் குறித்து முன்னமே கூறவில்லை?"

"ஏன் என்றால் காளன் நல்லவன்."

பத்ரா வாய்விட்டுச் சிரித்தாள். "தேரர் கொடுக்கும் நற்சான்று பட்டயம் அருமை" என்றாள்.

"அங்குலிமாலன் கதை சொல்கிறேன் கேள்."

"திருடனாகி இருந்தவன் நல்லவனாக மாறிய கதைதானே? கூறுங்கள்."

“அங்குலிமாலன் சிராவஸ்தி நதிக்கரையில் வசித்து வந்த கொள்ளைக்காரன். அக்கம்பக்கத்து ஊர்களுக்குள் சென்று செல்வந்தர்களை ஈவு இரக்கமின்றிக் கொன்று அவர்கள் பொருள்களைக் கவர்ந்து செல்பவன். அவனால் மக்கள் மூட்டை முடிச்சுகளைக் கட்டிக்கொண்டு ஊரைவிட்டு அகன்று செல்லத் தொடங்கினர். அதுவுமல்லாமல் தான் கொன்ற செல்வந்தனின் விரல் ஒன்றை வெட்டி சேகரித்து பின்னர் அவ்வாறு சேகரித்த விரல்களையும் மாலையாக அணிந்து கொள்வதால் அவனுக்கு அங்குலிமாலன் (விரல் மாலையணிந்தவன்) என்று பெயர்.

ஒருமுறை அவனைத் திருத்தி நல்வழிப் படுத்த வேண்டும் என்று உத்தேசிக்கும் புத்தர் அவன் எந்த மலைப்பகுதியில் நின்று மக்களை வழிமறித்துக் கொல்வானோ அந்த மலையின் சாரலில் நடந்து செல்லும்போது அங்கிருந்த மலைவாழ் மக்கள் தனியாகச் சென்றால் அங்குலிமாலன் கொன்று விடுவான் என்று எச்சரித்தனர். அவர்கள் எச்சரிக்கையைக் காதில் போட்டுக் கொள்ளாமல் புத்த பிரான் நடந்து கொண்டிருந்தார்.

புத்த பிரானைப் பார்த்துவிட்ட அங்குலிமாலன் அவரைக் கொல்வதற்காகத் தனது வில்லை வளைத்துக் குறி வைத்தான். ஆனால் அவரோ அவன் அம்பிற்குச் சிக்காமல் விரைவாகப் போய்க் கொண்டிருந்தார். அன்பிற்குச் சிக்கப் போகின்றவன் அவரைத் தனது அம்பிற்குச் சிக்க வைக்கப் பார்த்தான். அவன் எத்தனை விரைவாக நடந்தாலும் இருவருக்கும் இடையில் இருபது தப்படி தூரம் இருந்துகொண்டே இருந்தது அவனை வியப்படைய வைத்தது. துள்ளி ஓடும் புள்ளி மான்களையும் சீறிப் பாயும் சிறுத்தைகளையும் துரத்திப் பிடித்து அம்பால் வீழ்த்தும் தன்னால் ஒரு சாதாரணத் துறவியை எட்டிப் பிடிக்க முடியாமல் இருந்தது அவமானமாக இருந்தது. இறுதியில் அவன் வாய்விட்டு “ஓய் துறவியே! நில்லும்” என்று கூவினான்.

புத்தர் நின்றார்.

“நான் என் நடையை நிறுத்தி விட்டேன். நீ உன் நடையை நிறுத்து.”

“நிறுத்தி விட்டேன் என்று கூறியபடி நடந்து கொண்டே இருக்கிறீர்களே. என்னை மட்டும் நிறுத்தச் சொன்னால் எப்படி?”

“நான் சொன்னது உனது கெட்ட நடத்தையை.”

அங்குலிமாலனுக்கு எங்கேயோ பொறி தட்டியது. புத்தரின் கால்களில் வீழ்ந்து வணங்கினான். பின்னர் மூன்று துவராடை மட்டும் தனது சொந்தமாகக் கொண்ட ஒரு புத்த பிக்குவானான்.

மறுநாள் அந்த நாட்டின் அரசன் பிரசேனஜித் புத்தரைப் பார்க்க ஜேதவனத்தை அடைந்தான். அப்போது புத்தர் பிரான் அருகில் புதிதாக ஒரு சீடன் இருப்பதைக் கண்டு யாராக இருக்கும் என்ற சிந்தனையில் ஆழ்ந்தான்.

“போதி சத்வரே! என் நாட்டுக்கும் என் நாட்டு மக்களுக்கும் பெரும் தலைவலியாக விளங்கும் அங்குலிமாலனைப் பிடிப்பதற்கு வழிவகை கிடையாதா?” என்று மன்னன் புத்தபிரானிடம் கேட்டான்.

அங்குலிமாலன் தலையை வழித்துக் கொண்டு காஷாயம் தயாரித்துக் கொண்டு கையில் பிச்சை ஓட்டினை வைத்துக் கொண்டிருக்கும் புத்த பிக்குவாக மாறியிருந்தால் என்ன செய்வாய் மன்னா?” என்று புத்தர் பிரான் மன்னன் பிரசேனஜித்துவைக் கேட்டார்.

“விழுந்து வணங்குவேன்” என்றான்

“இதோ இந்தப் புதிய சீடன்தான் அங்குலிமாலன்” என்றதும் மன்னன் வியந்தான்.

“ஆள், அம்பு, படை இருந்தும் என்னால் பிடிக்க முடியாத ஊரே நடுங்கும் கள்வனை ஆயுதமின்றிப் பிடிப்பதற்குப் புத்தர் பெருமானால்தான் முடியும்” என்று அங்குலிமாலனை வணங்கினான்.

“இதுதான் அங்குலிமாலன் கதை” என்று சுரேந்திரர் கூறி முடித்தார்.

“ஒரு கொள்ளையன் புத்தரின் சீடராக மாறலாம். ஆனால் ஒரு புத்தரின் சீடன் கொள்ளையனாக மாறக் கூடுமோ?”

“முடியாதுதான். அதற்காகத்தான் சொல்கிறேன் அவன் கொள்ளையடித்தது எல்லாமே புத்த விகாரம் ஒன்று புகார் நகரில் கட்டப்பட வேண்டும் என்பதற்கும், பௌத்தச் சங்கத்தை விரிவுபடுத்தப்பட வேண்டும் என்பதற்கும்தான்.”

பத்ரா சிறிது நேரம் யோசித்தாள்.

சுரேந்திரரிடம் “அரண்மனை வளாகத்தில் உள்ள தர்மசபையின் முன்பு காடவனின் விசாரணை நாளை நிகழ உள்ளது. அச்சமயம் நீங்களும் சபைக்கு வருமாறு கேட்டுக் கொள்கிறேன்” என்று கூறிவிட்டு அங்கிருந்து அகன்றாள்.

இதுவரையில் தான் பார்த்து வளர்ந்த மென்மையும் அச்சமும் கொண்ட பெண்தானா இந்த பத்ரா என்று அவள் செல்வதையே சுரேந்திரர் பார்த்துக் கொண்டு நின்றார்.

அத்தியாயம் – 24

கோட்டைக்குள் தரும சபையின் மண்டபம் முழுவதிலும் அனைத்துத் தரப்பு மக்களும் திரண்டிருந்தனர். காடவன் என்ற காளன் மீதான வழக்கு விசாரணையும் அதற்கான தீர்ப்பு வழங்குவதும் உடனுக்குடன் நடைபெற இருந்ததால் அரச குடும்பத்தினர், அமைச்சர்கள் அவர்தம் குடும்பத்தினர், செல்வந்தர்கள், அறிஞர்கள், சாதாரணப் பிரஜைகள் என்று தரும சபை நிரம்பி வழிந்தது.

தரும சபையில் அரசனுக்குரிய ஆசனத்தில் வேங்கை வளவன் வந்து அமர்வதற்கு முன்னர் வேதியர் பூர்ணக் கும்பங்களில் கங்கை, காவேரி போன்ற புனித நதிகளின் தீர்த்தங்களை நிரப்பிய கலசங்களைக் கைகளில் ஏந்தி வந்து அங்கிருந்த இடங்களில் எல்லாம் மந்திரங்களை ஓதி புனித நீரைத் தெளித்துவிட்டுச் சென்றனர். மிடற்றுப் பாட்டுகளைப் பாடுவோர் சைவ வைணவக் கடவுள்களின்மீது துதிப் பாடல்களைப் பாடினர். பின்னர் முறைப்படி துந்துபி, முரசம், வேய்ங்குழல் முதலிய மங்கல இசைக்கருவிகள் முழங்கியதும் மன்னர் தனது பரிவாரங்கள் சூழ தரும சபைக்கு வந்து தனக்குரிய ஆசனத்தில் அமர்ந்தார். பின்னர் நீதி நாயகர் தனக்குரிய ஆசனத்தில் அமர்ந்தார். அவருக்குக் குறிப்புகள் எடுத்துக் கொடுக்க ஒன்றிரண்டு நீதி சாத்திர வல்லுநர்கள் அவர் கண் பார்வை படும் இடத்தில் அமர்ந்திருந்தனர். பத்து இருபது இருக்கைகளில் அரசகுல பிரஜைகள் அமர்ந்திருந்தனர். அமைச்சர் வித்தகனை அரசர் எத்தனையோ முறை கேட்டுக்கொண்டும் அவர் அமர்வதற்கு மறுத்து விட்டார். சமய குரு என்பதால்

சுரேந்திரருக்கு என்று தனியாக ஓர் ஆசனம் போடப்பட்டு அதில் அவர் அமர்ந்திருந்தார்.

சிறைக் கோட்டத்திலிருந்து சங்கிலிகளால் கட்டப்பட்டிருந்த காளனை இழுத்து வந்தனர். நான்கைந்து காவலர்கள் சூழ அவன் மன்றத்தின் ஓர் ஓரத்தில் நிறுத்தப்பட்டான்.

காளன் அதுவரையில் காடவனாக இருந்து அடித்த கொள்ளைகள் குறித்து ஊர்க்காவல் துறையைச் சார்ந்த அமைச்சர் வித்தகன் நீண்ட பட்டியலை வாசித்தார். ஒன்றிரண்டு கொள்ளைகளைத் தவிரப் பல கொள்ளைகளில் கொள்ளையடித்தது காடவன்தான் என்பதை நிரூபிக்கும் விதமாகப் பல அடையாளங்கள் இருந்ததையும் சுட்டிக் காட்டிய அமைச்சர் தரும சபையின் முன் தனது அறிக்கையைச் சமர்ப்பித்தார்.

“உன்மீது சுமத்தப்பட்டுள்ள குற்றங்களுக்கு நீ விளக்கம் சொல்ல விரும்புகிறாயா?” என்று காளனை நோக்கி நீதிநாயகர் கேட்டார்.

காளன் கடந்த ஒரு வாரமாகச் சிறைக் கோட்டத்தில் காவல் அதிகாரிகளால் பல்வேறு இன்னல்களுக்கும் உடல் ஊறுகளுக்கும் ஆளாகியிருந்ததால் அவனது உடல் மெலிந்து ஆங்காங்கே குருதி உறைந்து போயிருந்த ரணங்கள் பரவியிருந்தன. இருண்ட முகத்தில் தாடியும் மீசையும் புதர் போலச் செழித்து வளர்ந்திருக்க,மேனி கறுத்து கண்கள் இரண்டும் இரண்டு குழிகளைப் போலாகிப் பார்ப்பதற்குப் பரிதாபமான தோற்றத்துடன் காணப்பட்டான்.

“முதலில் எனக்குக் குடிப்பதற்கு நன்னீர் வேண்டும்” என்றான். அவனது குரல்தானா என்று பார்வையாளர்கள் பகுதியில் நின்று கொண்டிருந்த பத்ராவின் கண்களில் தன்னிச்சையாகக் கண்ணீர் வழிந்தது. அதுவரையில் காளனின் கோலத்திற்காக வருந்தியவள் இப்போது அவன் குடிப்பதற்கு நன்னீர்கூட இல்லாமல் சிறையில் வாடுவதை அறிந்து கழிவிரக்கம் கொண்டாள்.

“யாரங்கே! தண்டனைக் குற்றவாளிக்கு நன்னீர் கொண்டு கொடுங்கள்.”

காளன் தனக்கு அளிக்கப்பட்ட மட்பாண்ட நீரை மேல் எல்லாம் வழியும் வண்ணம் வேக வேகமாகப் பருகினான்.

“நீதி நாயகருக்கும் மன்னருக்கும் எனது பணிவான வணக்கங்கள். என்மீது பதினைந்து குற்றங்கள்

சுமத்தப்பட்டுள்ளன. இல்லங்கள் வாரியாகக் கணக்கு வைத்திருக்கும் நான் இவற்றில் பன்னிரண்டு இல்லங்களில் மட்டுமே களவாடியுள்ளேன். எஞ்சியுள்ள மூன்று இல்லங்கள் நான் களவாடியது அல்ல. நான் பன்னிரண்டு இல்லங்களைக் களவாடியதை ஒப்புக் கொள்கிறேன். என் பக்கம் நியாயம் கிடைக்க வேண்டும் என்பதால் பேசவில்லை. இருந்தாலும் எனக்கு ஒருவேளை மரண தண்டனை அளிக்கப்பட்டால் என் மனதில் உள்ளதை என்னால் சொல்ல இயலாமல் போய்விடும். சிறு வயது முதலே நான் வாயப்பேச்சிலும், சாகசங்கள் புரிவதிலும் சூரன். என் தந்தை ஒரு மந்திரி என்பதால் எனக்குச் சகல கலைகளையும் கற்பித்தார். நான் கெட்டியாகப் பற்றிக்கொண்டேன். இயற்கையில் இறைவன் எனக்களித்த வசீகரத் தோற்றத்தால் பெண்கள் என்னிடம் மயங்கி விடுவது எனது இளம் பருவத்திலிருந்து தொடர்ந்தது. சஞ்சலம் கொண்ட மனது ஐம்புலன்களின் வழி சீரழிந்து நான் வருந்தும்போதெல்லாம் எனக்கு உறுதுணையாக நின்றது நமது ஊரின் எல்லையில் உள்ள புத்தப் பள்ளியும் புத்தச் சங்கமும்தான். சங்கம் என்னை நல்வழிப்படுத்த முயன்றது. சமணமும் பௌத்தமும் ஒரே கால கட்டத்தில் தோன்றிய சமய நெறிகள் என்றாலும் புத்த மதம் சமணம் போல தமிழகத்தில் வேகமாகப் பரவ முடியவில்லை. புகார் நகரத்தில் உள்ள புத்தச் சங்கம் நிதியின்றி தள்ளாடி வந்தது. அங்கு வந்து செல்லும் தேரர்கள் சோழ மாமன்னரின் கருணைப் பார்வை விழப்பெற்றவர்கள் என்றாலும் புத்தச் சங்கம் செய்வதற்கான பணிகள் ஏராளம். அதில் உள்ள நூல்களைத் தமிழ் மொழிக்குக் கொண்டு வரும் பணியே எனது ஒரு பிறவியில் முடியாது போல உள்ளது. சங்கம் வளர நிதி வேண்டியிருந்தது. அப்போதுதான் எனக்குக் கன்னம் வைத்துக் களவாடும் ஒரு கள்வர் தலைவனுடன் பழக்கம் ஏற்பட்டது. களவாடுவதன் மூலம் கிடைக்கும் பெரும் செல்வத்தை அப்படியே சங்கத்திற்கு அளிப்பது என்று எண்ணினேன். என் வழிமுறை தவறாக இருக்கலாம். ஆனால் நோக்கம் தவறானது இல்லை" என்று கூறி முடித்தான்.

சரியாகச் சொல்வது என்றால் பொன் புத்தரைக் களவாடியதன் மூலம் தனது காடவன் வேடத்தைக் களைந்துவிட்டு காளனாகி பத்ராவின் கரம்பற்றி அவளது தந்தை மும்முடி நாய்கன் மூலம் வணிகத்தில் இறங்கி இரண்டு திங்களில் நற்பெயர் சம்பாதித்து அரசாங்கத்

தொடர்பைப் பெற்று பின்னர் தனது சதி வேலைகளைத் தொடங்க எண்ணியிருந்தான். ஆனால் நடுவில் யுவராஜன் உள்ளே புகுந்து எல்லாவற்றையும் குழப்பி விட்டான். அவன் இளவரசன் என்பதால் அவனுக்கு சாதகமான தடயங்களை உருவாக்கி அமுதவல்லியின் கொலைப்பழியையும் தன்மீது போட்டு தனக்கு மரணதண்டனையை உறுதி செய்து விடுவார்கள் என்பதால் தனது சதித் திட்டம் முழுவதும் பாழாகி விடும் என்ற கலக்கம் மட்டுமே காளனிடம் எஞ்சியிருந்தது. சிறைவாசம் என்றாலாவது அங்கிருந்து தப்பிச் செல்வதற்கு முயலலாம். மரணதண்டனை என்றால் எல்லாம் பாதியில் நின்றுவிடும். தான் கொள்ளையடித்ததில் ஒரு பகுதியை மட்டுமே புத்த சங்கத்துக்கு அளித்து வந்தான். மீதியை எந்நேரமும் வடக்கிலிருந்து பாண்டியர்களைக் கைக்குள் போட்டுக் கொண்டு உள்ளே வரும் படைகளுக்குப் படை வீரர்களைத் திரட்டும் பெரும் பணிக்கு ஒதுக்கி வைத்திருந்தான். அனைத்தும் பாழாகி விடும்.

ஊழின் வேர்த் தடங்கள் எதுவரை எவ்வாறு செல்லும் என்று யாரால் கணிக்க முடியும்?

நீதி நாயகர் ஒருமுறை சபையினரைப் பார்த்து “இங்குள்ள யாராவது காளன் பக்கம் இருக்கும் நியாயத்தை எடுத்துரைக்க முன்வந்தால் அறிவிக்கவும்” என்றார். அந்த ஒற்றை வேண்டுகோளுக்குக் காத்திருந்த பத்ரா அவையின் முன்வந்து “அவையோருக்கும் மன்னருக்கும் எனது சிரம் தாழ்ந்த வணக்கம். மன்னரின் வெண்கொற்றக் குடையும் அறவழியும் வானும் மண்ணும் உள்ளவரையில் நீடூழி வாழட்டும். புகார் நகரின் பெருவணிகன் ஏனாதி மும்முடி நாய்கனின் மகள் நான். பத்ரா என்பது எனது பெயர். நான் குற்றம் சுமத்தப்பட்டு நிற்கும் காளன் பக்கத்தில் இருக்கும் நியாயங்களை எடுத்துரைக்க அனுமதி கோருகிறேன்.”

இத்தனை அடிமுட்டாளாகவா இவள் இருப்பாள் என்று அந்த நேரத்தில் இருவர் மனதில் தோன்றியது. ஒன்று குற்றம் சுமத்தப்பட்ட காளன் என்ற காடவன். இரண்டாவது கூட்டத்தில் இருந்த பத்ராவின் தோழி புஷ்பவல்லி. பத்ராவின் தந்தை நிலைமை கைமீறிப் போய் மகளைக் கேள்வி கேட்பதில்லை என்ற முடிவுக்கு வந்து விட்டதால் அவருக்கு இது அதிர்ச்சியை ஏற்படுத்தவில்லை.

“ஐயா காளன் மீது சுமத்தப்பட்ட குற்றங்கள் எவை எவை என்று கூறுங்கள்”

“காடவன் என்ற பெயரில் கள்வனாக மாறி பல மாளிகைகளில் கன்னமிட்டு விலை மதிப்பற்ற பொன்னையும் பொருளையும் களவாடிய குற்றம். இரண்டாவது கணிகையர் வீதியில் சுந்தராங்கியின் மாளிகைக்குள் புகுந்து சுந்தராங்கியின் மகள் அமுதவல்லியைக் கொலை செய்துள்ளான்.”

“நல்லது. முதல் குற்றச்சாட்டிற்குப் பிறகு வருகிறேன். இரண்டாவது குற்றச்சாட்டு அவர் மீது புனையப்பட்டது என்று கருதுகிறேன்.”

“தக்கக் காரணம் உள்ளதா?”

“அமுதவல்லியை முதலில் நாட்டிய அரங்கேற்றம் முடிந்ததும் ஆயிரம் கழஞ்சு பொற்காசு கொடுத்து வாங்கியவன் காளன். அவருக்கும் அமுதவல்லிக்கும் நல்ல உறவுமுறை இருந்து வந்துள்ளது. கலைகளில் காளன் நிபுணன் என்பதால் அமுதவல்லி அவன்மீது காதலில் மயங்கிக் கிடந்தாள். அவளைக் காளன் கொல்வதற்கு முகாந்திரம் எதுவுமில்லை. அந்த நோக்கில் அரச குடும்பத்தைச் சேர்ந்தவர் ஒருவரோ அல்லது வேறு மிகப்பெரிய செல்வந்தரோ இருந்திருக்க வேண்டும். எனவே அமுதவல்லியின் கொலைப்பழி காளன்மீது சுமத்தப்பட்டதற்குக் காரணம் பழியிலிருந்து அந்தப் பெரும் புள்ளியைக் காப்பாற்றவே.”

“பத்ரா நீ யாழ் வாசிப்பதில் சிறந்தவள் என்று எண்ணியிருந்தோம். கற்பனையில் காவியம் புனைவதிலும் தேர்ந்தவளாக இருக்கிறாயே.”

தரும சபை சிரித்தது.

“தரும சபையின் நற்சான்றுக்கு எனது நன்றி. ஆனால் இது கற்பனைப் புனைவு அல்ல. நீங்கள் நேரில் பார்த்ததாகக் கூறும் சுந்தராங்கியை ஒருசில கேள்விகள் கேட்க எண்ணியுள்ளேன். அனுமதி தர வேண்டும்.”

சுந்தராங்கி சபையின்முன் வந்து நிற்க அனுமதிக்கப்பட்டாள்.

“காளன் என் காதலன் என்பதற்காகவோ அவன் கள்வன் என்பதற்காகவோ அல்லாமல் மனசாட்சிக்குப் பொதுவான பதில் கூறுங்கள். அமுதவல்லியை அவன் எவ்வாறு கொன்றான்?”

“தனது வாளால்.”

“உங்கள் கண்களால் பார்த்தீர்களா?”

“ஆமாம். அவளது அறையில் பெரும் சத்தம் கேட்டது. சென்று பார்த்தால் இந்தக் காளன் முகத்திரை அணிந்து கொண்டு காடவனாக நின்று கொண்டிருந்தான்.”

“அவன் காடவன் என்பது அப்போதே உங்களுக்குத் தெரியுமா/”

“அட நீ என்னம்மா? இப்போது அடையாளம் காட்டப்படும் காடவன் என்ற காளன் அங்கே நின்று கொண்டிருந்தான். அவன் கைகளில் வாள் இருந்தது. கொள்ளையடிப்பதைத் தடுக்க வந்த எனது மகளைத் தன் வாளால் வெட்டிக் கொன்றான்”

“வாள் பிரச்சனைக்குப் பின்பு வருவோம். உங்களுக்கும் உங்கள் மகளுக்கும் காளன்தான் காடவன் என்று தெரியாது அல்லவா?”

“தெரியாது.”

“ஆனால் காளனுக்கு நீங்கள் சுந்தராங்கி என்றும் அமுதவல்லி யார் என்றும் தெரியும் இல்லையா?”

“தெரியும்.”

“உங்கள் மகளை ஆயிரம் கழஞ்சு பொன் கொடுத்து வாங்கிய காளன் காடவனாக வந்து எதற்காக அமுதவல்லியை வெட்டிக் கொல்ல வேண்டும்? உங்களுக்குத்தான் அவனைத் தெரியாதே தவிர அவனுக்குத் தெரியாமல் இருக்காதே. உங்களைத் தெரிந்திருக்கும், உங்கள் இல்லத்தைத் தெரிந்திருக்கும். எனவே காளனின் நோக்கம் கொள்ளையடிப்பதே அன்றி உங்கள் மகளைக் கொல்வதாக இருக்க முடியாது. சரி, கொள்ளை அடிக்க வந்த இடத்தில் உங்கள் மகள் தடுத்ததால் அவளைக் கொன்றான் என்று எடுத்துக் கொண்டாலும் வாளால் கொன்றதாகக் கூறியுள்ளீர்கள். நல்லது. கன்னமிடுவதற்குச் செல்லும் கள்வர்கள் உடைவாள் கொண்டு செல்ல மாட்டார்கள். சிறிய குறுவாள் கொண்டு செல்வதுதான் வழக்கம்” என்று கூறியவள்,

“தரும சபையினரே! காளனிடமிருந்து கைப்பற்றப் பட்ட பொருட்களை இங்கே பார்வைக்கு அனுமதிக்கலாமா?” என்று கோரினாள்.

அப்போதே மன்னருக்குச் சற்று அச்சம் சூழ்ந்தது. யுவராஜன் அங்கிருந்ததை மறைக்கப்போக அதன் காரணமாக இவள்

மேலும் மேலும் குடைந்து கேள்விகள் கேட்டால் விபரீதம் ஆகி விடுமோ என்று அஞ்சினார்.

அவள் கோரிய வண்ணம் காளனிடமிருந்து கைப்பற்றப்பட்ட பொருட்கள் அவையின் பார்வைக்குக் கொண்டு வரப்பட்டன. ஒரு வாள், நிறைய ஆபரணங்கள், கூடவே யாரும் எதிர்பாராத ஒரு புத்தர் சிலை. அழகிய சிறிய பொன்னால் ஆன சிலை.

“ஆ! அது என் இல்லத்திலிருந்து களவாடப்பட்ட சிலை” என்று ஏனாதி மும்முடி நாய்கன் எழுந்து நின்று கூறினார்.

அவையில் மீண்டும் சலசலப்பு. பத்ராவே வியப்புற்றாள். அமுதவல்லி சாகும் தறுவாயில் புத்தர் புத்தர் என்று புலம்பியது நினைவுக்கு வந்தது.

“நீண்ட வாள் அதுவும் படைத் தளபதிகள் உபயோகப்படுத்தும் வாளை ஒரு கன்னமிடும் கள்வன் கொண்டு செல்வது முதலில் இயலாத செயல். குறுவாள் என்றால் நீங்கள் சொல்வது சரி. எனவே உயிர் சாட்சியங்களை தயார்ப்படுத்துவதில் இருந்த கவனம் உயிரற்ற சாட்சியங்களைத் தயார் செய்வதில் இராஜாங்க அதிகாரிகள் அசிரத்தையாக இருந்து விட்டனர். எனவே எனது வாதம் இதுதான். அரசாங்கத்தைச் சேர்ந்த வேறு யாரோ அமுதவல்லியைக் கொன்றிருக்க வேண்டும். அதனை மறைக்கப் பழியை காளன்மீது போட முயல்கின்றனர். இது சந்தேகத்துக்கு இடமின்றி ஊர்ஜிதம் செய்யப்படாமல் காளனுக்குத் தண்டனை வழங்குவது நீதியாகாது. இப்போது முதல் குற்றத்திற்கு வருகிறேன். புத்த சரித்திரத்தில் அங்குலிமாலன் என்ற கொள்ளையன் ஒருவன் புத்தரின் போதனைகளால் மனம் மாறி அவரிடம் சீடனாகச் சேரும்போது மன்னர் பிரசேனஜித்து அவனை மன்னித்து அவனது பாதங்களில் பணிந்ததாகப் பௌத்த நூல்கள் கூறுகின்றன. இதோ உங்கள் முன் நிற்கும் காளன் குற்றமற்றவன் என்று கூறவில்லை. ஆனால் அவன் கொள்ளையடித்தது தனது சொந்த நலனுக்காக இல்லாமல் புத்தச் சங்கத்திற்காக என்பதால் அவனுக்கு அளிக்கப் போகும் தண்டனையைக் கணிசமாகக் குறைக்கலாம். இதுவே எனது வாதம்” என்று முடித்தாள்.

பத்ராவின் வாதத் திறனை எண்ணி சபை வியந்தது.

தரும சபையின் வாதங்கள், பத்ராவின் வாதம் இவற்றை எல்லாம் மீறி தனது மைந்தன் தனஞ்செயன்மீது

பழிநேராமல் காக்கும் கவனம் எல்லாவற்றையும் உத்தேசித்து தரும சபையின் ஆலோசனைகளைக் கேட்டுத் தீர்ப்பு வழங்கினான். பௌத்தச் சங்கத்தின் தேரர் சுரேந்திரரையும் அழைத்து விசாரித்தனர்.

“காளன் செய்த குற்றங்கள் மன்னிக்கப்படக் கூடிய குற்றங்கள் இல்லை. ஆனால் பத்ரா வாதிட்டது போல அவனது நோக்கம் நல்ல நோக்கமாக இருப்பதால் அவன் மீண்டும் திருந்தி நல்ல புத்தியுடன் செயல்பட ஒரு சந்தர்ப்பத்தை வழங்க இராஜாங்கம் தீர்மானித்துள்ளது. எதிர்பாராதவிதமாக மர்மமான முறையில் அமுதவல்லியின் மரணம் நிகழ்ந்துள்ளது. சோழ அரசு அமுதவல்லியின் தாயாருக்குத் தேவையான நிவந்தங்களை அளிக்க ஆணையிடுகிறேன். காளன் இனிமேல் களவுத் தொழிலை மேற்கொள்வதில்லை என்று உறுதி அளித்து, இதுவரையில் தான் கொள்ளையடித்த பொருட்களுக்கு ஈடான பொற்காசுகளை ராஜாங்கக் கருவூலத்தில் செலுத்திவிட்டால் அவனை விடுதலை செய்ய உத்தரவிடுகிறேன். இது அரச கட்டளை. இதன்மீது இனி எவ்விதத் திருத்தமும் இல்லை என்று கூறுகிறேன். சபை கலையலாம்.”

விதி பத்ராவை இழுத்துச் செல்லும்போது மறு வார்த்தை சொல்வதற்கு யாருக்குத்தான் என்ன இருக்கிறது? தனது தந்தை ஏனாதி மும்முடி நாய்கனிடம் போராடி காளன் கொள்ளையடித்த தொகையைச் செலுத்தி காளனை மீட்டாள்.

காளனுக்கு நடப்பவை யாவும் ஒரு கனவு போலத் தோன்றியது. தனது வாக்குச் சாதுரியம் பல்வேறு மொழிகளில் அவனுக்கிருந்த புலைமை இவற்றைக் கொண்டு பத்ராவின் தந்தையிடம் வாணிபத்தைக் கற்றுக் கொண்டவன் இரண்டே திங்களில் ஊர் மெச்சும் வாணிபனாக மாறினான். ஏனாதி மும்முடி நாய்கனே அவனது திறமையைக் கண்டு வியக்கும் அளவிற்கு வாணிபத்தில் ஈடுபாடு காட்டினான்.. தன்னைத் திறமையானவன் என்பதை நிலை நிறுத்திக்கொண்ட பின்னரே பத்ராவின் கரத்தை ஒரு நல்லநாள் பார்த்து நல்ல முகூர்த்த வேளையில் பற்றினான். ஊரறிய தாலி கட்டி அவளைத் தனது மனைவியாக ஏற்றுக் கொண்டான்.

அத்தியாயம் - 25

பட்டினால் நெய்த சீலை ஒன்றை பத்ரா அணிந்திருந்தாள். வெண்ணிறப் பட்டு நூலினால் நெய்யப்பட்ட அந்தச் சீலையில் வர்ணச் சாயம் ஏற்றி மரகதப் பச்சையில் உடலும் இலைப் பச்சையில் ஓரமும் வர்ணம் தீட்டப்பட்டுப் புடவையின் ஊடே வெண்ணிற மற்றும் வர்ணச் சாயம் ஏற்றப்பட்ட திரித்த நூல்கள் கொண்டு பூவேலைப்பாடுகள் செய்யப்பட்டிருந்தது. அந்தச் சீலை அவளது உடலோடு ஒட்டி அவளை ஒரு தேவமகளைப் போலக் காட்டியது.

பொன் கிண்கிணிகள் சிலம்பும் கொலுசினை அணிந்திருந்த அவளது பாதம் இரண்டும் வாடாத செந்தாமரை மலர்களைப் போலிருந்தன. இளம் பெண் யானையின் துதிக்கையைப்போன்ற நீண்ட தொடைகள் இரண்டும் அவளது ஆடையின் ஊடே அசைந்து கொண்டிருந்தன. உடுக்கையைப்போல ஒடுங்கிய இடுப்பும், காமம் என்ற பெருநதியில் தோன்றும் சுழியினைப் போன்று பார்ப்பவரை மயக்கும் நாபிச் சுழியும், சோழமண்டலப் புகார் நகரின் செழுமையைப் போலப் பருத்திருந்த தனங்களும் ஒளி வீசும் நவரத்தினக் கற்கள் பதித்த பொன் வளையல்களையும், தொய்யில் எழுதக் காத்திருப்பது போன்ற பருத்த மூங்கில் போன்ற தோள்களையும், ஆழ்கடலில் கிடைத்தற்கு அரிய வலம்புரிச் சங்கினைப் போன்ற வெண்ணிற நீண் கழுத்தையும், செந்தாமரை போன்ற மலர்ந்த முகத்தில் துள்ளிக் குதிக்கும் கெண்டை மீன் போன்ற அழகிய நீண்ட விழிகளையும், மெல்லிய செவிகளின் ஊடே

அலைபாய்ந்த அவளது மயிர்க்கற்றை அவள் அணிந்திருந்த செவிக்குழைகளின் ஊடாக அவளது கன்னங்களின்மீது கோலமிட்டுச் சுருண்டு கிடந்தது.

பத்ராவின் பேரழகில் மயங்கிய காளன் அவளை வாரி அணைத்தான். அவனது நெடிய ஆண்மை மிக்க வலிய கரங்களில் பத்ரா தன்னை அடைக்கலமாகக் கொடுத்தாள். இருவரது வெப்பக் காற்றும் முன்பனிக் காலக் காற்றில் சூடு ஏற்றிக் கொண்டிருந்தன.

"குண்டலகேசி" என்று அவளது செவிகளில் தனது கூரிய மூக்கை உரசியபடி கிசுகிசுத்தான்.

"அது என்ன குண்டலகேசி?"

"உன்னை முதன் முதலாகப் பார்த்தபோது என்னை மிகவும் கவர்ந்தது நெளி நெளியாகச் சுருண்டு உன் குண்டலங்களின் வழியாகக் கன்னங்களில் படிந்து நிற்கும் இந்தக் கூந்தல்தான். அதனால் உன்னுடைய பெயர் குண்டலகேசியாக இருந்தால் பொருத்தமாக இருக்கும் என்று எண்ணினேன்" என்றான்.

"குண்டலகேசி! என்ன ஓர் அழகான பெயர். ரசனைக்காரர்தான் நீங்கள். இனி என்னைத் தங்கள் வாயால் குண்டலகேசி என்று அழைத்தால் போதும்."

அவளை அணைத்தபடியே "சிறையில் வாடியிருந்த காலத்தில் ஒருமுறை கருவண்டு ஒன்று சிறையில் என்னை அடைத்து வைத்திருந்த அறைக்குள் விடாமல் துரத்தியது. வாளுக்கும் வேலுக்கும் அஞ்சாத எனது மனம் அந்தக் கருவண்டின் சிறகொலிக்கா அஞ்சும்? எனது தனிமை காரணமாக அதனோடு பேசத் துவங்கினேன்" என்றான்.

"ஒரு வண்டுடனா?"

"ஆம்."

"அப்படி என்ன பேசினீர்கள்?"

"கருவண்டே! செவ்வழிப் பண்ணில் பாடப்படும் இனிய சொற்களைப் போல ரீங்காரமிடும் வண்டே! நீ செல்லும் வழிகளை நன்றாக ஆராய்ந்து அறிந்து சென்று என் நெஞ்சம் கவர்ந்த பத்ராவின் அறைக்குள் சென்று அவள் உறங்கும் வேளையில் அவளது மார்பில் பூசிய செம்பஞ்சுக் குழம்பில் மூழ்கி அதே வாசனையுடன் என்னை வந்து அடைந்து என் காதலியின் நறுமணத்தை எனக்களித்து என் மனதில் இருந்த ஏக்கத்தைத் தணிப்பாயாக என்று கூறினேன்."

“சிறைவாசம் கொடூரமாக இருந்ததா?”

“காவலர்கள் அடித்தது வலிக்கவில்லை. உன்னைப் பாராமல் மாண்டு விடுவேனோ என்ற நினைப்புதான் அதிகம் வலித்தது”

“நடந்தவை நல்லதற்கு என்று நம்புவோம். அவை நமது சிந்தையிலிருந்து மறைந்து போகட்டும். இனி புது வாழ்வைத் தொடங்குவோம்” என்று அவனது மார்பை இறுகத் தழுவினாள்.

அவர்களது இன்ப வாழ்க்கை இரண்டு வாரங்கள் இனிமையாகச் சென்றது. காளன் பகல் பொழுதுகளில் புகார் கடற்கரைக்குச் சென்று அங்கு வரும் கப்பல்களில் உள்ள சரக்குகளைப் பார்த்து அவற்றின் தரத்திற்கேற்ப விலை நிர்ணயம் செய்து வணிகர்களுடன் நைச்சியமாகப் பேசி விலை நிர்ணயித்து சரக்குகளை வாங்கி பின்னர் அங்காடித் தெருக்களில் உள்ள கடைகளில் நல்ல இலாபம் கிடைக்கும் வண்ணம் விற்று ஏனாதி நாய்கனின் மதிப்பில் சரசரவென்று உயர்ந்து நின்றான்.

“நீ முதலிலேயே என்னிடம் வந்து சேர்ந்திருந்தால் உன்னை மிக நல்ல முறையில் கோடி கோடியாகப் பொன்னும் பொருளும் கொண்டுவரும் வாணிபனாக மாற்றியிருப்பேன். இனியும் பழையதை எண்ணி வருத்தப்பட வேண்டாம்” என்று அவர் கூறினார்.

காளன் மீண்டும் ஒரு வாணிபன் என்ற போர்வையில் அரண்மனை வளாகத்திற்குள் வலம் வரத் தொடங்கினான். முன்புபோல அவனும் அரண்மனை மகளிரிடம் அனாவசியப் பேச்சுக்களை வைத்துக் கொள்ளவில்லை. அவர்களும் அவனது காடவன் என்ற நிலைக்காக நெருங்கிப் பழகுவதில் தயக்கம் காட்டினர். ஒரு வாணிகனுக்குத் தேவையான வாக்கு சாமர்த்தியம் மூலம் அரண்மனை மகளிரிடம் இனிக்க இனிக்கப் பேசி பொருட்களை அதிக விலைக்கு விற்று வந்தான்.

ஒருநாள் காளன் தனது மாளிகையில் பத்ராவுடன் இருக்கும் வேளையில் “குண்டலகேசி” என்று அவளது கூந்தலைத் திருத்தியபடி கேட்டான்.

“ம்ம்” என்று அவனது மார்பில் சாய்ந்தபடி பத்ரா அவனது மார்பில் சுருண்டு கிடந்த மயிர்க் கற்றைகளைத் தனது விரல்களால் அளைந்தபடியே கேட்டாள்.

“எனக்காக நீ வழக்காடியபோது என்னிடமிருந்து கைப்பற்றப்பட்ட மூட்டையில் இருந்த புத்தர் விக்ரஹம் எங்கே குண்டலகேசி?”

“பள்ளியறையில் புத்தருக்கு என்ன வேலை?”

“இல்லை அந்தப் புத்தர் சிலையை முதன்முதலில் உன் தந்தை மாளிகையிலிருந்து எடுக்கும்போது அதன் அழகில் மயங்கினேன். மீண்டும் ஒருமுறை பார்க்க வேண்டும் போல உள்ளது. அதனால் கேட்டேன்.”

“பூஜை அறையில் வைத்துள்ளேன். காலையில் நீராடிவிட்டு பிரார்த்தனை செய்துவிட்டு எடுத்துத் தருகிறேன்” என்றாள்.

இரவில் யாழ் மீட்டி பண்களைக் குறித்து வெகுநேரம் பேசியிருந்துவிட்டு பின்னிரவில் உறங்கச் சென்றார்கள்.

பத்ராவிற்கு ஏதோ ஒரு பொறி தட்டவே காளனை முழுவதும் நம்புவதற்கில்லை என்பதால் அவன் புத்தரைப்பற்றி கேட்டது மண்டையைக் குடைந்து கொண்டே இருந்தது. கண்கள் மூடியிருந்தாலும் உறக்கம் வராமல் ஏதேதோ சிந்தனையில் தடுமாறிக் கொண்டிருந்தாள்.

வெளியில் பெருத்த அரவம் கேட்டது பதறியடித்துக் கொண்டு உப்பரிகையில் சென்று பார்த்தாள். “கரிகால் பெருவளத்தான் மாளிகை பற்றி எரிகிறது” என்று வீதியில் யாரோ கூவியபடி ஓடிக் கொண்டிருந்தனர். கோட்டை வாயிலைவிட்டு வெண்ணிற உடையணிந்து ஒரு பெண் காட்டை நோக்கிப் போய்க் கொண்டிருப்பதாக யாரோ அலறி அழும் ஓசை கேட்டது. வானில் கருமேகங்களுக்கு இடையில் வட்ட வடிவில் நிலா தோன்றியது. திடீரென்று அந்த நிலா புத்தரின் முகமாக மாறிச் சிரித்தது. “கரிகாலன் மாளிகைக்குத் தீ வைத்தது நான்தான்” என்று புத்தர் கோரமாகச் சிரித்தார். “கருணைக் கடலான தாங்களா இப்படி ஒரு காரியம் செய்தது?” என்று பத்ரா பதறினாள். “அதைச் செய்தது புத்தர் இல்லை நான்” என்று நிலவில் இருந்த புத்தரின் முகம் மறைந்து சுரேந்திரரின் முகம் தெரிந்தது. “இல்லை. தேரர் அதனைச் செய்யவில்லை, நான்தான் செய்தேன்” என்று அந்த முகம் காளனின் முகமாக மாறியது.

“காளன்” என்று அலறியபடி அவள் எழுந்தாள். அருகில் அவன் இல்லை. சந்தேகம் ஏற்பட்டுவிட்டால் அதனைத் தீர்த்துக் கொள்ளவில்லை என்றால் அது விஷச்

செடியாக வேர் விட்டுவிடும் என்பதால் அவன் எங்கே என்று தேடிக் கொண்டு கிளம்பினாள். மேல்மாடத்தில் அவனைக் காணாமல் கீழே படிகளில் இறங்கிச் சென்று பார்த்தாள். ஒருவேளை அவன் மீண்டும் காடவனாக மாறி கொள்ளையடிக்கச் செல்கின்றானோ என்ற சந்தேகம் வலுத்தது. கீழே பூஜையறையில் சத்தம் கேட்கவே பாவை விளக்கின் திரியைத் தூண்டிவிட்டுச் சுடரைப் பிரகாசப்படுத்தி உள்ளே நுழைந்தாள். காளன் அடிமேல் அடி எடுத்து புத்தர் சிலையை நோக்கிச் சென்று கொண்டிருந்தான்.

பத்ராவின் மேகலையில் சிக்கிய சிறிய பூஞ்சாடி ஒன்று மேசையிலிருந்து உருண்டு கீழே விழுந்து பெருத்த ஒலி எழுப்பியது. போய்க்கொண்டிருந்த காளன் சட்டென்று திரும்பிப் பார்த்தான்.

அவன் முகம் பத்ராவைக் கண்டதும் இருளடைந்தது போலானது. ஒரு கணம்தான்.

"குண்டலகேசி! பல்வேறு சிந்தனைகளில் மூழ்கியிருந்த எனக்குச் சரியாக உறக்கம் வரவில்லை. நீயோ நன்கு உறங்கிக் கொண்டிருந்தாய். தூக்கம் வராமல் உப்பரிகையில் அங்கும் இங்கும் உலாவிக் கொண்டிருந்தேன். சட்டென்று எனக்கு அந்த புத்தர் சிலை நினைவுக்கு வந்தது. அதன் வேலைப்பாட்டினை ரசிக்கலாம் என்று வந்தேன்" என்றான்.

இந்த இடத்தில் பத்ரா சுதாரித்துக் கொண்டாள்.

"புத்தர் சிலை எங்கே ஓடிப்போகப் போகிறது? கவலை வேண்டாம். நாளை காலையில் தாமரை மலர்களைக் கொண்டு அர்ச்சனை செய்த பின்பு நானே உங்களுக்கு எடுத்துத் தருகிறேன்" என்று அவனைக் கையோடு இழுத்து வந்தாள்.

காளனால் மறுப்பு எதுவும் சொல்ல முடியவில்லை என்றாலும் தனது முயற்சி தோல்வியடைந்ததை எண்ணி வருத்தப்பட்டான்.

இருவரும் வெவ்வேறு காரணங்களுக்காக உறக்கம் வராமல் புரண்டு கொண்டிருந்தனர். பத்ரா எப்போது உறங்கினாள் என்பது தெரியாமல் உறங்கிவிட்டு எங்கோ யானையின் பிளிறல் ஒலி கேட்டு எழுந்து கொண்டாள். அருகில் காளனைக் காணவில்லை.

இரவில் தூக்கம் சரியாக இல்லாததால் கண்கள் சிவந்து கிடந்தன. முகத்தில் குளிர்ந்த நீரால் வாரி வாரி அடித்துக் கொண்டு தெளிந்தவள் தனது ஆடைகளைச் சீர் செய்து கொண்டு ஒருமுறை இரவு நடந்தவற்றை எண்ணிப் பார்த்தாள். நிலைக் கண்ணாடியின் முன்பு அமர்ந்து மேனியில் ஏற்பட்ட மாற்றங்கள் அடையாளங்களைக் கண்டு நாணமுற்றாள். "சரியான கள்வன். உடல் பொருள் ஆவியை ஒன்றாகக் கவரும் கள்வன்" என்று சிரித்தாள். நள்ளிரவில் அவன் பூஜையறைக்குள் சென்று புத்தர் சிலையை எடுக்க முயன்றது அவளுக்கு நினைவில் எழுந்தது.

எழுந்து கீழ் தளத்திற்குச் சென்றாள். அங்கும் காளனைக் காணவில்லை. சேடிப் பெண்ணிடம் விசாரித்தாள்.

"தெரியவில்லை அம்மா! சற்று முன்னர் யானையின் பிளிறல் ஒன்று கேட்டது. அரண்மனை யானை ஏதாவது மதம் கொண்டு கட்டை அறுத்துக் கொண்டு விட்டதோ என்று வெளியில் பார்த்தேன். உங்கள் நாயகர் வேறு ஒருவருடன் பேசிக் கொண்டிருந்ததைக் கண்டேன். பிறகு இருவரும் புரவியில் ஏறி மேல்திசை நோக்கிச் சென்றனர்" என்றாள். குழம்பிய மனநிலையுடன் இருந்த பத்ரா நீராழி மண்டபத்திற்குச் சென்று உடல் குளிர நீராடிவிட்டுக் கரையேறினாள்.

பின்னர் தூய வெண்ணிற ஆடையில் எளிமையான அலங்காரத்துடன் கைகளில் தாமரை மலர்களை ஏந்தியபடி பூஜையறைக்குள் நுழைந்தாள். புத்தர் சிலைக்கு முன் தாமரை மலர்களை வைத்து வணங்கிவிட்டு துதிப்பாடல் ஒன்றைப் பாடினாள். பிறகு தரையில் மண்டியிட்டு வணங்கினாள்.

புத்தர் சிலையைக் கைகளில் எடுத்தாள். அவருடைய நீட்டிக் கொண்டிருக்கும் சிகை, மேலாடையின் நெளிவுகள், புத்தரின் முத்திரை, அவரது விரல்களில் உள்ள நகங்களைக் கூட நுணுக்கமாகச் செதுக்கியிருந்த விதம் இவற்றைக் கண்டு வியந்தாள். ஆனால் இது அனைத்துப் புத்தர் சிலைகளிலும் உள்ளதுதானே? இதில் என்ன சிறப்பான வேலைப்பாடு இருக்க முடியும்? அதன் பின்பகுதியைத் தடவிப் பார்த்தாள். கையில் ஏதோ ஒன்று நெருடவே கட்டை விரலால் சற்று அழுத்தம் கொடுத்துத் தள்ளினாள். சிறிய செவ்வக வடிவில் ஒரு கதவு போன்ற அமைப்பு விலகியது. உள்ளே ஒரு விரல் நுழையும் அளவிற்குத் துவாரம் ஒன்று இருந்தது. பத்ரா வியப்புக்குள்ளானாள்.

அந்தத் துவாரத்திற்குள் விரலை நுழைத்து உள்ளே துழாவினாள். கைகளில் ஏதோ தட்டுப்பட்டது. ஒரு சிறிய குழல் போன்று ஒரு சுருள். அதனை எடுத்து விரித்தாள். அதனுள் மெல்லிய மடல் சீலை ஒன்றில் நுணுக்கி நுணுக்கி ஏதோ எழுதப் பட்டிருந்தது.

பாலி மொழி. அவள் வியப்பெய்தினாள்.

நல்ல வேளை, தனக்குப் பாலி மொழி படிக்க முடியும் என்ற நினைவு வந்ததும் அதில் இருந்த செய்தியை வாசிக்கத் தொடங்கினாள். உடல் எல்லாம் வேர்த்தது. பாண்டிய நாட்டிலிருந்து பாண்டியர்களுக்குக்கூடத் தெரியாமல் இலங்கையிலிருந்து கிளம்பி வரும் ஒரு படை தனது போர்த் தடங்களைப் பற்றி பாசறைகளின் இருப்பிடங்கள் முதலியவற்றை விவரித்துக் கூறியிருந்தது.

இதில் நிச்சயமாக ஏதோ சூது உள்ளது. நிதானமாக பத்ரா யோசித்தாள். பௌத்த மதம் என்ற போர்வையில் குள்ளநரிகள் இலங்கையிலிருந்து தமிழகத்தைக் களவாட வருவது குறித்த விவரங்கள் அடங்கிய மடல்.

பத்ராவுக்கு ஒரு கணம் உலகமே நின்று விடுவது போல இருந்தது. வித்யா அறைக்குள் சென்று எழுத்தாணி ஒன்றையும் மை புட்டி ஒன்றையும் எடுத்து வந்தாள். மெல்லிய மடல் சீலைத் துணி ஒன்றை எடுத்து எழுதத் தொடங்கினாள்.

மங்களம்.

அறிவற்றவருடன் பழகாமல் இருத்தல், அறிவாளிகளோடு பழகுதல், போற்றத்தக்கோரைப் போற்றுதல் இவை மங்களம்.

உகந்த பிரதேசங்களில் வசித்தல், கன்மங்களிலிருந்து விலகியிருத்தல், தன்னை நல்வழியில் உய்த்தல் இவை மங்களம்.

கேள்விஞானம் உள்ளவராக இருத்தல், கலைகளில் சிறந்து விளங்குதல், விநயமுடையவராக இருத்தல், இனிய பேச்சுடையவராக இருத்தல் மங்களம்.

பெற்றோரைப் பேணுதல், மனைவி மக்களுக்கு அனுகூலமாக இருத்தல், கவலையை உண்டாக்காத தொழில் இவை மூன்றும் மங்களம்.

கொடை, அறவழியில் நடத்தல், சுற்றந்தழுவதல், பிறர் பழியாத செயல்களைச் செய்தல் இவை உத்தமமான மங்களம்.

பாவங்களை மேற்கொள்ளாதிருத்தல், மதுவை விலக்குதல், அறத்தின் பக்கம் நிற்றல் இவை உத்தம மங்களம்.

மேற்சொன்ன புத்தரின் அறவுரைகளைப் பாலி மொழியில் எழுதி மீண்டும் அந்தச் சிறிய குழலில் அடைத்து பழைய சுருளை அகற்றிவிட்டு இதனை வைத்து அந்தக் குழலைப் புத்தரின் பின்புறம் வைத்து மீண்டும் அதன் பின்புறக் கதவை மூடிவிட்டு புத்தர் சிலையை மீண்டும் பூஜையறையில் அதன் பீடத்தில் வைத்துவிட்டு கூடத்தில் அமர்ந்து யாழ் எடுத்து மீட்டத் தொடங்கினாள்.

நண்பகல் வேளையில் காளன் திரும்பி வந்தான்.

"காலையில் கண் விழித்ததும் உங்கள் முகத்தைப் பார்க்க வேண்டும் என்று தேடினேன். உங்களை எங்கும் காணவில்லை. நானே எனது கையினால் அக்கார வடிசலும், நெய்யில் வறுத்த மீன் கறியும் செய்து, வைத்துள்ளேன். சுண்டைக்காயில் புளிக் குழம்பும் சமைத்து வைத்திருக்கிறேன். வாருங்கள் உண்ணலாம்" என்றாள்.

"இல்லை. காலையில் சரக்குகளை ஏற்றிக் கொண்டு ஒரு பெரிய கப்பல் கீழை திசையிலிருந்து வந்து இறங்கியது. முதலிலேயே சரக்குகளுக்கு முந்திக் கொண்டால்தான் நல்ல பொருட்களை விலை நிர்ணயம் செய்து வாங்க முடியும் என்பதால் உன்னைத் தொந்தரவு செய்யாமல் கிளம்பி விட்டேன்" என்றான். அவன் பார்வையில் நேர்மை இல்லை. ஒருவிதப் பதற்றம் இருந்தது.

பொய் சொல்கிறான்.

"சரி வாருங்கள் உண்ணலாம்" என்றாள்.

"நான் அங்கேயே ஓர் உணவு அங்காடியில் அப்பமும், மிளகு தூவிய கோழிக் கறியும் உண்டுவிட்டேன். பசியில்லை" என்றான்.

"இது என்ன புதுப் பழக்கம் என்னை விட்டுவிட்டு நீங்கள் மட்டும் உண்ணும் பழக்கம்?"

"என்ன செய்வது ஆடவர்களுக்கு ஒரு பொழுதுபோல ஒரு பொழுது அமையாதே" என்றான்.

"இருக்கட்டும், நான் இன்று பௌத்தச் சங்கத்துக்குச் சென்று தேரரைச் சென்று தரிசித்துவிட்டு வரலாம் என்றிருக்கிறேன். வருகிறீர்களா?" என்று கேட்டாள்.

“இல்லை கண்ணே! கடும் வெயிலில் கடற்கரையில் அலைந்ததால் எனக்குச் சற்று ஓய்வு வேண்டியுள்ளது. நான் உறங்கி ஓய்வெடுக்கிறேன்.”

“நல்லது. நான் தேரரைப் பார்த்துவிட்டு வருகிறேன்” என்று கிளம்பினாள்.

பத்ரா சிவிகையில் ஏறிக்கொண்டு பௌத்தப் பள்ளி நோக்கிச் சென்று விட்டதை உறுதி செய்து கொண்டு காளன் அவசர அவசரமாகப் பூஜை அறைக்கு ஓடினான். காலையில் பத்ரா கண் விழிப்பதற்கு முன்னால் பூஜையறையில் இருந்த புத்தர் சிலையின் பின்புறம் இருந்த சிறிய குழலை வெளியில் எடுத்துவிட வேண்டும் என்றுதான் எண்ணியிருந்தான். ஆனால் இலங்கைப் படையைச் சேர்ந்த ஒற்றன் ஒருவன் காலையில் வந்து யானையைப் போலப் பிளிறியதால் அவனுடன் செல்ல வேண்டி வந்தது. நண்பகல் வரையில் ஆபத்துதவிகள் கூட்டத்தில் படைகள் திரட்டுவது குறித்து கூடிப்பேசினார்கள். உறையூரிலிருந்து கிடைத்த சேதியின்படி இன்னும் ஒரு திங்களில் அவர்கள் புகார் நோக்கிக் கலகம் செய்வதற்குப் படைகளுடன் வரவிருப்பதால் அந்த நேரத்தில் இலங்கைப்படை பாண்டியர்களின் படை இரண்டும் எந்தெந்த வழிகளில் வரவேண்டும் என்று ஆலோசனை செய்து முடிவெடுக்கப்பட்டது.

புத்தரின் சிலைக்குப் பின்புறம் இருந்த அறையிலிருந்து சுருளைப் பிரித்துப் படித்தான். அவன் தேடி வந்த சேதி அதில் இல்லை. மாறாக போதி சத்வர் ஜேத வனத்தில் சீடர்களுக்கு வழங்கிய அறவுரைகள் இருந்ததைக் கண்டு அதிர்ந்தான். இது யாருடைய வேலை? அவனுக்குத் தெரிந்து பாலி மொழி அறிந்தவர்கள் அவனைத் தவிர இருவர். ஒன்று அமுதா. அவள் இப்போது உயிருடன் இல்லை. இன்னொன்று பத்ரா.

பத்ரா இல்லம் திரும்பியபோது காளன் எதையும் காட்டிக் கொள்ளாமல் இருந்தான். பத்ரா உணவருந்திவிட்டு உப்பரிகை சென்றாள்.

“என் தந்தை மும்முடி நாய்கனும் தேரரைப் பார்க்க வந்திருந்தார்.”

“ம்ம்” அசிரத்தையாகப் பதில் கூறினான்.

“வாணிபத்தில் நீங்கள் காட்டும் அக்கறையையும் வாய்ச் சாமர்த்தியத்தையும் வாணிப நுணுக்கங்களை எளிதில்

கற்றுக் கொள்ளும் உங்கள் அறிவின் திறனையும் அப்பா வெகுவாகப் பாராட்டிப் பேசினார். உங்கள் முகத்தில் இருக்கும் வசீகரம் எல்லோருடைய வாயையும் அடைத்து விடுகிறது என்றார்."

"அதற்கு நீ என்ன மறுமொழி கூறினாய்?"

"ஆமாம் அப்பா! அவர் என்றுமே உள்ளம் கவர் கள்வன் என்றேன்."

சட்டென்று முகம் மாறினான்.

"அதற்கு உன் தந்தை என்ன கூறினார்?"

"எதுவும் கூறவில்லை. வாய்விட்டுச் சிரித்தார்"

"ஆஹா! என்னைக் கள்வன் என்று கூறி தந்தையும் மகளும் எள்ளி நகையாடி இருக்கிறீர்கள் அல்லவா?" என்று கொதித்தான்.

"அன்பரே! இது என்ன பேச்சு? யார் சொன்னாலும் சொல்லாவிட்டாலும் நீங்கள் என் உள்ளம் கவர்ந்த கள்வர்தானே? உங்களை முதன் முதலாக ராஜபாட்டையில் சந்தித்த பொழுதிலிருந்து நீங்கள் என் உள்ளத்தைத் திருடியவர்தான்" என்று அவனது முகவாயைத் தன் பக்கம் திருப்ப முயன்றாள். அவனது உடலில் ஒருவித இறுக்கம் இருந்தது தெரிந்தது.

"உங்கள் மனம் புண்பட்டிருந்தால் என்னை மன்னித்து விடுங்கள்" என்றாள். அவனது இறுக்கம் தளரவில்லை.

"சொல்லுங்கள். நான் என்ன செய்யவேண்டும்? உங்கள் முகத்தின் தவழும் புன்னகையைத் தவிர வேறு எதுவும் கண்டிராதவள் நான். இப்போதைய உங்கள் நிலை எனக்குப் புதியது" என்று அவன் முகத்தை ஏறிட்டபடி கூறினாள்.

"என் நிலையில் என்ன மாற்றம் கண்டாய்?"

"சிரித்தபடி நான் பேசும் கேலிப் பேச்சுகளை இதுவரையில் ரசித்தவர் இப்போது சினம் கொள்வது புதியதல்லவா?"

"உள்ளொன்று வைத்துப் பேசுகிறாயோ என்று தோன்றுகிறது?"

"அந்தப் பழக்கம் எனக்கில்லை சுவாமி."

"அப்படி என்றால் எனக்கு உள்ளது என்கிறாயா?"

பத்ரா இது எளிதில் தீரக் கூடிய பிணக்கு இல்லை என்பதை அறிந்து கொண்டாள். இரண்டொருநாள் அவனை விட்டுப்பிடிக்க வேண்டும் என்று எண்ணிக் கிடந்தாள். ஆனால் அவன்மீது எப்போதும் கவனமாகவே இருந்தாள். முதல்நாள் காளன் கேட்டது போல மறுநாள் ஒன்றுமே அறியாதவள் போல அந்தப் புத்தர் சிலையை அவனிடம் தானே எடுத்துக் கொடுத்திருக்க வேண்டும் என்று மட்டும் எண்ணினாள். இருவர் நடுவிலும் மீண்டும் அந்தப் புத்தர் சிலையைப் பற்றிய பேச்சு வராமல் இருந்தது வேறு அவளை வாட்டியது.

அந்த வாரத்தில் இருவர் இடையிலும் சுமுகமான பேச்சுக்கள் எதுவுமின்றி போனது.

நடுவில் ஒருநாள் பத்ரா நந்தவனத்தில் மலர்களைக் கொய்து கொண்டிருந்தபோது யானையின் பிளிறல் கேட்டது. சோழ மன்னர் வேங்கை வேந்தனின் யானை படையைப்பற்றி ஊரெல்லாம் தெரியும் என்றாலும் யானைகளின் அணிவகுப்பு என்றால் இப்படி ஒரு யானை மட்டும் பிளிறாதே என்று எண்ணிய அவள் வீதியை எட்டிப் பார்த்தாள். வீதியின் இரு மருங்கிலும் மருத மரங்கள் நெடிதோங்கி இருந்தன. தனது மாளிகையின் எதிரில் இருந்த மருத மரத்தில் இருந்துதான் யானையின் பிளிறல் கேட்டது.

பத்ரா கவனமானாள். சட்டென்று ஒரு பாரிஜாத மரத்தின் பின்னால் தன்னை மறைத்துக் கொண்டாள். சற்று நேரத்தில் மாளிகையிலிருந்து அவள் எதிர்பார்த்தபடி காளன் வெளியில் வந்தான். எதிரில் இருந்த மருத மரத்தின் பின்புறத்தில் இருந்து ஒரு மனிதன் வெளிப்பட்டான். நல்ல முறுக்கேறிய உடலுடன் இடையில் ஒரு கச்சையை மட்டும் கட்டிக் கொண்டு தலையில் பாகை போலத் துணியைச் சுற்றிக் கொண்டு அந்த மனிதன் தோன்றினான்.

காளன் சுற்றும் முற்றும் பார்த்துவிட்டு அவனைத் தனது மாளிகைக்குள் அழைத்தான். இருவரும் அவள் நின்றிருந்த பாரிஜாத மரத்தின் அருகில் நின்று பேசினார்கள். பத்ரா தன்னை வெளிக்காட்டிக் கொள்ளாமல் இருக்கப் பிரயத்தனப்பட்டுக் கொண்டிருந்தாள்.

“மகிபாலன் புகழ் ஓங்குக” என்றான் வந்தவன்.

“சொல்லு முகிலன்!” என்றான் காளன்.

“நமது திட்டத்தை உனது மணவாட்டி அறிந்து கொண்டதாகக் கூறினாயே என்னவாயிற்று? இது

விபரீதங்களில் கொண்டுவிடும் முன்னர் அவள் கதையை முடித்து விடு.”

“அவ்வளவு எளிதில் அவள் கதையை முடிப்பது சாத்தியமில்லை. அவள் கவனமாக இருப்பதால் எனது ஒவ்வொரு அசைவையும் அவள் கண்காணிப்பதாகவே கருதுகிறேன். மீண்டும் இங்கே ஒரு கொலை விழும் என்றால் சோழ அரசாங்கம் என்னைச் சும்மா விட்டுவைக்காது. எனவே என்னிடம் ஒரு திட்டம் உள்ளது.”

“சொல்” என்று கூறினான்.

“பூம்புகாரிலிருந்து பத்துக் காதத் தூரத்தில் ஒரு சிறு குன்று உள்ளது. வழியில் கழி, தில்லை போன்ற மூதூர்கள் உள்ளன. திருமணம் ஆனதிலிருந்து அவளை அழைத்துக் கொண்டு சிற்றுலா எங்கும் செல்லவில்லை. எனவே ஒரு கிழமை கால அவகாசம் எடுத்துக் கொண்டு அந்தக் குன்றிற்கு அவளை அழைத்துச் செல்வதாக உள்ளேன். திரும்பி வரும்போது நான் மட்டும் வருவதாக உத்தேசம்.”

சில்லென்று அவளது முதுகுத் தண்டின் ஊடே அச்சத்தின் கீற்று ஒன்று ஓடி மறைந்தது.

அத்தியாயம் – 26

நான்கு குதிரைகள் பூட்டப்பட்ட கூட்டு வண்டியில் அவர்களது பயணம் சென்று கொண்டிருந்தது. வழியில் உள்ள சிற்றூர்கள் பேரூர்களைக் கடந்து சில புண்ணிய தலங்களில் உள்ள தெய்வங்களைத் தரிசித்துவிட்டு பயணத்தைத் தொடர்ந்து கொண்டிருந்தனர் காளனும் பத்ராவும். இரண்டு நாட்களுக்கு முன்பு காளன் முகில பாலன் என்ற சிங்கள ஒற்றனிடம் பேசிக் கொண்டிருந்ததை மறைந்திருந்து கேட்ட பத்ரா அதன் பின்னர் காளன் விஷயத்தில் மிக விழிப்புடன் செயல்பட்டாள். அவனும் அவளுக்குத் தன்மீது சந்தேகம் எழாமல் இருக்கும் பொருட்டு இனிக்க இனிக்கப் பேசி அவர்கள் இருவர் நடுவில் இருந்த ஊடலைத் தவிர்க்க எண்ணினான். பத்ராவும் அவனது முழுச் சுயரூபத்தையும் தான் அறிந்து கொண்டதை வெளிக்காட்டிக் கொள்ளாமல் சிரித்துக் கொண்டே பழகினாள். எனவேதான் அவனுடன் இன்ப உலா என்ற பெயரில் அவன் அவளுக்கு ஏற்பாடு செய்திருந்த இறுதிப் பயணத்திற்குக் கிளம்பச் சம்மதித்தாள். தான் தெரிந்தே அவன் விரிக்கும் பொறியில் அகப்படப் போவது தெரிந்தாலும் அவளுக்கு அப்போதைக்கு வேறு வழி தெரியவில்லை.

செல்லும் வழியெல்லாம் காவிரியின் அழகில் மயங்கித் தேவைப்பட்ட இடங்களில் இளைப்பாறிச் சென்றனர்.

“கரிகால சோழச் சக்கரவர்த்தி கொள்ளிடத்திற்குக் கட்டியதுபோல மேலும் அணைகள் கட்டப்பட்டால் சோழ மண்டலமே வளம் கொழிக்கும் பூமியாகி விடும். இதோ இந்தத் தில்லை பகுதிகளில் புன்செய்

பூமி நிறைய உள்ளன. இங்கெல்லாம் பெரிய பெரிய ஏரிகளை வெட்டினால் காவிரியின் நீர் முழுவதும் ஏரிக்குள் சென்று அந்த ஏரியே இங்குள்ள உழவர்களின் ஜீவநாடியாக மாறிவிடும்" என்றாள்.

"ஓ! சோழ மண்டலம் மீது உனக்கு அதிகமான பிடிப்புதான்."

"நான் பிறந்து வளர்ந்த பூமியல்லவா? எனது சோழ மண்டலம் என்பது ஒவ்வொரு சோழப் பிரஜையின் பெருமையல்லவா?"

"உண்மைதான். ஆனால் சதாசர்வ காலமும் தமிழகத்தில் அனாவசியப் போர்கள் யுத்தங்கள் மக்களின் அன்றாட வாழ்க்கையைப் பாதிப்பது உன் அறிவுக்குத் தோன்றவில்லையா? சதா சர்வ காலமும் எல்லைகளைப் பாதுகாப்பதில் மும்முடி அரசர்கள் ஈடுபட்டால் தமிழகத்தில் புத்தர் போற்றிய அறமும் சாந்தமும் நிலவுவது என்று? மகத மன்னர்களும், மோரிய மன்னர்களும் புத்த மதத்தைத் தழுவியது போல ஒரு மலர்ச்சி இங்கேயும் தோன்ற வேண்டாமா?" என்று கேட்டான்.

"தமிழகத்தில் மூவேந்தர்களும் அனைத்து மதங்களையும் சமமாக நடத்தும்போது புத்த மதத்திற்கும் இடமில்லாமலா போய்விடும்?"

"சரி சரி இன்ப உலா வந்துவிட்டு நமக்கு எதற்கு விவாதம்?" என்று அவன் அவளை அணைத்துக் கொண்டான். அவனுடைய அணைப்பு அப்போது அவளுக்கு இன்பமூட்டுவதாக இல்லை.

தந்தை மும்முடி நாய்கன் கொடுத்திருந்த ஓலையைக் காட்டி கபிலர் குன்றின் அருகில் இருந்த மாளிகையில் இரவு தங்கினார்கள். மறுநாள் கூண்டு வண்டியைக் கீழே விட்டுவிட்டு அவர்கள் இருவர் மட்டும் அதிகாலையில் எழுந்து குன்றின் மேல் செல்லும் பாதை வழியாக மேலே ஏறிச் சென்றனர்.

"கபிலரின் வாழ்க்கையை எடுத்துக் கொள். வேளிர்குல வேந்தன் பாரியின் உற்ற நண்பன். பரம்புமலையைத் தனது நாடாகக் கொண்டு ஆட்சி செய்து வந்த பாரி வேளிர்குலத்தைச் சேர்ந்தவன், விந்தியப் பர்வதம் கடந்து வந்து இங்கே குடியேறிய ஒரு தொன் குலத்தைச் சார்ந்தவன் என்றாலும் மும்முடி மரபில் வந்தவன் இல்லை என்பதற்காக மும்முடி வேந்தர்கள் தங்கள் பகை மறந்து

ஒன்று கூடித்தானே பாரியை ஒழிக்க முற்பட்டனர்? யுத்தத்தால் அவர்கள் கண்ட பலன் என்ன? எத்தனை நாட்கள் முற்றுகை? அன்னம் நீர் இன்றி பரம்புமலை மக்களைத் தவிக்கவிட்டு மும்முடி வேந்தர்கள் கண்ட பலன் என்ன? பாரியின் மகளிர் அபலைகளானதும் பாரியின் உற்ற நண்பனான கபிலன் வடக்கிருந்து மாய்ந்ததும்தானே கண்ட பலன்? யுத்தம் என்றுமே சாந்தியைக் கொண்டு வராது."

பத்ரா உள்ளூரச் சிரித்தாள். "ஒவ்வொரு நாட்டிலும் வேர் ஊன்றுவதற்கு மதங்கள் அடிக்கோலுவது யுத்தத்தை அல்லாமல் வேறு எதனை நாடுகின்றனர்? புத்தர் சொன்ன நெறிகளைத் தவறாமல் புரிந்துகொண்டு அவருக்குப் பின்னால் வருபவர்கள் அவர் காட்டிய அறவழியைவிட்டு அவர் போதித்த அஹிம்சையைக் கைவிட்டு நடப்பது எந்த வகையில் புத்தருக்கு உண்மையாக இருப்பதாகும்?" என்றாள்.

வைகறைப் பொழுது என்பதால் காற்றில் பனியின் ஈரம் குறையாமல் ஆங்காங்கே இருந்த மரங்களில் உள்ள கிளைகள் அசைந்ததால் வீசிய காற்று உடலை இதமாகத் தழுவிய இருவரும் மேலே ஏறிச் சென்றனர்.

'இனையை ஆதலின், நினக்கு மற்றுயான் —
மேயினேன் அன்மை யானே; ஆயினும்,
இம்மை போலக் காட்டி, உம்மை
இடையில் காட்சி நின்னோடு
உடன்உறைவு ஆக்குக, உயர்ந்த பாலே!'

"கபிலர் பாடிய இறுதிப் பாடல் இல்லையா?" என்றான்.

"ஆம். நண்பனின் பிரிவைத் தாளாத ஒரு தூய நட்பின் கண்ணீர் வரிகள். 'எனக்கு உதவி செய்தபோதெல்லாம் என்னுடைய துணையாக எண்ணியிருந்தாய். என்னைவிட்டு நீ மட்டும் தனியாக வானுலகம் செல்லும்போது நான் அங்கு உன்னுடன் நட்பு கொண்டிருக்கத் தகுதி இல்லாதவன் என்பதால் அன்றோ என்னைத் தனியாக விட்டுவிட்டுச் சென்றாய்? போகட்டும். இனியாவது வானுலகிலும் உன்னோடு இருந்து உன்னை எப்போதும் கண்டு மகிழ்வதற்கு எனக்கு ஒரு வாய்ப்புக் கொடு'. என்ன ஆழமான வரிகள். கூடவே இணை பிரியாமல் இருப்பவர்களின் பிரிவு கொடுமையானது. இல்லையா காளன்?" என்றாள்.

பேசிக்கொண்டே அவர்கள் குன்றின் உச்சிப் பகுதிக்கு வந்து விட்டனர்.

குன்றின் உச்சியில் காற்று வீசி வீசி அடித்துக் கொண்டிருந்தது. மேலே சிறிய ஓலைக் குடிசை ஒன்று இருந்தது. உள்ளே கபிலர் வடக்கு திசை நோக்கி அமர்ந்தபடி இடது கையில் ஏடு ஒன்றும் வலது கையினில் எழுத்தாணி ஒன்றும் வைத்துக் கொண்டிருப்பது போல ஒரு சுதைச் சிற்பம் இருந்தது. அதன் அருகில் கருங்கல்லில் 'தனது நண்பன் பரம்புமலைப் பாரி வள்ளலுக்காகப் புலவர் கபிலர் வடக்கிருந்த கல்' என்று செதுக்கப்பட்டிருந்தது.

நொடிப்பொழுது பத்ரா கண்களை மூடிக் கொண்டாள்.

"குண்டலகேசி" என்று அவன் அழைப்பதைக் கேட்டுத் திரும்பினாள்.

"உனது மீளா பயணம் துயரத்துடன் இருக்க வேண்டாம் என்று கருதித்தான் இன்ப உலா வருவது போல இங்கே அழைத்து வந்தேன்" என்று கூறிய காளனின் முகத்தில் தோன்றிய பாவத்தைக் கண்டு முதலில் திடுக்கிட்ட பத்ரா புன்னகை புரிந்தாள்.

"உங்கள் நோக்கம் என்னைக் கொல்வதாக இருந்தாலும் என்னை உங்கள் வாயால் குண்டலகேசி என்று அழைத்தது எனக்கு மிகவும் ரசிக்கும்படி உள்ளது" என்றாள்.

"குண்டலகேசி! இனி வளர்ப்பதில் பயனில்லை. நீ என்னிடம் வாதிட்டது போலச் சமயம் என்பது ஒரு பிரதேசத்தில் பரவுவதற்கு அன்பும், அறநெறியும், அறவுரைகளும் மட்டும் போதாது. அரசியல் பின்புலம் தேவை. மன்னர்களின் ஆதரவு தேவை. அரசியல் இல்லாமல் சமயம் கிடையாது."

"நான் உங்களுடன் முற்றிலும் மாறுபடுகிறேன் அன்பரே! ஒரு சமயத்தின் தத்துவங்கள் மட்டுமே சத்திய வடிவாக இருக்கும்போது அதனை வேறு எந்தச் சமயமும், அரசியலும் அழிக்க முடியாது. தொன்றுதொட்டு வரும் நெறிமுறைகளிலிருந்து மாறுபட்டுத் தனியாக முளைத்து எழும் ஒரு சமய குரு தனது சமயம் உண்மையின் பக்கம் இருப்பதிலும், மக்களைச் சென்றடைவதிலும் கவனமாக இருந்தால் போதும். நாமிருக்கும் நாடு என்ற எண்ணம் மேலோங்கும்போது என்னைப் பொறுத்தவரையில் சமயம் பின்னால் சென்று விடுகிறது. உங்கள் வழி சரியாக இருக்கலாம். உங்கள் வழி வரலாற்றின் சுவட்டில் வந்ததாக இருக்கலாம். ஆனாலும் சோழ மண் என்பது சகல சமய நெறிகளுக்கும் வழி விடும் மண். அந்த மண்ணில் நான்

மிகவும் போற்றும் புத்த மதம் தனது அன்பின் வழியில் பாதை போட வேண்டுமே தவிர வாள் முனையில் அல்ல."

"அது உன் வழி குண்டலகேசி. எனது வழி பாண்டியர்களின் துணையுடன் இலங்கைப் படை கொண்டு சோழ நாட்டைக் கைப்பற்றுவதுதான். அதன் பின்னர் யுத்தப் பூமியாக இருக்கும் தமிழகம் முழுவதும் புத்தப் பூமியாக மாறிவிடும். நீ என்னுடன் மாறுபடுவதால் என் ரகசியம் அறிந்த உன்னைக் கொல்வதைத் தவிர வேறு வழி தெரியவில்லை. கபிலர் திட்டிலிருந்து பாறை செங்குத்தாக இறங்குகிறது. ஒன்று நீயே குதித்துத் தற்கொலை செய்து கொள்ள வேண்டும். இல்லையென்றால் நான் உன்னைப் பிடித்துத் தள்ளி கொலை செய்ய நேரிடும்."

"கண் நிறைந்த கண்ணாளனுக்கு என் வந்தனங்கள். உங்கள் கரங்களால் என்னைத் தள்ளிவிட்டு அதனால் ஏற்படும் களங்கத்தை உங்களுக்கு அளிக்க விரும்பவில்லை. ஆனால் ஒரே ஒரு விருப்பம். நிறைவேற்றுவீர்களா? நான் உங்களை நேரில் கண்டதும் கொண்ட காதலை நான் இன்று வரையில் என் கண்களில் ஏந்தி வருகிறேன். என் பார்வையின் தெளிவு என் காதலுக்கும் உள்ளது. எனவே நான் கீழே விழுந்து என்னை மாய்த்துக் கொள்வதற்கு முன்னர் என்னைத் தாலி கட்டி ஏற்றுக் கொண்ட உங்களை மும்முறை வலம் வந்து வணங்கிவிட்டு பின்னர் இக்குன்றிலிருந்து விழுந்து என்னை மாய்த்துக் கொள்கிறேன். ஆனால் மும்முறை வலம் வரும்போது உங்களுக்கு மனம் மாறுவதற்கு மூன்று வாய்ப்பு அளிக்கிறேன். சோழ மண்டலத்தை அந்நியர்களுக்குப் பலி கொடுக்கும் உங்கள் எண்ணத்தை மாற்றிக் கொள்ளுங்கள். காலம் முழுவதும் உங்கள் அடிமையாக இருக்கிறேன்."

அவன் பதில் எதுவும் சொல்லவில்லை.

"உங்கள் மனதில் மாற்றம் எதுவுமில்லை என்பதை அறிந்து கொண்டேன். உங்களைச் சந்தித்த அந்த வேளையிலிருந்து இதோ இந்தக் கணம் வரையில் உங்கள் மீது எனக்குள்ள அன்பு எத்தனை உண்மையோ அந்தளவுக்குப் புத்தச் சமயத்தின்மீதும் நான் கொண்ட அன்பு உண்மையானது. ஆனால் இவற்றை எல்லாம்விட சம்பாபதி என்ற பெண் தெய்வம் கேட்டுக் கொண்டதற்கு இணங்க காவேரியைக் குடகிலிருந்து தமிழகத்திற்குக் கொண்டு வந்த காவேர மன்னனும், பின்னர் வந்த கரிகால் பெருவளத்தானும் தங்களது சொந்த நலன் கருதாமல் இம்மண்ணின் நலன்

கருதி இந்த மண்ணைப் பொன் விளையும் பூமியாக மாற்றினார்கள். இந்தச் சோழ மண் எனக்கு எதனினும் பெரிது. இதைக் கூறிக் கொண்டு உங்களை விழுந்து வணங்குகிறேன்" என்று அவனது பாதங்களில் வீழ்ந்தாள்.

அந்தக் கணத்தில் பத்ராவின் மனதில் எதுவும் இல்லை. எது வேண்டுமானாலும் நிகழலாம்.

அவனை ஒருமுறை வலம் வந்து அவன் முகத்தை ஏறிட்டாள். அதில் எவ்வித மாற்றமும் இல்லை. இரண்டாவது முறை வலம் வந்தபோதுகூட அவன் இறுக்கமான முகத்துடன் இருந்தான். மூன்றாவது முறை வலம் வரும்போது அவன் முதுகுக்கு நேராக நின்றாள்.

காளன் அலட்சியமாக வேறு திசையைப் பார்த்துக் கொண்டிருந்தான்.

ஒரு கணம். பத்ரா மனதைத் திடப்படுத்திக் கொண்டாள். காளன் ஒருவன் சோழ மண்டலத்தில் சிங்கள மன்னனுக்குத் துணை போகின்றவன். அவனது மர்மங்களைப் புகார் மன்னன் வேங்கை வளவனிடம் கூறி விட்டால் சோழ மண்டலம் காப்பாற்றப்படும். அதற்குக் காளன் உயிருடன் இருக்கக் கூடாது.

தனது பலத்தை எல்லாம் ஒன்று திரட்டி அவனைத் தன்னால் இயன்ற வரையில் பலம் கொண்டு குன்றின் சரிவில் தள்ளி விட்டாள் இதனைச் சற்றும் எதிர்பாராத காளன் தடுமாறிக் குன்றின் சரிவில் உருண்டு சென்றான். பாறையின் விளிம்பைப் பற்றிக் கொண்டு உயிருக்குப் போராடினான். மனதைத் திடப்படுத்திக் கொண்டவள் பாறையின் விளிம்பில் ஒரு சிறுமுனையைப் பற்றிக் கொண்டு தொங்கிக் கொண்டிருந்த அவனது கரத்தைத் தனது கழல் அணிந்த காலினால் வேகமாகத் தள்ளி விட்டாள்.

காளனின் கண்களில் மரண பயம் மட்டுமே இருந்தது. தனது பிடியை நழுவவிட்ட காளன் "குண்டலகேசி" என்று அலறியபடி கீழே விழுந்து வழியில் நீட்டிக் கொண்டிருந்த பாறைகளில் அடிபட்டு இறுதியில் தரையில் பரவியிருந்த பாறையின் மீது தலை மோதி கபாலம் பிளந்து மரணம் எய்தினான்.

"குண்டலகேசி!"

"குண்டலகேசி!"

“குண்டலகேசி!”

காற்றில் கரைந்த தனது பெயரைக் கேட்டபடி பத்ரா திக் பிரமை பிடித்தவள் போல நின்றாள். தான் இனிமேல் பத்ரா இல்லை. குண்டலகேசி. கொண்ட மணவாளனை, கண்கண்ட தெய்வத்தைக் குன்றின் உச்சியிலிருந்து உருட்டிக் கொன்றுவிட்டவள். இல்லை இல்லை பிறந்த மண்ணைச் சமயம் என்ற காரணத்திற்காக வேற்று நாட்டு மன்னனுக்குத் தாரை வார்த்துக் கொடுக்க இருந்த துரோகியைக் கொன்றவள்.

குண்டலகேசி தனது பின்னலை அவிழ்த்துக் கூந்தலைக் கலைத்து விட்டாள். உடலில் இருந்த ஆடைகளில் கீறல்களை உண்டாக்கினாள். சில இடங்களில் புழுதிக் கறைகளை ஏற்படுத்தினாள். இரண்டு கரங்களைப் பாறையில் தேய்த்து முழங்கையின் புறப்பகுதியில் சிராய்ப்புகளை ஏற்படுத்தி இரத்தம் வரவழைத்துக் கொண்டாள். கலங்கிய கண்களுடன் அலறியபடி கீழே ஓடினாள்.

கூண்டு வண்டியை ஓட்டி வந்த வண்டியோட்டியிடம் காளன் கால் தடுமாறி கீழே விழுந்து பாறையில் மோதிக் கிடப்பதாகக் கூறினாள். அருகில் இருந்த ஊர்க்காரர்களிடம் விஷயத்தைக் கூறி அவனது உடலைக் கைப்பற்றி வண்டிக்காரன் சாட்சியாக வைத்துக் கொண்டு அவனை அங்கேயே ஒரு தாழியில் வைத்து சுடுகாட்டில் புதைப்பதற்கு வழி செய்தாள்.

சோழ மண்டலத்தின் மன்னன் வேங்கை வளவனிடம் மட்டும் மிகவும் இரகசியமாகக் காளனின் போக்கைக் குறித்தும் அவனுக்குப் பாண்டிய நாட்டிலிருந்து வந்த இரகசியத் தகவலையும் கூறினாள். தனது இரண்டு கரங்களினால் காளனைக் கொன்றதைக் கூறியதும் சோழ மண்டலத்துக்காகச் செய்த அந்தச் செய்கை போரில் எதிரிகளை எதிர்த்துக் கொல்லும் வீரச் செயலுக்கு இணையானது என்று பாராட்டிய மன்னனிடம் இந்த விஷயம் வெளியில் எவருக்கும் தெரியப்படுத்த வேண்டாம் என்ற உறுதி மொழியைப் பெற்றுக் கொண்டாள்.

காளனைத் தேடி வந்த முகில பாலன் என்ற இலங்கை ஒற்றனை அவன் மீண்டும் ஒருமுறை ஒளிந்திருந்து யானையைப் போலப் பிளிறியபோது சோழமண்டலத்தின் காவல் படையினர் கொத்தாகப் பிடித்துச் சிறையில் அடைத்தனர். அவன் மூலம் புகார் மண்டலத்தில்

தங்கியிருந்த இலங்கைப் படையினர் மற்றும் பாண்டிய நாட்டு ஆபத்துதவிகளைச் சிறைபிடித்தனர். பெரும் யுத்தம் தவிர்க்கப்பட்டத்தோடு அல்லாமல் உறையூர் மண்டலத்துடன் புகார் மண்டலம் நட்புறவு காட்டியது.

சிலகாலம் வருத்தத்தில் இருந்த குண்டலகேசிக்குக் காளனைக் கொன்ற செய்கை ஒருவிதக் குற்றவுணர்ச்சியை அதிகப்படுத்தவே பௌத்தச் சங்கத்தில் இருந்த தேரரிடம் ஆறுதல் தேடினாள். பௌத்த சங்கத்திற்கு அடிக்கடி செல்லத் தொடங்கினாள். பௌத்தச் சங்கத்தில் இறுதியில் ஒரு பிக்குணியாகச் சேர்ந்தாள். பல தர்க்க வாதங்களில் ஈடுபட்டு பௌத்த மதத்தின் கொள்கைகளை நிலைநாட்டினாள்.

...சுபம்...

www.ingramcontent.com/pod-product-compliance
Lightning Source LLC
LaVergne TN
LVHW090334051026
849518LV00005B/1960
9788119550388